మైరావణ

మైలపిల్లి మైరావుడి వీరగాథ

ప్రసాద్ సూరి

నవల

D9900402

ఛాయ

హైదరాబాద్

MAIRAAVANA
Novel

AUTHOR : **PRASAD SURI**
©Author

First Edition: November, 2022
Second Edition: January, 2024
Copies : 500

Published By:
Chaaya Resources Centre
103, Haritha Apartments,
A-3, Madhuranagar,
HYDERABAD-500038
Ph: (040)-23742711
Mobile: +91-70931 65151
email: chaayaresourcescenter@gmail.com

Publication No.: CRC- 73
ISBN No. 978-93-92968-29-7

Book Design :
Kranthi, +91 7702741570

Cover & Inner Illustrations :
Prasad Suri, Ahmed, Pari

For Copies:
All leading Book Shops
https:/amzn.to/3xPaeId
bit.ly/chaayabooks

కుదురుకు వలవేసిన జాలరి

ఎవ్వరి కథ వారే చెప్పుకోవాలి. ఆ చెప్పడంలో నిజాయితీ, నిర్భీతి ఉండాలి. కానీ అందరికి అలాంటి ఆలోచన రాదు. ఎన్నో సమూహాలకి ఇప్పటివరకు అటువంటి అవకాశం కూడా రాలేదు. దీని వలన సోకాల్డ్ సాహిత్యం పేరిట జరిగిన ప్రమాదం ఏమంటే ఒకరి గురించి వేరెవరో తమకి తోచినట్టు రాసుకుపోతేనూ, చెప్పుకుపోతేనూ.. అదే నిజమనుకొనింది సమాజం.

చింతా దీక్షితులు 1924 లో రాసిన 'చెంచురాణి' లోనిది అసలైన చెంచు జీవితం కాదని, చెంచు రచయిత తోకల గురవయ్య 'చెంచు కథలు' రాసేవరకూ లోకానికి తెలియదు. రచనల మాటున 'ప్రమాదం' ఎటువంటిదో ఈ ఉదాహరణతో అర్థం చేసుకోవచ్చు.

కాబట్టి దీనికి విరుగుడుగా ప్రతి కులం (అందమైన, సౌఖ్యమైన 'సామాజిక వర్గం' అనే ముసుగు పదబంధం వాడనందుకు జడుసుకోకండి) నుంచి ఓ రచయిత రావాలి. తాను ఏ ప్రభావాలకీ లోనుకాకుండా తననూ, తనవారినీ, తాను మాత్రమే చెప్పగల తనదైన ప్రతిదాన్నీ నమోదు చేయగలగాలి.

పెద్దాయన కేఎన్‌వై పతంజలి చెప్పినట్లు "ఎవరి సాంస్కృతిక యుద్ధాలు వారే చేసుకోవాలి. ఎవరి గాయాలు వారే చూపించాలి. ఎవరి ఏడుపు వారే ఏడవాలి."

అలాగ రచయిత తాను చెప్పాలనుకున్నదానితో అనుభవపూర్వకంగా మమేకమై ఉన్నప్పుడు లేదా అది తన జీవితంతో ముడిపడినది ఐనప్పుడు ఏమి రాశాడు, ఎలా రాశాడు, దానిలో సామాజిక ప్రయోజనం ఏముంది అనే విమర్శక కొలమానాల్లోంచి కాకుండా తానెరిగిన విషయాలను ఎంత ప్రేమతో, తపనతో, పారదర్శకతతో చెప్పాడన్న దృక్కోణంలో చూడాల్సి ఉంటుంది.

జానపద వీరుడి వంటి బెస్త మైరావణుడు ప్రధాన పాత్రగా భారతదేశ గత ఎనభై ఏళ్ళ సామాజిక చరిత్రతో పాటుగా వర్తమాన రాజకీయ అంశాలను కూడా బలంగా తర్కిస్తూ సాగింది ఈ నవల. జానపద వీరుడు అంటేనే 'అధికార మదానికి, పీడనకీ' లొంగనివాడు, వెరువనివాడు కనుక రచయిత దీని ద్వారా ఏమి చెప్పదలచినాడో పాఠకులు సులభంగానే గ్రహించగలరు.

మరొక విశేషం ఏమంటే బెస్తవారి నిజజీవితాన్ని తెలుగులో ఈ నవలే తొలిసారిగా స్పష్టంగా చిత్రిస్తోంది. సమూహాన్ని బట్టి ఏవో అపోహలు స్థిరపడి వున్న సమాజంలో చావుకి తెగించే వారి వేట జీవనాన్నీ, కడుపు చేతపట్టుకొని బతికే వలస బతుకునీ బైట ప్రపంచానికి తెలియని కోణాలనుంచి స్పష్టంగా చూపుతోంది.

ఇలాగ తన బెస్త నేపథ్యాన్ని మరచిపోకుండా ప్రయోగాత్మకంగా రచన చేయడంలో సఫలమైనాడు ప్రసాద్ సూరి. రెండవ రచనకే అతను ఈ ఒడుపు, నేర్పు సాధించడంలో ఆశ్చర్యం ఏమీలేదు, తనదైన కథ చెప్పుకోవడంలో అతని తపన వంక పెట్టలేనిది కనుకనే ఇలా సాధ్యమై ఉంటుంది.

మనుషుల్ని పట్టే జాలరి గురించి బైబిల్ చెప్పినట్టు ఇతను తనదైన బతుకు కథల లోతుల్ని పట్టే జాలరి..

ఈ ముద్రణలాగే ముప్పై ఐదేళ్లలోపు వయస్కుల రచనలను తీసుకురావాలనే ఛాయా ఆలోచన, ప్రతిభగల ప్రతి యువ రచనకూ ఊతంగా నిలబడటంలో ఎప్పుడూ ముందు వరుసలో ఉంటుంది.

సొలోమోన్ విజయ్ కుమార్
టీం ఛాయా తరపున
26.10.22

మొదటి భాగం

సంఘటనలు కథలుగా మారకుండా చూసుకోవాలి.
ఒకసారి కథలు అయ్యాయంటే రెండు సమస్యలు వస్తాయి.
ఒకటి కాదనలేవు.
రెండు నిరూపించలేవు.

పెదరాసి పెద్దమ్మ ఒంగోని తుడుస్తూ ఉంటే వీపుకి ఆకాశం తగిలేది అంట. చీపురు, చాట ఎత్తి కొడితే ఆకాశం అంత ఎత్తుకుపోయిందంట. ఆ పెద్దమ్మ కథల కాణాచి.

ఆ పెద్దమ్మ లాంటి ఓ అమ్మ నది ఒడ్డునున్న ఆ గుడిసె ముందు తన బిడ్డలకి ఓ కథ చెప్తుంది.

వజ్రవైడూర్యాలకి సమతూకం కలిగిన కథ.

ఎనకటికాలాన నర్సాపురం ఊర్లో సూరాడ బండియ్య, అతని తొమ్ముడు కాశియ్య... అని ఇద్దరు అన్నదమ్ములు ఉన్నారంట. ఒకనాటి కాలాన రెయ్యిలు బాగా పడతనాయని రాత్రి గెంగలోకి ఏటకెళ్లారంట. నడిరాత్రి తెప్పలో నించొని వలకి తగిలిన రెయ్యినల్లా బుంగలో ఆడెత్తన్నారంట. అలా అవగా అవగా కాసేపుటికి బుంగ నిండిపోయిందేమో అని చూత్తే బుంగలో రెయ్యిలే లేవంట. అమ్మదీనెమ్మ.. ఏమైపోయిందిరా రెయ్యల్లానా? అని అన్నదమ్ములిద్దరూ మొకమొకాలు చూసుకున్నారంట. అప్పుడు తొమ్ముడు కాశియ్య దూరంగా చూపిత్తా "ఓరన్నా అదిగోరా గ్యాపాట. మనం కానుకోనప్పుడు అక్కడినించి చెయ్యిచాపి బుంగలో రెయ్యిలన్నీ తినేత్తందిరా" అన్నాడంట. బండియ్య అటేపు చూసాడంట. కొండమీద

కూచొని ఒలమాలంగా తలదువ్వుకుంటుందంట గ్యాపాట. అప్పుడు బండియ్య అన్నాడంట "ఒరే తొమ్ముడూ నేను కొండమీదకెళ్లి దాని అంతు చూత్తాను. నువ్వు బంగారుమెట్ట మీదకెళ్లి అగ్గిపుల్ల ఎలిగించి నాకు సైగి చేత్తే నువ్వు ఎక్కడున్నావో కనిపెట్టుకొని పరిగెట్టుకొచ్చేత్తాను"

ఎంటనే తొమ్ముడు కాశియ్య అలాగే అన్నియ్యా.. అన్నాడంట.

బండియ్య కొండెక్కి ఎళ్లి ఎనకనించి గ్యాపాట మీద బండ ఎత్తి ఆడిసేశాడంట. కానీ గ్యాపాటకి ఏం అవలేదంట?

అది "ఏ గొల్లగోడు రా.." అన్నట్టు ఎనక్కి తిరిగి చూసిందంట. బండియ్య అల్లిపోయి తొమ్ముడు ఎక్కుడున్నాడా.. అని చూత్తే, దూరంగా చిన్న ఎలుతురు కనిపించిందంట. ఇక అటు కాసి పరిగెట్టాడంటయ్యా..

ఎనకాల గ్యాపాట తగిలికొచ్చేత్తందంట. పరిగెట్టి పరిగెట్టి ఎళ్లి తొమ్ముడిని కలుసుకొని ఊర్లోకెళ్లి పెద్దింటి మూలన బండీ మాంకాలమ్మకి పదం పడతా, గంట కొడతా దండం ఎడతనారంట. గ్యాపాట బయటినించి ఇంటికొప్పు ఊపెత్తందంట. అప్పుడు ఆళ్ళని కాపాడ్డానికి పొలిమేరులోంచి బండీ మాంకాళిసత్తి వొచ్చి ఆ గ్యాపాటని ఊరు బయటికి తగిలికెళ్లిందంట.

కానీ ఆ తర్వాత నించీ గ్యాపాట రెచ్చిపోయి ఊర్లో ఎవరినీ సుఖంగా ఉండనివ్వట్లేదంట. చిన్నపిల్లొళ్ళని ఏడిపించెత్తందంట. పెద్దోళ్లని ఉచ్చోయించేత్తందంట. మాంకాలశత్తికి దండం ఎట్టినా..

"దాన్ని ఆపగలను గానీ అంతం చెయ్యలేను రా బిడ్డలారా.." అని భక్తురాలి మీదకి వచ్చి చెప్పిందంట. ఎలాగ రా దీనితోటి అని ఓ సాములారిని పిలిచి ఉపాయం అడిగారంట. అప్పుడా సాములోరు "బాబూ.. అదో కామినీ దెయ్యం. కోరికలు తీరకుండా చచ్చిపోయింది. దాన్ని మీరు రెచ్చగొట్టారు. దానికి ఓ ఈ..డు మొగపిల్లలు అంటే ఇష్టం. ఎత్తుకుపోయి పెంచుకొని ప్రేమించమంటాది. దాన్ని ప్రేమించెయ్యాలి. అప్పుడు అది ఎవలి జోలికీ రాదు. దాని తలలో మేకు దిగ్గోడితే అది మనిషి అయిపోద్ది" అని చెప్పి ఆ సాములారు వెళ్లిపోయాడంట. ఇప్పుడా కామినీ పిశాచాన్ని ప్రేమించేదెవడు? తలలో మేకు దిగ్గొట్టగలిగే మొగోడు ఎవలు? అని నెత్తిని చెయ్యేసుకూచున్నారంట జనాలందరూ... కొన్నిరోజులకి ఓ మైలిపిల్లోల కుర్రోడిని ఆ గ్యాపాట ఎత్తుకెళ్లిపోయిందంట. కొండమీద గుహలో వొయిసుకొచ్చిన

ఆ కుర్రోడిని ఎట్టుకొని పప్పలూ, పళ్ళూ ఎడతా బాగా చూసుకుంటుందంట. ఆ కుర్రోడు కూడా బయపడిపోకుండా దాన్ని మచ్చిక చేసుకున్నాడంట. ఓ రోజు దానికి పేలు చూత్తానని చెప్పి దాని పొడుగాటి జుట్టు పాయలు విడదీసి, దువ్వుతున్నాడంట. అది కళ్ళుమూసుకుని ఉండగా జేబులోంచి మేకు తీసి సరిగ్గా మద్దిలో రాయితో కొట్టి మేకు దిగ్గొట్టేశాడంటయ్య.

అప్పుడా ఆ కామినీ దెయ్యం అందమైన ఆడమనిషి అయిపోయిందంట. ఆ ఆడమనిషిని తీసుకొని ఆ కుర్రవాడు కొండదిగి ఊర్లోకి వచ్చాడంట. కొన్నాళ్ళకి ఆళ్ళిద్దరికీ ఓ మొగకుర్రోడు పుట్టాడంట. దెయ్యం తెలివిని, మనిషి తెగువని కలుపుకొని పుట్టాడు ఆడు.

ఆడే మైరావుడు.
ఆడి కథ రేపు చెప్పుకుందామే.

❖❖❖

"చరిత్రకి ఓ విచిత్రమైన లక్షణం ఉంది.
అది మళ్ళీ మళ్ళీ పునరావృతం అవుతుంది.

12వ శతాబ్దంలో ఛెంఘిజ్‌ఖాన్ నాయకత్వంలో మంగోల్ సేనలు తూర్పు పడమరలని గుర్రాల గిట్టలతో కొలిచాయి. మంగోల్ గుర్రాలు వెళ్లిన దారిలో గడ్డి మొలవడానికి కొన్ని శతాబ్దాలు పట్టింది. ఛెంఘిజ్‌ఖాన్‌ని ఆదర్శంగా తీసుకొని 1940 ల్లో జర్మనీలో ఓ టూత్ బ్రష్ మీసాలోడు 'మనం ప్రపంచాన్ని ఏలబోతున్నాం, ఆ అధికారం మనకి దైవదత్తం, మన రంగు,రక్తం సర్వోత్తమమైనది. ఈ ప్రపంచాన్ని బాగుపరిచే బాధ్యత మన జాతి భుజస్కంధాలపైనే ఉంది' అని వేదికల మీద స్పీచ్ లు దంచుతుంటే వేలాది, ఇంకా చెప్పాలంటే లక్షలాదిమంది వెర్రెక్కి ఊగిపోయారు. 'తమ నాయకుడు సింహం లాంటి వాడు' అనుకోని గొర్రెల్లా వెంట నడిచారు. వాడు సరాసరి తీసుకుపోయి గోతిలో పడేసాడు.

ఆనాడు వినిపించిన ఆ గోల, ఆ సంరంభం మళ్ళీ ఇన్నాళ్ల తర్వాత ప్రపంచానికి ఇంకో మూల మరో దేశంలో వినిపిస్తుంది. ఇది గమనించిన ఆ దేశంలో ఓ చరిత్రకారుడికి రాత్రీపగలు నిద్రలేకుండా పోయింది. రాబోయే ప్రమాదాన్ని గురించి హెచ్చరిద్దాం అంటే ఎక్కడ 'జాతి వ్యతిరేకి' అని జైల్లో పెడతారేమో! అని భయం వేస్తుంది. మనోవ్యాధితో మంచం పట్టిన ఆ చరిత్రకారుడు చేతికి అందిన పుస్తకం తీసి చదవడం మొదలుపెట్టాడు.

"1789లో ఫ్రెంచ్ విప్లవం వచ్చింది. అట్టడుగు వర్గాల ప్రజలు తమ మీద తరాల తరబడి పెత్తనం చలాయిస్తూ వచ్చిన పెత్తందారీ వర్గాన్ని క్యూ లో నించోపెట్టి నరికారు"

చరిత్ర గతిలో ఇది కూడా పునరావృతం అవుతుందేమో!

"historians fear (చరిత్రకారుడి భయం)" అనే ఆ ఆర్టికల్ చదువుతూ మాహీ కార్ విండో లోంచి బయటికి చూసింది. కనుచూపు మేర రోడ్డుకి అటూ ఇటూ అంతా ఖాళీగా ఉంది. ఎండిపోయి గోధుమరంగులోకి మారిన గడ్డినేల,దూరంగా అక్కడక్కడా నల్లగా ఎండిపోయిన చెట్లు.

❖❖❖

ఆ పదిహేనేళ్ల పిల్ల హైస్కూల్లో పదోతరగతి చదువుతుంది. ఆ రోజు ఫైనల్ ఎగ్జామ్స్ స్టార్ట్ అవుతున్నాయి. అందుకని ఉదయాన్నే తొందరగా లేచి హడావుడి పడుతూ తయారయి, పరిక్షకి కావాల్సిన సరంజామా అంతా పట్టుకొని రోడ్డు దగ్గర బస్ ఎక్కడానికి బయల్దేరింది. వాళ్ళ పల్లె నుంచి మెయిన్ రోడ్ కి వెళ్లి బస్ ఎక్కడానికి కిలోమీటర్ నడవాలి. అలవాటయిన నడక అయినా ఆ రోజు ఎందుకో ఇబ్బందిగా ఉంది. కారణం ఆ అమ్మాయి నెలసరి. అలా ఇబ్బంది పడుతూనే మెయిన్ రోడ్ దగ్గరికి వచ్చేసింది. సరిగ్గా అప్పుడే స్కూల్ బస్ వెళ్ళిపోయింది. ఆపమని అరవబోయింది గానీ అప్పటికే బస్ చాలా ముందుకు వెళ్ళిపోయింది. చేతికి ఉన్న వాచ్ చూసుకుంది. ఎగ్జామ్ టైం అయిపోతుంది. కాసేపటి వరకూ బళ్ళు ఏమీ రాలేదు. ఇంకాసేపటికి ఒక బైక్ వస్తూ కనిపించింది. లిఫ్ట్ కావాలి అన్నట్టు చెయ్యి చూపించింది. స్కూల్ యూనిఫామ్‌లో ఉన్న ఆ అమ్మాయిని చూసి బండి ఆపి లిఫ్ట్ ఇచ్చాడు బైక్‌మీద వచ్చిన వ్యక్తి. స్కూల్ దగ్గర దిగి కంగారుగా పరిగెత్తుకుంటూ వెళ్లేసరికి గేట్ మూసేసారు. గేట్ దగ్గరికి వెళ్లి వాచ్మెన్‌ని గెట్ తెరవమని బతిమిలాడింది. 'టైం దాటిన తర్వాత గేట్ ఓపెన్ చెయ్యద్దని హెడ్మాస్టర్ తనకి గట్టిగా చెప్పారు' అన్నాడు. ఆ అమ్మాయికి ఏం చెయ్యాలో పాలుపోలేదు. ఏడుపు వచ్చేసింది. బతిమాలుతూ ఏడ్చేసింది కూడా. అయినా గేట్ తియ్యలేదు. ఒకవైపు లోపల హార్మోన్ల గజిబిజి, మరోవైపు పరీక్ష రాయకపోతే ఎలా అనే అయోమయం. ఏం చెయ్యాలో తెలీని పరిస్థితిలో వెనక్కి నడిచింది. ఎలా వచ్చిందో తెలీదు. వాళ్ళ ఊరు వెళ్లే దారిలోకి వచ్చింది. మనసంతా పరీక్ష రాయలేకపోయాననే బాధ. నిస్సహాయత.

పత్తిచేను పక్కగా నడుస్తున్నప్పుడు వాసనకి తలతిప్పి చూసింది. గట్టు పక్కన పెట్టిన పురుగుల మందు డబ్బాలు కనిపించాయి.

❖❖❖

ఇన్స్‌పెక్టర్ అశోక్ అద్దం ముందు నుంచుని యూనిఫామ్ బటన్స్ పెట్టుకుంటున్నాడు. ఆ రోజు అతను కొత్త స్టేషన్‌లో ఛార్జ్ తీసుకోబోతున్నాడు. ఛార్జ్ తీసుకోబోయే రోజు వేసుకునే క్రాస్ బెల్ట్ పెట్టుకున్నాడు. అతనికి అది పనిష్మెంట్ పోస్టింగ్. ఒక మినిస్టర్ కొడుకుని డ్రంక్ అండ్ డ్రైవ్ కేసులో పట్టుకొని అరెస్ట్ చేశాడు. మినిస్టర్ కొడుకు బాగా హర్ట్ అయ్యాడు. అరెస్ట్ చేసినందుకు కాదు. పోలిసోడు తన మీద చెయ్యి చేసుకున్నందుకు.

అయితే వివరాల్లోకి వెళితే అది డ్రంక్ అండ్ డ్రైవ్ కేస్ కాదు. హిట్ అండ్ రన్ కేసు 'తన స్పోర్ట్స్ కార్‌ని ఫాస్ట్‌గా డ్రైవ్ చేస్తుంటే ఓ బిచ్చం ఎత్తుకునే పిల్ల సడెన్ గా రోడ్డు మీదకి వచ్చింది. స్పీడ్ తగ్గించబుద్ధి కాలేదు. గుద్దేశాడు. అందులో తన తప్పేం ఉంది? దారికి అడ్డం రమ్మని ఎవరు చెప్పారు ఆ ముండకి' అదే విషయం వాళ్ళ నాన్నతో చెప్పాడు. కొడుకు ముఖంమీద కనిపించిన వాపు చూసి మినిస్టర్ గారి మనసు బాగా నొచ్చుకుంది. దెబ్బకి అశోక్‌కి ఏపీలో పల్నాడు అనే ప్రాంతంలో మాచర్ల అనే టౌన్‌కి ట్రాన్స్‌ఫర్ అయింది. అశోక్ వాళ్ళ నాన్న చనిపోయిన తర్వాత అశోక్‌ని వాళ్ళమ్మ ఈశాన్య రాష్ట్రాల్లో ఉద్యోగాలు చేస్తున్న వాళ్ళ మావయ్యలు దగ్గరికి తీసుకెళ్ళిపోయింది. అశోక్ కాలేజ్ చదువు, ఉద్యోగం చాలావరకు ఉత్తరాది రాష్ట్రాల్లోనే జరిగింది. వయసు నలభై దగ్గరికి వస్తున్నా ఇంకా పెళ్లి కాలేదు/ చేసుకోలేదు. కాస్త ఫిల్మీ గానే అనిపించినా 'వాళ్ళ నాన్నని చంపి పారిపోయిన వాడిని పట్టుకునేదాకా పెళ్లి చేసుకోకూడదని' ప్రతిజ్ఞ పూనాడు.

ఇన్నాళ్ళకి మళ్ళీ తన హోమ్ స్టేట్‌కి రావడం ఆనందంగానే ఉంది. యూనిఫామ్ వేసుకున్న తర్వాత బ్రౌన్ కలర్ షూస్ తొడుక్కొని రాయల్ ఎన్ఫీల్డ్ తీసి స్టేషన్‌కి బయల్దేరాడు.

❖❖❖

వాళ్ళు వెళ్తున్నది మహారాష్ట్రలో ఒక జైల్‌కి, రెండురోజులు క్రితం మాహీ తను పనిచేస్తున్న ఇంగ్లీష్ న్యూస్ డైలీలో ఆ జైల్ గురించి ఒక ఆర్టికల్ రాసింది. ఆ జైల్ కండిషన్ సరిగ్గా లేదని, శుభ్రత విషయంలో జైలు అధికారులు ఎలాంటి జాగ్రత్తలు తీసుకోవడం లేదని, అలాంటి చోట ఆరోగ్య సమస్యలున్న ఒక ఎనభై

ఏళ్ళ వృద్ధుడిని ఉంచడం సరి కాదు అని రాసింది. దేశవ్యాప్తంగా అరెస్ట్ అయిన అనేకమంది మానవహక్కుల కార్యకర్తల్లో ఆయనొకడు. ఆ ఆర్టికల్ రాయడానికి ముందు జైల్ నుంచి రిలీజ్ అయిన ఇద్దరు, ముగ్గురు ఖైదీలని కలిసి ఇంటర్వ్యూ చేసింది. వాళ్ళు చెప్పినవి విని అలాంటి చోట 'పూర్తి ఆరోగ్యవంతులు అయిన యువకులు ఉండటమే కష్టం. అలాంటిది తప్పు చేశారో లేదో రుజువు కానీ వ్యక్తిని ఉంచడం నిజంగానే మానవ హక్కులను ఉల్లగించడం' అని ఆ ఆర్టికల్‌లో రాసింది. అది పేపర్‌లో వచ్చిన మరుసటిరోజు దేశంలో సంచలనం ఏం పుట్టించలేదు. అయితే అప్పటిదాకా 'ఆ అరెస్టులకి వ్యతిరేకంగా వస్తున్న విమర్శలకి' ఇంకాస్త ఊతం ఇచ్చింది. ఆ రోజు ఆఫీసులో తన డెస్క్ దగ్గర కూర్చుని ఉండగా ఒక వ్యక్తి వచ్చాడు. తను ఆ జైల్ నుంచి వచ్చానని, ఆ జైలర్ పంపించారని చాలా వినయంగా చెప్పాడు. మాహీ భయపడలేదు.

"ఎందుకు పంపించారు?"అంది.

" సార్ మీకు ఇది ఇమ్మన్నారు" అని ఒక కవర్ తీసి చూపించాడు.

"ఏంటిది? అరెస్ట్ వారెంటా?"

"కాదు మేడమ్. సార్ మిమ్మల్ని రేపు లంచ్‌కి ఇన్వైట్ చేశారు. జైల్లోనే" అన్నాడు.

మాహీకి కాసేపు ఎలా రియాక్ట్ అవ్వాలో అర్థం కాలేదు. లంచ్‌కి పిలవడం ఆశ్చర్యం అయితే అది జైల్లో కావడం ఇంకా ఆశ్చర్యంగా ఉంది.

"రేపు వచ్చి మిమ్మల్ని పిక్ చేసుకుంటాను మేడమ్, రెడీగా ఉండండి" అని ఆ వ్యక్తి వెళ్ళిపోయాడు. 'అంటే ఇప్పుడు నేను వస్తానో, రానో కూడా తెలుసుకోడా? నా ఇంట్రెస్ట్‌తో పనిలేదా' అని మాహీ అయోమయంలో పడిపోయింది.

'సరే ఏదైతే అది అయింది. ఒకసారి వెళ్లి చూద్దాం, ఏమవుతుందో?' అనుకుంది. ఈ విషయం తెలియగానే వాళ్ళ ఎడిటర్ చాలా ఎక్సయిట్ అయ్యాడు.

"ఇది మన పేపర్‌కి మంచి స్టోరీ అవుతుంది. యూ షుడ్ గో.." అని ఎంకరేజ్ చేసాడు.

అలా ఆ రోజు తను ఆ కార్‌లో ఉంది.

బయటికి చూస్తూ మళ్ళీ సీట్‌లో కూర్చుని పక్కనే ఉన్న న్యూస్ పేపర్ తీసుకుంది. ఫ్రంట్ పేజ్‌లో ఓ మూల అంగుళం సైజ్ వార్త ఆసక్తికరంగా

అనిపించింది.

'ఢిల్లీలోని లోక్ నాయక్ భవన్‌లో ఘోర అగ్నిప్రమాదం. ముఖ్యమైన ఎన్నో డాక్యుమెంట్స్ మంటల్లో తగలబడిపోయాయి'

వెంటనే ఆ రోజు ఫ్రంట్ పేజ్‌లో ఉన్న మెయిన్ హెడ్ లైన్ చూసింది 'ప్రధానమంత్రి గారి అమెరికా పర్యటన"

ఒకసారి ఊపిరి తీసుకుని అసహనంగా పేపర్ పక్కన పడేసింది. తను కొన్ని నెలలుగా దేశంలో బాగా పేరుమోసిన ఓ మల్టీనేషనల్ కంపెనీ చేసిన ఒక స్కామ్‌కి సంబంధించి స్టడీ చేస్తుంది. దాని గురించి కోర్ట్‌లో కేసు నడుస్తుంది. ఇప్పుడు ఈ ఫైర్ ఆక్సిడెంట్‌లో ఆ కేస్ కి సంబంధించిన డాక్యుమెంట్స్ కూడా తగలబడిపోయి ఉంటాయి. వచ్చే నేల ఆ కేసుకి సంబంధించిన తీర్పు వస్తుంది. ఈజీగా ఆ కేసు నుంచి బయటపడిపోతుంది. ఒకవేళ ఆ తీర్పు ఆ మల్టీ నేషనల్ కంపెనీకి ఫేవర్ గా రాకపోయినా ఆ కంపెనీకి వచ్చే నష్టం పెద్దగా ఏం ఉండదు. కానీ దాని రెప్యుటేష్ మీద జనాలకి నమ్మకం సడలిపోతుంది. కంపెనీకి అది ఎక్కువ నష్టం కలిగిస్తుంది. ఆ నష్టం కలగకుండా చాలా తెలివిగా తప్పించుకొన్నారు. 'స్మార్ట్ మూవ్...' అనుకుంది మాహీ

❖❖❖

మెయిన్ రోడ్ ని ఆనుకుని ఉన్న పోలీస్ స్టేషన్లోకి బండి వెళ్ళగానే బయట నిలబడిన ఆర్మడ్ సెంట్రీ ఎడమకాలు ఎత్తికొట్టి సెల్యూట్ చేసాడు. అతనికి వెల్కం చెప్పడానికి రెడీగా ఉన్న స్టేషన్ సిబ్బంది ఒక్కొక్కరుగా వచ్చి సెల్యూట్ చేసి వాళ్ళ పేర్లు చెప్పి పరిచయం చేసుకున్నారు. అశోక్ కూడా అందరినీ నవ్వుతూ విష్ చేసి, షేక్ హ్యాండ్ ఇచ్చి పలకరించాడు. ఆ రోజు నుంచీ స్టేషన్లో ఛార్జ్ తీసుకుంటున్నట్టుగా సంతకం చేసాడు. అశోక్ కి అతని గది చూపించారు. వెళ్ళగానే టేబిల్ మీద కనిపించిన నేమ్ ప్లేట్ మీద తన పేరు చూసుకున్నాడు. స్టేషన్ వాతావరణాన్ని అంతా గమనించి, వెళ్లి తన కుర్చీలో కూర్చుని చుట్టూ చూసాడు. ఎదురుగా గోడకి తన జ్యూరిస్డిక్షన్ పరిధిలోకి వచ్చే మ్యాప్ ఉంది. మాచర్ల టౌన్ చుట్టుప్రక్కల మరికొన్ని ఊర్లు, అక్కడ ముఖ్యమైన ల్యాండ్ మార్క్స్ అన్ని సింబాలిక్ గా సూచించబడ్డాయి. గుడులు, వంతెనలు, మార్కెట్లు, విగ్రహాలు. ఆ మ్యాప్ ని చూస్తూ చూస్తూ ఒక చోట అతని కళ్ళు ఆగిపోయాయి. పెద్ద వాటర్ బాడీని చూపిస్తూ దాని చుట్టూ రౌండ్ గా మార్క్ చేసి ఉంది. పక్కనే ఉన్న కానిస్టేబుల్

వైపు తిరిగి, పేరు గుర్తుకు రాక "యూ...?" అంటుంటే, "చెన్నకేశవులు సార్" అని ఆ కానిస్టేబుల్ తన పేరు చెప్పాడు.

"ఒకే చెన్నకేశవులు వాటిజ్ దట్... మార్క్ అరౌండ్ దట్..." అని ఎలా చెప్పాలో తేలిక సాగదీస్తుంటే..

"అది బుగ్గవాగు రిజర్వాయర్ సార్" అన్నాడు కానిస్టేబుల్ చెన్నకేశవులు.

అది ఎందుకు ప్రత్యేకంగా మార్క్ చేసి ఉంది? అని అడిగాడు.

"అక్కడ మన జ్యురిస్డిక్షన్ చెల్లదు సార్"

"ఎందుకూ?"

"అది మైరావుడి టెర్రిటరీ సార్"

"అతనేవరూ? షోలేలో గబ్బర్ సింగా?"

"ఉహూ..మాయాబజార్‌లో ఘటోత్కచుడు"

చెన్నకేశవులు ఇంకా చెప్పబోతుండగా ఒక కానిస్టేబుల్ కంగారుగా లోపలికి పరిగెత్తుకొచ్చాడు.

"సార్... దుర్గి హైస్కూల్లో పదోతరగతి ఫైనల్ పరీక్షలు జరుగుతుండగా ఎవరో రౌడీలు లోపలికి వచ్చి గొడవ చేస్తున్నారంట సార్...మనం వెంటనే వెళ్ళాలి సార్" అన్నాడు.

"వాళ్ళు మైరావుడి మనుషులే అయ్యుంటారు సార్" అన్నాడు చెన్నకేశవులు.

అశోక్ వెంటనే కుర్చీలోంచి లేచి బయటికి పరిగెత్తాడు. వెనకే కానిస్టేబుళ్లు

❖❖❖

ముందు సీట్ లో ఉన్న డ్రైవర్ ని పిలిచి "భయ్యా... మనం అక్కడికి వెళ్ళడానికి ఇంకా ఎంత టైం పడుతుంది?" అని హిందీలో అడిగింది.

"బస్ ఆగాయా మేడం. ఆదా గంట(అర గంట) మే పహుంచ్ జాయేంగే" అన్నాడు.

చెప్పినట్టుగానే అరగంట తర్వాత ఒక పేద్ద ఇనుప ద్వారాలతో ఉన్న కట్టడం ముందు ఆగింది కారు. కారులోంచి బయటికొచ్చి తలెత్తి చూసింది. 'సెంట్రల్ జైల్' అన్న అక్షరాలను కళ్ళతో చదివి నిలబడింది. తీసుకొచ్చిన డ్రైవర్ ఆ తలుపు దగ్గరికి వెళ్లి అక్కడున్న గార్డ్ తో ఎదో కోడ్ లాంగ్వేజ్‌లో మాట్లాడాడు. వెంటనే ఆ

జైలు గేటుకి ఒక మూలన ఉన్న చిన్న గేట్ ఓపెన్ అయింది. ఒంగొని ఇద్దరూ లోపలికి వెళ్లారు. వేరే ప్రపంచంలోకి వెళ్లినట్టు ఉంది.

మాహీకి జైళ్ల గురించి వినడం, సినిమాల్లో చూడటం తప్ప ప్రత్యక్షంగా చూడటం ఇదే మొదటిసారి. చుట్టూ పెద్ద గోడ, గోడకి ఎలక్ట్రిక్ ఫెన్సింగ్. అప్రయత్నంగానే 'ఇక్కడి నుంచి తప్పించుకునే మార్గం ఏదైనా ఉందా' అని మనసులో అనుకుంది. ముందు వెళ్తున్న వ్యక్తి దారి చూపిస్తుండగా అతని వెనుక నడుస్తూ వెళ్ళింది. అటూ ఇటూ ఏముందో తెలీకుండా ఎత్తైన గోడల మధ్యలో దారి. వాళ్ళు ఒక ఆఫీస్ లాంటి చోటకి వచ్చాక అతను ఆగిపోయి "మీరు వెళ్ళండి మేడం, లోపల సార్ వెయిట్ చేస్తున్నారు" అన్నాడు. లోపలికి అడుగుపెడుతూనే ఒక యాభై ఏళ్ళ పెద్దాయన యూనిఫాంలో ఎదురు వచ్చాడు. డ్రెస్‌ని బట్టి అతనే జైలర్ అని అర్థం అవుతుంది. చాతికి ఎడమవైపు నేమ్ ప్లేట్ మీద 'విజయ్ సలస్కర్'.

"హెల్లో... మాహీ త్యాగీ రైట్?, i think this is your first time visiting a jail. Welcome to another world" అన్నాడు చెయ్యి ముందుకు చాచి షేక్ హ్యాండ్ ఇస్తూ

"హలో సార్..."చెయ్యి ఆడించి, i think it would be better if we call this a nether world" అంది. విజయ్ సలస్కర్ కి nether world అంటే అర్థం తెలీదు. అడగదలచుకోలేదు. అతనికి అర్థం తెలీదు అని మాహీకి అర్థం అయింది కానీ వివరించదలుచుకోలేదు. ఇద్దరూ మాములుగా ఉన్నారు. విజయ్ సలస్కర్ వాచ్ చూసుకొని "బాగా లేట్ అయింది, పద మనం భోజనం చేస్తూ మాట్లాడుకుందాం" అన్నాడు ఇంగ్లీష్‌లో. ఇద్దరూ లోపలికి వెళ్లారు. గెస్ట్ కోసం ఏర్పాటు చేసిన రూమ్ లో డైనింగ్ టేబుల్ ముందు కూర్చున్నారు. కుక్ వచ్చి వడ్డించి వెళ్ళిపోయాడు. తినడం మొదలుపెట్టారు. విజయ్ సలస్కర్ అన్నాడు "ok లెట్ మీ గెస్, మదర్ అండ్ ఫాథర్ ఎంప్లోయ్స్, ఓన్లీ చైల్డ్. గ్రాడ్యుయేట్ ఫ్రం జేఎన్‌యూ ఢిల్లీ"

మాహీ అతని వైపు ఆశ్చర్యంగా చూసి "ఎగ్జాక్ట్లీ... సార్" అంది. "How do you know?"

"I can guess. people like you comes from that kind of places no" అన్నాడు అది అంత కష్టమైన విషయం కాదు అన్నట్టు.

“my kind of people WHat do you mean by that?”

“left, liberal, secular, Democrat“ అన్నాడు.

పెద్దాయన ఇప్పుడు అసలు విషయంలోకి వస్తున్నాడు అనుకుంది మాహీ. కానీ వెంటనే

“ok leave it, i don’t want all that political talk now” అని ఇష్టం లేనట్టు కట్ చేసేసి,

“సరే చెప్పు... అమ్మానాన్నా ఏం చేస్తుంటారు?”అన్నాడు.

హమ్మయ్య... ఇప్పుడు ఈయనతో పెద్ద ఐడియాలజీకల్ డిబేట్ అవుతుందేమో? అని భయపడ్డ మాహీకి, ఆయనే వద్దు అనడం బావుంది.

“మీరు చెప్పినట్టుగానే వాళ్ళు ఉద్యోగులు, బ్యాంక్ ఎంప్లాయ్స్. లవ్ మ్యారేజ్” అంది.

“ఓహ్ లవ్ మ్యారేజ్... అందుకే నీలాంటి అందమైన కూతురు పుట్టింది” అన్నాడు నవ్వుతూ...

మాహీ కూడా ఆ జోక్‌కి నవ్వేస్తూ “యా..సార్. బట్ ఐ యాం నాట్ దేర్ చైల్డ్. ఐ యాం అడాప్టెడ్” అంది

“ఒహ్హో...ఐ యాం సారి, ఇన్ఫాక్ట్ నాది కూడా లవ్ మ్యారేజే, నా డాటర్ కూడా నీలాగే చాలా అందంగా ఉంటుంది” అని తన ఫ్యామిలీ గురించి చెప్పాడు. పూనేకి చెందిన మరాఠీ కుటుంబం, చిన్నప్పటి నుంచీ సంఘ్ సభ్యుడు. శివసేన వారి ప్రోత్సాహంతో సివిల్ సర్వీసెస్ లోకి ఎంటర్ అయ్యాడు. అప్పుడే ఓ పంజాబీ అమ్మాయిని ప్రేమించి పెళ్లి చేసుకున్నాడు. ఒక కొడుకు, ఒక కూతురు. కూతురు పెళ్లి చేసుకొని అబ్రాడ్ వెళ్ళిపోయింది. కొడుకు చదువుకుంటున్నాడు. మాహీ కూడా వాళ్ళ (పెంచిన)అమ్మానాన్నల గురించి, తన రిలేషన్ షిప్స్ గురించి చెప్పింది. అలా మాట్లాడుకుంటూనే భోజనం ముగించారు. చేతులు తుడుచుకున్న తర్వాత మాహీ వైపు తిరిగి “రా అలా నడుద్దాం, నీకు మా జైల్ చూపిస్తాను” అన్నాడు.

బ్యారక్స్ మధ్యలోంచి నడుస్తున్నారు. ఖైదీలు అంతా మాహీని వింతగా చూస్తున్నారు. ‘జైలు లోపలికి అమ్మాయి రావడం ఏంటీ’ అని. అలా నడుస్తూ వాళ్లిద్దరూ జైల్ మధ్యలో ఉన్న గ్రౌండ్ దగ్గరికి వచ్చారు. గ్రౌండ్ మధ్యలో ఓ చెట్టు

ఉంది. అక్కడ చాలామంది రకరకాల పనులు చేస్తున్నారు. కొందరు తుడుస్తున్నారు. కొందరు మొక్కలకు నీళ్లు పోస్తున్నారు. గార్డులు పని సరిగ్గా చెయ్యనివాళ్ళని నెత్తి మీద ఒక్కటి ఇచ్చి పని చేయిస్తున్నారు.

"అవునూ నువ్వు పనిచేస్తున్న పేపర్ ఏంటి అన్నావ్" విజయ్ సలస్కర్ అడిగాడు.

మాహీ ఒక ఇంగ్లీష్ పేరు చెప్పింది.

విజయ్ తలాడించి,

"అక్కడ దూరంగా చెట్టు కింద ఒక వ్యక్తి పేపర్ చదువుతున్నాడు చూసావా" లాఠీతో అటు వైపు చూపించాడు.

మాహి అటువైపు చూసింది. చెట్టు కింద ఒక మిడిల్ ఏజ్డ్ మనిషి పేపర్ చదువుతున్నాడు. మాహీ అర్థం కానట్టు చూసింది.

"అతను ఎవరో తెలుసా?" అన్నాడు. మాహీకి తెలీదు

"వివేక్ జైస్వాల్, బిల్డర్. మీ పేపర్ అతను నడిపించేదే, ప్రస్తుతం 56 వేల కోట్ల స్కామ్ కేసులో అరెస్టయి ఇక్కడ ఊచలు లెక్కపెడుతున్నాడు"

ఆ మాటతో మాహీ తల గిర్రున తిరిగింది. విజయ్ సలస్కర్ ఇంకేం చెప్పలేదు. కానీ ఇంకా చెప్తున్నట్టు "నీ పత్రిక యజమానే నా జైల్లో ఉన్నాడు, నువ్వెంత" అంటున్నట్టు వినిపిస్తుంది. ఒకరకంగా బెదిరిస్తున్నట్టుగా ఉంది.

"ఖైదీల సేఫ్టీ మేం చూసుకుంటాం. ఇంకెప్పుడూ పేపర్‌లో అలా ఇష్టం వచ్చినట్టు రాయకు" అన్నాడు. ఇప్పుడు డైరెక్ట్ గానే బెదిరిస్తున్నాడు. మాహీ సైలెంట్ అయిపోయి అలా చూస్తూనే ఉంది. పాయింట్ బ్లాంక్‌లో గన్ పెట్టి మాట్లాడుతున్నట్టు ఉంది.

చెప్పడం అయిపోయిన తరువాత మళ్లీ మామూలు రూపంలో వచ్చేసి... వాచ్ చూసి, "ఐ థింక్ నీకు ఆలస్యం అవుతుంది అనుకుంటా, వెళ్దాం పద" అని మెయిన్ గేట్ వైపు నడిచాడు.

❖❖❖

మాహీ కార్లో ఎక్కి కూర్చుంది. కారు బయల్దేరింది. విజయ్ సలస్కర్ వెళ్తున్న కార్‌ని కాసేపు చూసి వెనక్కి తిరిగి ఏదో గుర్తొచ్చిన వాడిలా జేబులో ఫోన్ తీసి ఇందాక మాహి చెప్పిన nether world అనే మాటకి అర్థం తెలుసుకోవడానికి

గూగుల్ చేసి చూసాడు. అది the underworld; hell.

అర్థంతో పాటూ, ఆ మాటని ఎలా వాడతారో కూడా ఉదాహరణ చూపించింది.

"their souls were forever doomed to wander aimlessly in the netherworld"

కోపంతో వెనక్కి తిరిగి చూసాడు. కారు ఎప్పుడో కనుచూపు మేర దాటిపోయింది.

కార్‌లో కూర్చున్న మాహీకి కాసేపు ఏం చెయ్యాలో తెలీలేదు. తిరిగి వెళ్ళాక జాబ్ కి రిజైన్ చెయ్యాలని అయితే డిసైడ్ అయ్యింది. జైలర్ అన్నమాటలే పదేపదే గుర్తొస్తున్నాయి.

"నా జైల్లో అలాంటి దేశద్రోహులని ఎలా చూసుకోవాలో అలా చూసుకుంటా...అతన్ని తప్పించడానికి ప్లాన్ చేస్తున్నారని మాకు ఇన్ఫర్మేషన్ ఉంది. రేపు అలాంటిది ఏమైనా జరిగితే, అఫ్కోర్స్ నేను ఉండగా జరగదనుకో... ఒకవేళ జరిగితే ఫస్ట్ మీ ఎడిటర్‌నీ, నిన్నూ అరెస్ట్ చేస్తాం"

కార్ హారన్ శబ్దంతో తల విదిలించుకొని ఆలోచనలోంచి బయటికొచ్చి ఫోన్ చేతిలోకి తీసుకుంది. వాట్సాప్ లో ఎదో ఫార్వర్డ్ వీడియో వచ్చింది. రెండు గంటలక్రితం నుంచీ దేశవ్యాప్తంగా వైరల్ అవుతున్న వీడియో అది. ప్లే బటన్ నొక్కింది.

"ఆంధ్రప్రదేశ్‌లోని ఒక స్కూల్లో ఆలస్యంగా వచ్చినందుకు పరీక్ష రాయనివ్వలేదని మనస్తాపానికి గురై ఒక అమ్మాయి ఆత్మహత్య చేసుకోబోయింది. చివరినిమిషంలో కొంతమంది ఊరివాళ్ళు చూసి ఆ అమ్మాయిని హాస్పిటల్‌కి తీసికెళ్లారు. కానీ దారిలోనే ఆ అమ్మాయి మృతి చెందింది. దీంతో ఆగ్రహానికి గురైన ఆ అమ్మాయి ఊరిజనం ఆ పాఠశాల మీద దాడి చేసి పరీక్ష పత్రాలను తగులబెట్టారు"

వీడియోలో : అంతా గోలగోలగా ఉంది. ఎగ్జామ్ హాల్స్‌లోంచి బయటకి విసిరేస్తున్న ఎగ్జామ్ పేపర్లు, కత్తులు పట్టుకొని అరుస్తున్న జనాలు, దక్షయజ్ఞాన్ని నాశనం చెయ్యడానికి వచ్చిన భూతగనాల్లా ఉన్నారు. ఒకమూల ఒక అమ్మాయి శవాన్ని పట్టుకొని కొందరు ఆడవాళ్లు గుండెలు బాదుకొని ఏడుస్తున్నారు.

భయంభయంగా చూస్తున్న స్టూడెంట్స్, ఇన్విజిలేటర్లు. కాసేపటికి ఆ పేపర్లు అన్నీ పోగేసి మంట పెట్టారు. ఆ మంటకి కాస్త దూరంగా లుంగీ కట్టుకున్న ఒక వ్యక్తి నించొని ఉన్నాడు. అటువైపు తిరిగి ఉండటంతో ముఖం కనిపించడం లేదు. ఎదురుగా మోకాళ్ళ మీద కూర్చున్న ఒక వ్యక్తి(హెడ్మాస్టర్), దెబ్బలుతగిలి బిక్కుబిక్కుమంటూ చూస్తున్నాడు.

ఇంతలో పోలీసులు అక్కడికి రావడంతో వీడియో ఆగిపోయింది.

❖❖❖

పోలీసులు వచ్చేసరికి అంతా అయిపోయింది. ఎగ్జామ్ సెంటర్ మొత్తం సర్వనాశనం చేసేసారు . పోలీసు జీప్ వచ్చినా, పోలీసులు కనిపించినా అక్కడి జనాలు బెదరలేదు. జీపు దిగగానే,

"అలా బొమ్మల్లా నించొని చూస్తారేంటి? వెళ్లి వాళ్ళని అరెస్ట్ చెయ్యండి" అని అరిచాడు అశోక్ కానిస్టేబుల్స్ వైపు చూసి, 'వెళ్లి నిప్పుల్లో దూకమన్నట్టు' వినిపించింది వాళ్ళకి.

అశోక్ కి కానిస్టేబుళ్ళ ప్రవర్తన ఏం అర్థం కాలేదు. ఇంతలో ఇందాకటి చెన్నకేశవులు అనే కానిస్టేబుల్ "సార్... అరెస్ట్ చేయమంటే ఎంతమందిని చేస్తాం సార్? ఒకరో ఇద్దరినో అయితే చెయ్యొచ్చు. ఇక్కడ ఊరు మొత్తాన్ని అరెస్ట్ చెయ్యాలి" అన్నాడు. అక్కడ నిజంగానే ఊరుఊరంతా ఉంది. ఒక్కక్షణం అశోక్‌కి ఏం చెయ్యాలో అర్థం కాలేదు. అప్పటికే వాతావరణం బాగా మబ్బుపట్టి ఉండటంతో సన్నగా చినుకులు మొదలైయ్యాయి.

ఇంతలో ఆ జనంలోంచి కత్తులతో కొంతమంది మగవాళ్ల గుంపు ఒకటి కదిలి, బయటికి వచ్చి, బయట ఉన్న బళ్ళ దగ్గరికి నడుస్తోంది. ఆ గుంపుని చూసి చెన్నకేశవులు మెల్లిగా అశోక్ వైపు తిరిగి "సార్ మైరావుడు" అన్నాడు.

అశోక్ అటువైపు చూశాడు. ఆ గుంపు మధ్యలో ఓ మనిషి . నీలం రంగు చొక్కా, లుంగీ... కళ్ళద్దాలు పెట్టుకున్న ముఖం చుట్టూ ఉన్న మనుషులు వల్ల సరిగ్గా కనిపించట్లేదు. అశోక్ నార్త్ ఇండియాలో చిన్న చిన్న పట్టణాల్లో ఇలాంటి లోకల్ డాన్‌లని చాలామందిని చూసాడు. వాళ్ళని అక్కడ 'బాహుబలి' అంటారు.

ఇంతలో వర్షం పెరిగింది.

ఇంత నష్టం చేసి, వాళ్ళు అలా ఏమీ ఎరగనట్టు వెళ్లిపోతుంటే అశోక్‌కి మండిపోయింది. వెంటనే రివాల్వర్ తీసి గాల్లోకి షూట్ చేసాడు. ఆ గుంపు చటుక్కున ఆగిపోయింది. అందరూ షాక్ కొట్టినట్టు చూసారు. వెంటనే పళ్ళు బిగించి ఆ గుంపు వైపు పరిగెత్తాడు. చుట్టూ ఉన్నవాళ్ళని నెట్టుకొని మధ్యలో ఉన్న వ్యక్తి దగ్గరికి వెళ్లి చొక్కా పెట్టుకోబోతున్నాడనగా...

కొన్ని జతల చేతులు అతన్ని పట్టుకొని వెనక్కి లాగేసాయి. లాగేసి వెనక్కి ఈడ్చేసి, తోసేసాయి. ఆ దెబ్బకి అశోక్ వెళ్లి బురద గుంటలో పడ్డాడు. వెంటనే కానిస్టేబుళ్లు అతన్ని లేపడానికి వచ్చారు. ఆ గుంపు మొత్తం రెండు సుమోలు, ఒక జీప్ లో చూస్తుండగానే మాయం అయిపోయారు. అంతా కొన్ని క్షణాల్లో జరిగిపోయింది.

స్టేషన్‌కి తిరిగి వస్తున్నంత దూరం అశోక్ ఏం మాట్లాడలేదు. వచ్చిన తర్వాత కూడా ఒంటికి అంటిన బురద శుభ్రం చేసుకోకుండానే తన గదిలోకి వెళ్లి కూర్చున్నాడు. ఛార్జ్ తీసుకున్న మొదటిరోజే ఇంత అవమానం జరిగింది. అతన్ని కదిలించడానికి కానిస్టేబుళ్లకి భయం వేసింది. కానీ పిల్లి మెడలో గంట కట్టే సాహసం ఏదో ఒక ఎలుక చెయ్యాల్సి ఉంటుంది. ఇంతలో "చెన్నకేశవులు..."అని లోపలి నుంచి పిలుపు వినిపించింది. అందరూ చెన్నకేశవులు వైపు చూసారు. చెన్నకేశవులు లోపలికి వెళ్ళాడు.

అశోక్ చెన్నకేశవులుని చూసి "చెప్పు..."అన్నాడు.

"ఏం చెప్పమంటారు"

"వాడి గురించి చెప్పు"

"వాడు లోకల్ కాదు సార్, విశాఖపట్నం నుంచొచ్చి ఇక్కడ స్థిరపడిన బెస్తవాళ్ళ నాయకుడు"

"చేపలు పట్టుకునేవాడా!?"

"అనే చెప్పుకుంటాడు సార్...కానీ బాగా రిచ్, పవర్ఫుల్ కూడా సార్"

"లోకల్ ఎమ్మెల్యే సపోర్టా?"

"ఎమ్మెల్యేకే వీడు సపోర్ట్ సార్, మైరావుడు సపోర్ట్‌తోనే మహేందర్ రెడ్డి (ఎమ్మెల్యే) ఇప్పటిదాకా ఎలక్షన్‌లో గెలుస్తూ వచ్చాడు"

"వాడికి అంత భయపడుతున్నారు. వాడు అంత ప్రమాదకరమైన మనిషా?"

"వాడికి భయం లేదు సార్, అంతకన్నా ప్రమాదకరం ఏముంటుంది? మనం ఇప్పుడు ఉన్న ఈ పోలీస్ స్టేషన్ తొంభై తొమ్మిదిలో కట్టారు సార్... అంటే అంతకుముందు ఈ ఊర్లో పోలీస్ స్టేషన్ లేదని కాదు బాంబులేసి పేల్చేశారు. అన్నలు చేశారు అంటారు గానీ అందరికీ తెలుసు వాడే చేశాడని"

ఇది విని అశోక్ కళ్లు పెద్దవి అయ్యాయి.

"అది ఎలా జరిగింది?"

❖❖❖

ఆ ఏడు బుగ్గవాగు చెరువులో చేపలు ఏం లేవు. ఎన్ని వలలు వేసినా, పులుసులోకి కూడా చేపలు రావట్లేదు. ఈ పరిస్థితి గమనించిన మైరావుడు ఓ అయిడియా ఏశాడు. వెంటనే ఊర్లోకి నల్లబెల్లం దిగింది. అప్పుడు మద్యం ధరలు పెరిగాయి. జనాలు మందుకోసం అల్లాడిపోతున్నారు. డ్రమ్ములకొద్దీ నల్లబెల్లం గొయ్యితీసి భూమిలో ఊరబెట్టి. బిందికి బింది అతికించి, పై బిందికి ఓ బొక్క పెట్టి దానికో పైపు తగిలించి, కింద మంట పెడితే, ఎప్పటికో ఊట చుక్కలుచుక్కలుగా ఆ పైపు చివరన సీసాలోకి జారేది. చుట్టుపక్క ఊర్లలో జనం అంతా పరిగెత్తుకొచ్చి, ఓ గిద్దెడు తాగి, ఓ నాలుగు ప్యాకెట్లు తీసుకొని పోయేవాళ్ళు. ఊర్లో చిన్నపిల్లలకి పప్పులు ఉండేవి కాదు. ఈ బెల్లం ముక్కలే నాక్కుంటూ కూర్చునేవాళ్ళు.

ఊర్లో దొంగసారా కాస్తున్న విషయం పోలీసులకి తెలిసింది. చట్టప్రకారం తయారుచేయడం తప్పు కాదు. అమ్మడం తప్పు.

ఓ రోజు జీపులు ఏసుకొని ఊర్లోకి వచ్చేసారు. ఎందుకోగాని అప్పుడు మైరావుడు ఊర్లో లేడు. మరెందుకో పోలీసులు మైరావుడు అమ్మనీ, మేనకోడలు మల్లీశ్వరిని పట్టుకొని స్టేషన్‌కి తీసుకొచ్చారు. విషయం తెలిసిన మైరావుడికి మండిపోయింది. స్టేషన్‌కి ఫోన్ చేసాడు. ఇన్స్పెక్టర్ ఎత్తాడు. ఒకటే మాట "ఏరా బతకాలని లేదా?" అన్నాడు మైరావుడు. ఆ ఇన్స్పెక్టర్ కాస్త మొండోడు ఏదో బూతు సమాధానం చెప్పి ఫోన్ పెట్టేసాడు. అయితే ఆ రోజు సాయంత్రమే మైరావుడి అమ్మా, మేనకోడలని వదిలిపెట్టేశారు. ఆ రోజు రాత్రే పోలీస్ స్టేషన్ పేలిపోయింది. తొమ్మిదిమంది కానిస్టేబుళ్ళు, ఒక ఎస్సై ఆ ఘటనలో చనిపోయారు.

ఏ... ఏ... ఇలా కాదు. మొదటినుంచి చెప్పు...

❖❖❖

మాడు, డిప్ప, కొత్తెం...

మనిషి తలలో చిన్నమెదడు ఉండే ఆ బాగానికి ఇలా కొన్ని పేర్లు ఉన్నాయి. నీళ్ళల్లో కనిపిస్తున్న దాన్ని చూడగానే మైరావుడు దూరం నుంచే కనిపెట్టేసాడు అది మనిషి శవం అని.మెల్లిగా పుట్టు శవం దగ్గరికి లాక్కెళ్లి చూసాడు. పొడవుగా,తెల్లగా నీళ్లలో నుంచున్నట్టు ఉంది మగమనిషి నగ్న శరీరం.స్నానానికి అని నీళ్లలోకి దిగి చచ్చిపోయినట్టు అర్థం అవుతుంది. అతనికి ఆ శవం పట్ల గానీ, దాని స్థితిపట్ల గానీ ఏమాత్రం జాలి కలగలేదు. అయ్యో.. అని అస్సలు అనుకోలేదు(ప్రతి సంవత్సరం డ్యామ్‌లోకి నీళ్లు వదిలిన రోజుల్లో అలాంటి శవాలు చాలా కొట్టుకొస్తుంటాయి మరి). అనుకున్నాదల్లా ఆ శవం ఒంటిమీద ఏమైనా విలువైన వస్తువులు ఉన్నాయా?అని. శవం మెడలో పసుప్పచ్చగా మెరుస్తున్న బంగారు గొలుసు చూడగానే మైరావుడి కనుబొమ్మలు ఎగరేశాడు. కత్తావ పక్కనపెట్టి నీళ్లలోకి కాస్త ముందుకు వొంగి శవం మెడ దగ్గర చేతులుపెట్టి గొలుసు హుక్కు కోసం వెతికాడు. దొరకగానే తప్పించి, జాగ్రత్తగా పైకి తీసాడు. సన్నటి బంగారు గొలుసు, దానికి వేలాడుతూ వెండి పులిగోరు కూడా ఉంది.అందరికంటే ముందులేచి నీళ్లలోకి వచ్చినందుకు బాగానే గిట్టింది అనుకున్నాడు.

అతను దాన్ని అమ్మలేదు. గౌరవంగా మెడలో వేసుకున్నాడు.అదే అతను చేసిన తప్పు.

ఆ గోలుసుతోపాటే ఆ మనిషి ఆత్మపైకి వచ్చిందని,మైరావుడిని ఆవహించిందని చాలామంది అంటుంటారు. ఇంతకీ ఆ గొలుసు ఎవరిదో చెప్పలేదు కదా?

అతని పేరు పలనాటి ఎలమంద.ఓ పెద్ద దొంగ

❖❖❖

మైరావుడి గురించి వినిపించే కథల్లో ప్రధానమైంది

బాతుగుడ్లు అమ్ముకునే యానాది పోతురాజు చెప్పే కథ.

పోతురాజు డ్యామ్ కట్టిన కొత్తలో సోమరాసపురం కాలువ బ్రిడ్జి దగ్గర పెళ్ళాంతో కలిసి కాపలా ఉండేవాడు. అందుకని ఆ బ్రిడ్జికి 'పోతురాజు బ్రిడ్జి' అని

పేరొచ్చింది. డ్యామ్ పూర్తి అయిన తర్వాత కాపురం దుర్గి తొట్టిలో వాటర్ ట్యాంక్ దగ్గరికి మార్చినా ఆ బ్రిడ్జికి పోతురాజు బ్రిడ్జి అనే పేరు నిలిచిపోయింది. ఆ కాలంలో అతను ఒకరోజు ఒక అద్భుతం చూసాడు. రిజర్వాయర్ కట్టడానికి ముందు ఆ మూల ఒక ఊరు ఉండేది. ఆ ఊరిలో బుగ్గమల్లేశ్వరస్వామి గుడి ఉండేది. అది ఎప్పుడు ఏ కాలంలో కట్టిందో తెలీదు.

డ్యామ్ కడుతుండటంతో ఊరి వాళ్ళకి వేరేచోట భూములిచ్చి ఊరు ఖాళీ చేయించింది ప్రభుత్వం. ఊరు ఖాళీచేస్తూ ఊరివాళ్ళు అన్నీ తీసికెళ్లగలిగేరు గానీ దేవుణ్ణి తీసికెళ్ళలేకపోయారు. బుగ్గమల్లేశ్వరస్వామి బుగ్గవాగు డ్యామ్‌లో మునిగిపోయాడు. ప్రతియేటా కింద కాలువల్లోకి నీళ్లు వదిలినప్పుడే నీటిమట్టం బాగా తగ్గితే బుగ్గమల్లేశ్వరస్వామి గుడి శిథిలాలు కూడా బయటపడేవి. అలా నీరు బాగా తగ్గి గుడి బయటపడిన ఒకరోజు తండ్రికొడుకులు ఆ మూలకి వలలు వేసుకుంటూ వచ్చి అప్పటికే బాగా పొద్దుపోవడంతో మళ్ళీ వెనక్కి లాక్కెళ్లడం వృధాశ్రమ అవుతుందని. పుట్టు ఆ గుడి శిథిలాల మధ్యలోనే తిరగేసి. తెల్లవారుజామున ఈ మూలకి నడుచుకుంటూ వచ్చి పుట్టు తిరగేసుకొని, వలలు ఎత్తుకొని పోదాం అనుకున్నారు. ఆ గుడీ, అక్కడ బొమ్మలూ చూసిన ఆ కుర్రవాడు కాసేపు వాటినే, అలాగే చూస్తూ ఉండిపోయాడు. అప్పుడు అతనికి ఎదురుగా, నిలబెట్టిన నిలువెత్తు శాసనం బండ కనిపించింది. దానిమీద అక్షరాలు చదవడానికి ప్రయత్నించాడు. అది ఏ నాటి తెలుగుభాషో! అక్కడక్కడా కొన్ని అక్షరాలు తెలుస్తున్నాయి తప్ప మొత్తంగా అర్థం కావడం లేదు. పడమటి ఆకాశం ఎర్రగా మారింది. బాతులు తోలుకుంటూ అటువైపు వచ్చిన పోతురాజు ఆ కుర్రాడి తండ్రిని గుర్తుపట్టి "ఏం సోములన్నా ఈ రోజు మూలకి వచ్చినావు? చెరువులో చేపలు అయిపోయేనా?" అని పలకరించాడు.

అతను పోతురాజుని చూసి " పోతురాజు బావు నువ్వా...చేపలు బానే పడతనాయి. ఇదిగో మా రెండోవోడు ఈడు. ఈయాల వలలు ఈ ఒడ్డునేద్దాం అంటే ఇలా వచ్చాం" అన్నాడు. పోతురాజు ఆ కుర్రాడి కాసి చూసి...

"ఏంది మీ అబ్బాయి ఆ బండకేసి అట్టా చూస్తున్నాడు... ఏం పిలగా నీకు సదవొచ్చునా...? ఆ కుర్రాడిని ప్రశ్నిస్తున్నట్టుగా అడిగాడు.

మళ్ళీ పోతురాజే చెప్పడం మొదలుపెట్టాడు.

అది ఈ కాలం నాటి బాస కాదు నాయనా... మా ముత్తాతలనాటిది.

మనబోటోళ్లు సదవటం కాని పని. దాని అర్థం నీకి ఇవరిచ్చి సెప్పలేను గానీ ఆ నీళ్లలో శివలింగం ఉందే... ఆ లింగాన్ని పానవట్టలోంచి పైకెత్తగలిగే మొగోడికి 'ఏం కోరితే అది సిద్ధిస్తది' అని మా తాతలు చెప్తుండేటిది" అన్నాడు.

ఆ కుర్రాడు అర్థం అయినట్టు తలాడించాడు. అప్పటికే చీకటి పడిపోవడంతో చీకట్లో ఆ కుర్రాడి మొఖం కనిపించలేదు. ఆ తండ్రీ కొడుకులిద్దరూ పోతురాజుకి "వెళతాం" అనిచెప్పి అక్కడినుంచి బయల్దేరారు.

"జార్తగా పోండన్నా... దారిలో పురుగూపుట్రా ఉంటయ్" అని పోతురాజు కూడా తన గుడిసె వైపు మళ్లాడు.

మరుసటి రోజు పొద్దున ఈదురుగాలి వీస్తుంది. చెట్లకొమ్మలు పిచ్చెత్తినట్టు ఊగుతున్నాయి. డ్యామ్‌లో నీళ్లు కూడా తెరలుతెరలుగా ఒడ్డును కొడుతున్నాయి. పోతురాజు నిద్రలేచి నీటిఒడ్డుకు వచ్చి నీళ్లలోకి మొఖం కడుక్కోబోయేవాడు కాస్తా అల్లంతదూరాన దృశ్యాన్ని చూసి ఆగిపోయాడు. నిన్నటి ఆ కుర్రాడు ఆ వాతావరణంలో నీళ్లలో ఉన్న శివలింగాన్ని పైకి ఎత్తడానికి నానా తంటాలు పడుతున్నాడు. పక్కన వాళ్ళ నాన్న లేడు. దాన్ని లేపడంలో ఉన్న సమస్య ఏంటంటే ఆ శివలింగం రాయి కోడిగుడ్డు ఆకారంలో ఉంటుంది. అది మూడొంతులు పైగా పానవట్టం గోతిలో ఉంది. మిగిలిన భాగం రెండుచేతుల్లో ఇమడదు. ఆ పిల్లాడు ఎప్పటినుంచి అలా గింజుకుంటున్నాడో! అది కొంచెం కూడా పైకి లేవడం లేదు. గాలికి అలలు శివలింగాన్ని కొడుతున్నాయి. ఆ కుర్రాడు అప్పటికే బాగా తడిసిపోయాడు.

ఆ కుర్రాడి కష్టాన్ని అలా చూస్తూ చూస్తూ పోతురాజు ఉన్నట్టుండి నోరు తెరిచాడు. ఆ కుర్రాడికి చేతిలోకి రాయి ఇమిడి, బయటికొస్తుంది. శివలింగాన్ని పూర్తిగా పైకి లేపి హూ... అంటూ గట్టిగా అరిచాడు. ఆ పిల్లాడికి పన్నెండు, పదమూడేళ్ళు ఉంటాయేమో! ఆ వయసులో ఏం కోరుకొని అంత సాహసం చేసాడో పోతురాజుకి అర్థం కాలేదు. ఆ తర్వాత మళ్ళీ ఆ కుర్రాడిని చూడలా.

కొన్నేళ్ళ తర్వాత మైరావుడి గురించి కథలుకథలుగా వినిపిస్తుంటే,
ఎవురా మైరావుడు? అన్నాడు.
"సోములు చిన్న కొడుకు" అన్నారు.
వెంటనే ఎన్నో ఏళ్లక్రితం తను చూసింది గుర్తొచ్చింది.
ఇక అప్పటిదాకా ఉన్న కథల్లో ఇంకో కతొచ్చి చేరింది.

ఇలాంటిదే ఇంకో కథ. ఇది గనగళ్ల దేవుడు చెప్పింది.

చెరువులో చేపలు పట్టడానికి వేసే నైలాన్ వలలు చీర లాగా కింద అంచు, మీద అంచుతో ఉంటాయి. కింద అంచుని కేగొల అనీ, మీదంచుని మేగొల అనీ అంటారు. కేగొలకి సీసం పూసలు కడతారు మునగడానికి, మేగోలకి కట్టలు కడతారు తేలడానికి. మామూలుగా ఈ కట్టలు ధర్మాకోల్ షీట్లు గానీ చెట్టు బెరడులు గానీ అయ్యుంటాయి. చెరువులో చేపలు బాగా పడుతున్న సీజన్లో ఒకరోజు రొవ్వలు(Rough) పడుతున్నాయని అందరూ ఏడేళ్లచ్చు వలలు ఎయ్యడం మొదలెట్టారు. ఏడు వేళ్ళు వల కన్నంలో దూరితే అది ఏడేళ్ల అచ్చు వల.

అలా ఏడేళ్ళచ్చు వలలు ఏసినప్పుడు ఒకరోజు మైరావుడి వల, గనగళ్ల దేవుడి వల ఒకదాని మీంచి ఒకటి వెళ్లిపోయాయి. అంటే క్రాస్ అయ్యాయి అన్నమాట. అప్పటికి మైరావుడికి, గనగళ్ల దేవుడికి బొమ్మాబోరుసు ఆటలో గొడవలు అయి ఉన్నాయి. దొంగాట ఆడాడని మైరావుడు గనగళ్ళ దేవుడిని లాగి కొత్తెం మీద జెల్ల కొట్టాడు. పెద్ద గొడవ అయిపోయింది.

మధ్యరాత్రప్పుడు వాళ్ళ రెండు వలలూ క్రాస్ అయిన దగ్గర ఓ పదికేజీల రవ్వ వచ్చి దూరేసింది.

మరుసటి రోజు ఎవడు ముందు వచ్చి వల ఎత్తుకుంటాడో ఆడిదే ఆ చేప. మైరావుడు ముందొచ్చి వల ఎత్తుకుంటూ వలలో చేపని చూసి తప్పిస్తూ ఉండగా అదే టైంకి గనగళ్ల దేవుడు కూడా వచ్చేసి. హత్తేరి... అది నా చేప అన్నాడు.

“అది నీ చేప ఎందుకయింది? అది నా చేప.

“నా వలకి పడితే అది నీ చేప ఎందుకయింది?” అన్నాడు దేముడు.

“ఇలా నా వలలో పడ్డానని రాత్రి నా కలలోకి వచ్చి చెప్పిందది” అన్నాడు మైరావుడు.

“కల్లోకి వచ్చి చెప్పిందా? ఏమా కలా? ఏమిటి ఆ వృత్తాంతం?” ప్రశ్నించాడు గనగళ్ల దేముడు.

“మధ్యరాత్రి నిద్రలో ఉండగా ఈ చేప నా కలలోకి వచ్చి, నన్ను పిలిచింది. ఓరి బాబు మైరావుడు... నేను ఇలాగ నీ వలలోకి వచ్చి దూరాను రా... కిందటేడు నేను పిల్లగా ఉన్నప్పుడు ఓ రోజు నీ వలకి పడితే చిన్నపిల్లననీ వదిలెత్తే పెద్దెలిగి బోలెడన్ని గుడ్లు ఎట్టి మళ్ళీ నీ వలకే పడతానని చెప్పాను. అన్నమాట ప్రెకారం

ఇదిగో ఈ చెరువంతా నా సంతానాన్ని వెదజల్లి మళ్ళీ నీ వలకే పడ్డాను తండ్రీ... నరుడి కంట పడకముందే నన్నొచ్చి తీసికెళ్లమని చెప్పింది బే నా చేప" అన్నాడు మైరావుడు.

ఈ కథని గనగల్ల దేవుడు కొట్టిపారేశాడు. ససేమిరా ఒప్పుకోనన్నాడు. మైరావుడూ ఎనక్కి తగ్గలేదు. గనగల్ల దేవుడు పెద్దల దగ్గర పంచాయతీ ఎట్టిస్తాను అన్నాడు.

"ఎట్టుకో... బే" అన్నాడు మైరావుడు.

ఆ పది కేజీల రవ్వ అట్టుకొని ఇద్దరూ పెద్దల దగ్గరికి వెళ్లారు. ఈ చోద్యం చూడ్డానికి ఊరంతా వచ్చింది. పంచాయతీ పెద్దలు చెల్లూరి భూలోకయ్య, గరికిన తాతారావులు వాళ్లిద్దరి తగువు విని "చెర్లో చేపలే లేనట్టు ఈ పదికేజీల రవ్వ దగ్గర మీ పంచాయతీ ఏంటి రా?" అన్నారు

"న్యాయంగా నా వలకే పడింది. నా వల మీద నుంచి వల ఏసుకుపోయి, ముందుగా వల ఎత్తుకుంటా ఎల్లి నా వలకి పడిన చేపని దెంగెద్దాం అని ప్లాన్ ఏశాడు ఈ మైరావుడు. అడిగితే ఏవేవో కథలు చెప్తున్నాడు" అన్నాడు దేవుడు.

"ఆ చేప నా వలకే పడింది. నేను దానికి ప్రాణాభిక్ష పెట్టిందానికి ఋణం తీర్చుకోవడానికి అది నా వల్లో దూరింది. ఈ లంజికోడుకు మధ్యలో వచ్చి నాదని బోకరిత్తే వదిలెత్తానా?" అన్నాడు మైరావుడు.

ఇద్దరూ తగ్గట్లేదు. జనాలు నవ్వుకోడం మొదలెట్టారు. పంచాయతీ పెద్దలకి చిరాకేసింది.

"ఇదిగో మైరావుడూ ఆ చేప నువ్వు చెప్పినట్టే వచ్చి నీ వల్లో పడిందనడానికి సాక్ష్యం ఏంటయ్యా...?" అన్నారు.

అప్పుడు ఎవరూ ఎప్పుడూ చూడని, వినని అద్భుతం జరిగింది. నేల మీద కొనఊపిరితో పడున్న చేప మాట్లాడింది.

"అయ్యలారా... ఈ మైరావుడు నాకు ప్రాణాభిక్ష పెట్టిన దాత. నేను ఆయన వలలోనే దూరాను. నా చేపజాతి మీద ఒట్టు. నేను చెప్తున్నది నిజం" అని సాక్ష్యం ఇచ్చి ఆ చేప చచ్చిపోయింది.

ఆ రోజు ఆ చేప నిజంగానే మాట్లాడిందా, లేదా అది నోరు ఆడిస్తుంటే

జనాలు అలా భ్రమించారా? తెలీదు కానీ ఆ దెబ్బతో మైరావుడు కారణజన్ముడు అనీ, అతీంద్రియ శక్తులు ఉన్న వాడని జనాలు ఫిక్స్ అయిపోయారు.

❖❖❖

ఏం చదువుకున్నాడు?

అసలు బడికే వెళ్ళలేదు అంటారు.

మైరావుడిని చిన్నప్పుడు ఆళ్ళమ్మ బడికి పంపిస్తే, బళ్ళో మాస్టారు కొడితే మైరావుడి తిరిగి కొట్టేసి వచ్చి, ఆళ్ళమ్మకి తెలిస్తే కొడతాది అని బియ్యం పెట్టెలో దాక్కున్నాడంట.

ఈ పేరు ఏంటి మైరావుడు? విచిత్రంగా ఉంది.

మాములుగా అది మైరావణుడు.

రావణుడా?

అంటే... వీడు సీతని ఎత్తుకెళ్ళిన రావణుడు కాదు. రాముడినే ఎత్తుకెళ్ళిన మైరావణుడు.

అసలు మైరావుడి పేరు మైరావుడు కాదు. మైరావుడి అసలు పేరు ఏంటో ఎవరికీ గుర్తు లేదు. మైరావుడికి 'మైరావుడు' అనే పేరు ఎలా వచ్చిందన్నదే ఓ కథ.

ఆ సంవత్సరం కాలవపాటు ఇరక్కుమ్మేసింది. పుట్లు అన్నీ చేపల బరువుకి దండీల (అంచులు) దాకా మునిగిపోయి ఒడ్డుకి వస్తున్నాయి. ఆడామగా పిల్లాజెల్లా అంతా నీళ్ళల్లోనే ఉన్నారు. రాత్రి ఏసిన వలలు ఉదయం ఎత్తేసి, మళ్ళీ అప్పుడే ఏసేసి, పడిన చేపలు జీపు దగ్గిర గుమస్తాలకి జోకేసి, మధ్యాహ్నం అన్నాలు తినేసి మళ్ళీ నీళ్లలోకి ఎళ్లి ఉదయం ఏసిన వలలు ఎత్తి ఏసేసి, సాయంత్రం మళ్ళీ చేపలు జోకేస్తున్నారు. ట్రేలు సరిపోవడం లేదు. ఐస్ మిగలట్లేదు. చేపల జీపు ఎప్పటికప్పుడు మాచర్ల ఎళ్లి రావాల్సి వస్తుంది. రవ్వలు, చిత్తర్లు ఇరగబడి తగిలేస్తున్నాయి. ఇళ్ల దగ్గిర ఆడోళ్ళు కత్తిపీటల ముందునుంచి లేవడం లేదు. ఉన్న చేపలు కోసి ఉప్పు ఎట్టే లోపు బేసిన్ల కొద్దీ చేపలు వచ్చేస్తున్నాయి. ఐస్ లేక చేపలు కుళ్ళిపోతే వంద కిలోల చిత్తర చేప పారబోశారు. చేపల పొలుసు, పేగులూ పోగుపడిపోతున్నాయి. ఊర్లో కాకులకీ, కుక్కలకీ పండగే పండగ.

కాలవపాటులో మైరావుడికి ఓ రికార్డు ఉంది. బుగ్గవాగు కాలవపాటులో లక్షరూపాయల బిల్లు అందుకున్న మొదటిమనిషి మైరావుడే. ఆ రికార్డుని ప్రతి సంవత్సరం తనే బద్దలు కొట్టుకుంటూ కొత్త రికార్డులు సృష్టిస్తున్నాడప్పుడు. ఆ సంవత్సరం మూడు లక్షల బిల్లు అందుకోవాలనేది టార్గెట్. చేప అంటే ఆకాశంలోంచి మన్నాలా కురుస్తుంది గానీ పడిన చేపనంతా సకాలంలో ఒడ్డుకి తెచ్చి శేటుకి జోకడం కష్టం అయిపోతుంది.

అప్పటికి రోజుకి క్వింటా చేపలు జోకుతున్నాడు. రైతు కుర్రోళ్లలో ముగ్గురినీ మూడు చోటుల్లో వలలు ఏయించి, తను మాత్రం పాత బ్రిడ్జి తిన్నగా వలలు ఏశాడు. మధ్యాహ్నం వలలు ఎత్తడానికి ఎల్లే ముందు రైతు కుర్రోళ్లని దగ్గరికి పిలిచి "తమ్ముళ్ళాలా... ఈ కాలవపాటులో మనం అనుకున్నట్టు మూడు లక్షలు సంపాయిత్తే మునుముందు కాలాన మనకి బెంగ ఉండదు. పడిన చేపనల్లా జీపుకి చేర్చడం మీ బాజ్జత. అర్థం అయిందా" అని ఒక్కొక్కడి భుజాలు చరిచి ఆళ్ళతో పాటూ తనూ పుట్టు ఎక్కాడు. దోసిటలో నీళ్ల తీసుకొని నోట్లో ఏసుకొని పుక్కిలించి ఊసి, కత్తావ నీళ్లలోకి ముంచి, నున్నగా అయిపోయిన కత్తావ కాము తడిసి పట్టు చిక్కడంతో, చేతులు బిగించి ముందుకి లాగడం మొదలెట్టాడు. కొంతదూరం వెళ్ళాక రైతు కుర్రోళ్ళు ముగ్గురూ మూడు దిక్కుల్లో వెళ్ళిపోయారు. మైరావుడు తిన్నగా పాత బ్రిడ్జి వైపు వెళ్లాడు. బోయా రాయి ఎత్తుకొని వలెత్తడం మొదలెట్టాడు. ప్రాణంతో ఉన్న చేపలు వలకి పడి దాటతా ఉంటే, వచ్చిన చేపని వచ్చినట్టు దుడ్డుకఱ్ఱతో కొట్టి తొంగో పెడుతున్నాడు. ఇలాగే ఒక రవ్వ పుట్టులో పడేసిన తర్వాత కూడా దాటతా ఉంటే దుడ్డుకఱ్ఱతో రక్తంవచ్చి స్పృహతప్పే దాకా కొట్టాడు. అయితే అది దాటుతున్నప్పుడు పుట్టుపళ్లెం తిరగబడిపోయిన విషయం గమనించలేదు. అదొక అపశకునం. పుట్టులోకి వచ్చే నీళ్లు తొడటానికి ప్రతి పుట్టులోనూ ఓ పుట్టుపళ్ళెం ఉంటుంది. పుట్టుపళ్ళెం తిరగబడిపోతే పుట్టు కూడా తిరగబడిపోతుందంటారు.

కొంతసేపటి తర్వాత ఓ పొడుగాటి ముక్కుజెల్ల పడింది. దాని మూతి పొడుగ్గా ఉంటుందని దాన్ని ముక్కుజెల్ల అంటారు. దాన్ని పాలుపుజెల్ల అని కూడా అంటారు. తెల్లగా పాలిపోయి పట్టుకోడానికి జారుడుగా ఉంటుంది. వెన్ను మీదా, మొప్పలకి అటూ ఇటూ పొడుగాటి ముల్లులు ఉంటాయి. జాగ్రత్తగా చూసుకోకపోతే తల అటూ ఇటూ ఊపి ముళ్ళు గుచ్చేస్తుంది. అందుకని పట్టుకోగానే ముందు ముళ్ళు

విరిచేస్తారు. మైరావుడు కూడా దాన్ని పట్టుకొని మొప్పల దగ్గర ముళ్ళు విరిచేస్తుంటే అది చేతులోంచి జారి కిందపడింది. తీసి బేసిన్లో పడేసి వల ఎత్తుకుపోతున్నాడు. కాసేపటి తర్వాత మడమలు దాటి మోకాళ్ల దాకా వచ్చిన నీళ్లు చూసి మైరావుడు అదిరిపడ్డాడు." అమ్మదీనెమ్మ ఎక్కడినుంచి వస్తన్నాయి ఈ నీళ్లు" అనుకోని పుట్టుపళ్ళెం అందుకొని తోడడం మొదలెట్టాడు. గబగబా నీళ్లన్నీ తోడేసి చూస్తే అడుగున అప్పుడు కనపడింది వెదురుబద్దల మధ్యలో గోనెపట్టాకి పడిన బొక్క. ఇందాక జారిపడిన జెల్ల వీపుముల్లు దిగి పడింది ఆ బొక్క. మైరావుడు ఎంటనే ఓ కట్టముక్క తీసి ఆ బొక్కకి అడ్డంగా ఆ బద్దల మధ్యలో దూర్చాడు. కాసేపటి తర్వాత ఆ బద్దల మధ్యలో పెట్టిన కట్టముక్క ఊడి బయటికొచ్చేసింది. మళ్ళీ నీళ్లు వచ్చేస్తున్నాయి. ఎత్తుతున్న వల పుట్టుకర్రకి చుట్టేసి ఓ క్షణం ఆలోచించాడు. నీళ్లలో ఇంకా రెండు వలలు ఉన్నాయి. రేవుకి ఎళ్లేలోపు పుట్టు మునిగిపోద్ది. పుట్టులో యాభై కిలోల చేపలు ఉన్నాయి. ఏమీ అర్థం కాలేదు. ఆలోచించడానికి అస్సలు టైం లేదు. పుట్టు మునిగిపోడం అన్నది గ్యారెంటీ. యాభై బార్ల దూరంలో 'కోరు అప్పన్న మొండు' ఉంది. ఎంటనే వలలు మూటకట్టే చింకాలు తీసి చేపలు అన్నీ అందులోకి ఒంపి మూట కట్టాడు. ఆ మూటకి బోయారాయికి కట్టే తాడు ఒంజు విప్పి, రాయి నీళ్లలోకి విసిరేసి, ఒక చివర చేపల మూటకీ, ఇంకో చివర కాలుకీ కట్టుకున్నాడు. ఈ లోపల నీళ్లు దండెం దగ్గరికి వచ్చి పుట్టు మునిగిపోతుందనగా నీళ్లలోకి దూకేశాడు.

మైరావుడు గజీతగాడు. ఈతపందెంలో ట్యాంక్ మొండు నుంచి బారుమెట్ట దగ్గరికి ఈదేశాడు. ఇప్పుడు యాభై బారలు ఈజీగా ఈదేస్తాడు. అయితే కాలికి కట్టుకున్న తాడు ఎన్ని బారలో తెలీదు. నేల కాలికి తగిలేదాక రాకపోతే చేపల బరువుకి నీళ్లలో మునిగి చచ్చిపోతాడు. అదృష్టం కొద్దీ తాడు ఒడ్డుకి ఎల్లేదాకా సరిపోయింది. 'యాభైకిలోల బతికిన చేపల మూట' ని నీళ్లలోంచి లాగడం అంటే గజీతగాడు కాదు గజేంద్రుడు కావాలి. అయినా చచ్చిచేడి ఒడ్డుకి లాగాడు. ఆ రోజు మైరావుడి వీరకృత్యాన్ని నీళ్ళల్లో ఉన్న జనాలు నోళ్లు వెళ్ళబెట్టి చూసారు. అయితే ఇందుకు కాదు మైరావుడికి ఆ పేరు వచ్చింది.

బుగ్గవాగు చెరువులో అప్పటిదాకా అందరూ బద్దపుట్లలోనే చేపలు పట్టారు. వెదురుబద్దలతో గుండ్రంగా అల్లి, కింద ప్లాస్టిక్ గోనె పట్టాలు చుట్టి దాని మీద తారు పూస్తారు. అదీ దాని తయారీ పద్ధతి. అది మహా అంటే మూడు నాలుగేళ్లు పనిచేస్తుంది. ఆ తర్వాత మళ్లీ కొత్తపుట్టు చేయించుకోవాలి. పొరపాటున రాళ్ళకి

గుద్దుకొని కన్నంపడినా, చెట్టుకొ్రలు గుచ్చుకొని బొక్కపడినా, దానికి సైకిల్‌కి పంచరేసినట్టే తారు వేడి చేసి కన్నం మీద పూసి దానిమీద గుడ్డముక్క కప్పి మళ్ళీ తారు పూస్తారు.

ఆ రోజు నీళ్లలో ఆ సంఘటన తర్వాత మైరావుడు మళ్ళీ అలా జరగకూడదు అనుకున్నాడు. బాగా ఆలోచించిన తర్వాత ఒక ఐడియా వచ్చింది. ఇంజన్ తెప్పలు ఫైబర్ తో చేస్తారు. పుట్లు కూడా ఫైబర్ తో చేయిస్తే ఎలా ఉంటుంది? అనుకున్నాడు. ఏంటనే పనోళ్ళని రప్పించి పదిహేను వేలకి ఫైబర్ తో పుట్టు కట్టించాడు. ఊర్లో జనాలు ఇదంత మంచి ఉపాయం కాదు అన్నారు. 'మన బుగ్గాక చెరువంతా బండ నేల. తెల్లారగట్ట ఏ రాళ్లకో గుద్దుకుందంటే నెలరోజులకే విరిగిపోద్ది' అన్నారు. మైరావుడు వాళ్ళ మాటలు ఖాతరు చెయ్యలేదు. ఎరుపు, తెలుపు, పసుపు రంగులతో తయారయిన ఫైబర్ పుట్టు మీద తను చిన్నప్పుడు వాళ్ళమ్మ గైరమ్మ ఎన్నోసార్లు చెప్పిన కథలో హీరో మైలపిల్లి మైరావణుడి పేరు దాని మీద రాయించాడు. మైరావుడు అంటే కథలో హీరో మాత్రమే కాదు ఆడో మలుపు, ఆడో మార్పు.

ఫైబర్ పుట్టు పనితనం బానే ఉండడం చూసి ఊర్లో జనాలు కూడా మెల్లిమెల్లిగా ఫైబర్ పుట్లు కట్టించుకోడం మొదలెట్టారు. ఊర్లో మొదటి బండి కొన్నది, మొదటి ఫోన్ కొన్నదీ కూడా మైరావుడే.

“ఆ మైరావుడు ఓడలు తయారుచేసే మనల్ని చేపలు పట్టుకోడానికి మల్లిత్తే, ఈడు మనల్ని బద్దపుట్లనించి ఫైవోరు పుట్టుల్లోకి మళ్లిచ్చాడు. కథని మలుపు తిప్పేవోడే రా మైరావుడు అంటే” అన్నారు జనాలు.

అప్పటినుంచి మైరావుడికి ఆ పేరు స్థిరపడిపోయింది.

❖❖❖

మైరావుడికి పెళ్లి అయిందా?
పెళ్లి కాదు పెళ్లిళ్లు అయ్యాయి అంటారు.
కానీ అతని మూడో పెళ్ళాం గురించి ఓ లవ్ స్టోరీ చెప్తారు.

మైరావుడు కొత్తబ్రిడ్జి తిన్నగా, వొంతరకి దూరంగా వల ఎత్తుకుంటూ ఒకసారి ఆగి, తలపైకెత్తి చూసాడు. డ్యామ్ గేట్ల లోంచి వస్తున్న నీరు తెల్లగా నురగతెలుతుంది.

ఆ రోజు మైరావుడు కాస్త హ్యాపీగా ఉన్నాడు. రాత్రి చూసిన 'సాహసవీరుడు సాగరకన్య' సినిమా గుర్తొస్తుంది. ఆ సినిమాలో ఎంకటేసుగోడు ఏసిన వలకి

సిల్వాసెట్టి పడినట్టు. నా వలకి కూడా ఏ సౌందర్యో వచ్చిపడితే బాగుణ్ణు అనుకున్నాడు. మైరావుడు సౌందర్య ఫ్యాన్. పెళ్లి అంటూ చేసుకుంటే సౌందర్యనే చేసుకుంటా అనేవోడు. జేబులోంచి బీడికట్ట తీసి ఓ బీడీ ఎలిగించుకొని దండికి కట్టేసున్న టేప్ రికార్డర్ సిచ్చు నొక్కాడు. "మంగమ్మ కథ" క్యాసెట్టు ఇందాక ఆగిపోయిన దగ్గర్నుంచి మొదలైంది. (ఉత్తరాంధ్ర మాండలికంలో చెప్పే 'శ్రీనివాస కల్యాణం' జముకుల కథ అది. బుర్రకథ, హరికథల్లాగే ఇందులో కూడా చెప్పేవాడు, వంతపాడేవాళ్ళు ఉంటారు)

"అలా మంగాదేవి చారు ఎప్పుడైతే వత్తుందో
రమణబాబు బీబీ నాంచారి పక్కలో ఉండి

"అమ్మ దీని తస్సారావల నా మేనకోడలు మంగాదేవి చారి చీరి పట్టుకోని వేడుకొండల్లోకి వత్తావుంది.నేనుప్పుడే వెళ్లి చారు మాయం చేసేత్తానని" మంగకు అడ్డుగా వచ్చి, అలా మంగని ఎలా తరాయించి అడుగుతున్నాడు గోయిందా...

ఓ........................య
(ముసలి వేషంలో ఉన్న శ్రీనివాసుడు)

అమ్మా... మంగా...
ఓ.... తాతయ్యా...
ఎక్కడికమ్మా ఎళ్తన్నావు?
ఏడుకొండల్లోకి తాతయ్యా....
ఏడుకొండల్లో ఎవరి దగ్గరికి?
నా భర్త కాడికి తాతయ్యా....
నీ భర్త ఎవరూ?
ఏడుకొండల్లో దేవుడు ఎంకటరవణ తాతయ్యా...
మరి ఎందుకమ్మా ఇన్నాళబట్టి ఉండిపోయావు.
ఏమీలేదు తాతియ్యా...
అ.
ఆనాడు
అ.
పద్దెనిమిది సమత్సరాల క్రితం,
అ.

నన్ను పెళ్లాడి

అ.

నా పుట్టింట్లో వొదిలేశాడు తాతియ్యా...

మాయమ్మ గోరు పెడతానన్న చారి, పెడతానన్న కట్నం, పెట్టలేదు తాతియ్యా...ఈనాడు పెట్టారు తాతియ్యా... పట్టుకొని ఎళ్తున్నాను తాతియ్యా...

అయితే క్షేమంగా ఎళ్ళమ్మా...

ఓ... తాతియ్యా...

ఓ... య్

నన్ను అంత తరాయించి అడుగుతున్నారు మీరెవరు తాతయ్యా....?

నేనెవరనయితే నీకెందికిలే?

చెప్పాల కద తాతియ్యా...

అయితే చెప్పాలా.....? నేను వేడుకొండల్లో... వెంకటరవణబాబు దగ్గిర, వేద పంచాంగాలు చదివే పురోయిత బ్రామ్మన్నమ్మా.....

అమ్మ తాతియ్యో...

ఓ... య్

"నా దేవుడికాడ నువ్వు దేవుడివైతే నాకూ దేవుడివే" అని మంగ పాదాల మీద పడి దండం ఎడతావుంటే, రమణబాబు కళ్ళు చుట్టూరూ తాటిత్తా ఉండి, రమణబాబు అంటున్నాడు "ఒలే చారు అయితే తెచ్చావే సంసారీ మంగో..., ఓ... మంగా...

నీ చారులో కరియేపాకు రెబ్బ ఏదే? మంగో...

నీకు కరియేపాకు లేదు... కాపురమే లేదో...

ఇది వినగానే మైరావుడు పగలబడి నవ్వాడు. చారుకి సారెకి ముడెట్టిన ఆ కథకుడి తెలివిని తలుచుకొని అలా నవ్వుతూనే ఉన్నాడు. ఇంతలో నీళ్ళల్లో ఏదో నల్లగా పొడుగ్గా మునిగినట్టు కనిపించింది. మైరావుడికి సప్పున మెదడులో రాత్రి చూసిన సినిమాలో మత్స్యకన్య గుర్తొచ్చింది. "కొంపదీసి మచ్చికన్యా...?" అనుకున్నాడు. డ్యామ్ లోంచి వచ్చే నీళ్ళల్లో చాలా చేపలు కొట్టుకొత్తూ ఉంటాయి. "ఏదో చేప అయ్యుంటది" అనుకున్నాడు. మళ్ళీ తన పాటికి తను వలెత్తుకుంటూ

మంగమ్మ కథ వింటున్నాడు.

"ఓ తాతియ్యా... మా యమ్మగోరి వనం అంతా కరియేపాకు వనమే, నువ్వు గానీ నా చారు కాత్తే నేను ఎల్లి కరియేపాకు తెచ్చుకుంటాను" అని మంగ అలా బయలెల్లిపోయింది గోయిందా...

ఇది విని మళ్ళీ మైరావుడు నవ్వుకున్నాడు. అప్పుడే ఎక్కడనుంచో ఎవరో పిలిచినట్టు వినిపించింది. చుట్టూ తిరిగి చూసాడు. ఎవరూ కనిపించలేదు.

అంకుల్... అంకుల్... అంకుల్

(ఆడపిల్ల గొంతు.ఆగి ఆగి వినిపిస్తుంది)

ఇక్కడ... అంకుల్... ఇక్కడ నీళ్ళల్లో...

కాస్త దూరంలో ఓ ఆడపిల్ల ముఖం మునుగుతా తేలతా కనిపించింది. ఈత రాక నీళ్లు తాగేస్తుంది. తొందరగా వెళ్లకపోతే మునిగిపోద్ది. పుట్టి ఇక్కడే వదిలేసి ఈదుకుంటూ వెళ్లి ఆ పిల్లని పట్టుకొని ఈదుకుంటూ రావడం కన్నా అక్కడికే లాక్కెళ్లి ఆ పిల్లని పుట్టిలోకి ఎక్కించుకోవడం ఈజీ కదా! అని వెంటనే ఎత్తుతున్న వలని నీళ్లలోకి వదులుకుంటూ పుట్టి అక్కడికి లాక్కెళ్లాడు. అక్కడికెళ్లేసరికి ఆ అమ్మాయి కనిపించలేదు. పుట్టి కట్టేసి నీళ్లలోకి దూకాడు. ఆ చోటులో లోతు ఎక్కువ. అడుక్కి ఈదుకుంటూ వెళుతుంటే నీళ్లలో నల్లటి నాచులాగా ఆడుతూ కనిపించింది ఆ పిల్ల జుట్టు. పట్టుకొని పైకి లాగడం మొదలుపెట్టాడు. తర్వాత జబ్బ పట్టుకున్నాడు. పైకి తేలిన తర్వాత ఆ అమ్మాయి రెక్క పట్టుకొని పుట్టి దండెం అందుకున్నాడు. ఒకసారి గట్టిగా ఊపిరి పీల్చుకుని బలవంతాన పుట్టిలోకి ఎక్కించాడు ఆ పిల్ల శరీరాన్ని. తర్వాత తను కూడా ఎక్కి ఊపిరి తీసుకున్నాడు. ఎదురుగా వెల్లకిలా పడున్న ఆ పిల్లని చూసాడు. ఎవరో ఉన్నోళ్ల పిల్లలాగే ఉంది. వోయమ్మో...ఎంత జుట్టో! అప్పుడు గుర్తొచ్చింది కాసేపటి క్రితం నీళ్ళల్లో తను జలకన్యేమో అనుకున్నది ఆ పిల్ల జుట్టు చూసి అని. పొట్ట కిందకీ మీదకీ ఆడుతుంది. ప్రాణం ఉంది. లేపుదాం అని ముందుకి వొంగాడు. ఊపిరి తిత్తుల్లోకి పోయిన నీళ్ళని కక్కుతూ ఒక్కసారి లేచి పడింది. మైరావుడు అద్దిరిపడ్డాడు. కాసేపటికే కళ్ళు తెరిచి మెల్లిగా పైకి లేచింది. మైరావుడు తలకి చుట్టుకున్న లుంగీ పంచి ఇచ్చాడు తల తుడుచుకోమని.

"ఏ ఊరు పాపా... మీది?"

ఏం చెప్పలేదు.

"పొరపాటున నీళ్లలో పడిపోయావా?... దూకేశావా..?"

"చచ్చిపోదామనే దూకేసాను"

"ఎక్కడ దూకావు?"

"పాల్వాయి గేటు దగ్గర"

అది విన్న వెంటనే ఆశ్చర్యంతో మైరావుడు నోరు తెరిచాడు. "పాల్వాయి గేటు దగ్గిర దూకితే ఇక్కడిదాకా గేటుల్లోపడి ప్రాణాలతో బయటికి కొట్టుకొచ్చావా? నువ్వు మాములు అద్రుష్టవంతురాలు కాదు పాపా... నీ తలరాత చాలా గట్టిది. హా... ఇంతకీ ఎందుకు దూకావు?"

ఆ మాట వింటానే ఏడ్చెయ్యడం మొదలెట్టింది. వలవలా ఏడుస్తానే ఉంది.

"ఇదిగో... ఇదిగో... పాపా పాపా ఏడకు. నీకిప్పుడు చెప్పాలనిలేకపోతే, చెప్పకు. నువ్వు కాస్త ఈ మూలకి వచ్చి కూర్చుంటే వలలెత్తుకొని ఒడ్డుకెళదాం. అక్కడ చెపుదువుగాని" అని ఆ అమ్మాయి ఏడుపు ఆపించి ఓ మూలన పుట్టుకఱ్ఱ ఏసి కూర్చోబెట్టాడు.

"అన్నట్టు నీ పేరు ఏంటి?"

"సౌందర్య"

"ఏదో మాట వరసకి వలకి సౌందర్య పాడాలనుకుంటే నిజంగానే సౌందర్య పడిందే! నా నాలుక మీద పుట్టుమచ్చ ఏమన్నా ఉందా?" అనుకున్నాడు

❖❖❖

ఆ రోజుల్లో మైరావుడు బారుమెట్ట మీద పాక ఏసుకొని ఉంటున్నాడు(తర్వాత రోజుల్లో దశతిరిగి అక్కడే పెద్ద మేడ కట్టుకున్నాడనుకో). బుగ్గవాగు చెరువు మధ్యలో ఉండే రెండు ఎత్తైన రాతిదిబ్బలు, వాటిని జనాలు మెట్టలు అంటారు. దరిని ఉండేది దరిమెట్ట, బారు నుండేది బారుమెట్ట. మాములు రోజుల్లో ఒడ్డుకు ఆనుకొనే ఉన్నా, చెరువులో నీరు నిండిపోయినప్పుడు ఈ మెట్టలు రెండూ చిన్న దీవుల్లా అనపడతాయి.

ఇంటికి వచ్చిన తర్వాత "ఆ ఇప్పుడు చెప్పు పాపా.., ఎవరు నువ్వు? నీళ్ళల్లో దూకి ఎందుకు చావాలి అనుకున్నావ్?" అడిగాడు మైరావుడు.

ఏం చెప్పలేదు.

ఏ ఊరు?

చెప్పలేదు.

ఎవరి తాలూకా?

చెప్పలేదు.

ఇక ఇలా లాభం లేదని ఇంటి పెనకనున్న సంచిలోంచి నోకియా ఫోన్ తీసి ఆత్మకూరులో ఓ విలేఖరికి ఫోన్ చేసి, విషయం చెప్పి రమ్మన్నాడు. విలేఖరి వచ్చి ఆ అమ్మాయి ఫోటో తీసుకొని వెళ్ళాడు.

కొన్నిరోజులు మైరావుడి గుడిసెలోనే ఉంది ఆ అమ్మాయి. ఊర్లో కొందరు జనాలు "మైరావుడు ముండని తెచ్చుకున్నాడు" అన్నారు. కొందరు మైరావుడు చెప్పింది నమ్మారు. ఆ పిల్ల జగదేక వీరుడు అతిలోకసుందరి సినిమాలో ఉంగరం పోగొట్టుకొని భూలోకానికి వచ్చిన శ్రీదేవిలా అన్ని వింతవింతగా చూస్తుండేది. తెచ్చిన చేపల్లో కోసి, ఎండబెట్టే వాటిని మైరావుడు గుల్లతో పొలుసు కొడతా ఉంటే ఎదురుగా కూర్చుని చూసేది. చేపల పేర్లు అడిగేది. చిన్నచిన్న చేప పిల్లల్ని చేతిలోకి తీసుకొని ఆడుకునేది. అందంగా ఉన్న చేపపిల్లల్ని నీళ్ల తొట్టిలో వేసి, పెంచుకుంటాను అనేది. ఆ పిల్ల ఎలా ఉందో చూడాలని ఊర్లో చిన్నా పెద్దా అంతా మెట్ట మీదకి వచ్చి వెళ్ళేవాళ్ళు.ఆ పిల్ల మైరావుడు గుడిసె ముందు పందిరి కింద కూర్చుని పైనిలో మట్టిని పుల్లతో తీస్తా, ఇల్లు తుడుస్తా, కుండలు తోముతా... కనిపించేది. "పాపా ఇయ్యన్ని నువ్వు ఎందుకు చేస్తావ్, నువ్వు ఎలిపోయిన తర్వాత ఇయ్యన్నీ మళ్ళీ ముందులా అయిపోతావ్, నువ్వేం ముట్టుకోకు" అని మైరావుడు చెప్పినా, పట్టించుకునేది కాదు. మైరావుడు కోడికూతప్పుడు లేచి పుట్టుమీద వెళ్ళేటప్పుడు ఆ పిల్ల కూడా లేచేది. మైరావుడు ఒడ్డుకొచ్చేదాకా మెట్ట ఒడ్డున బండమీద కూర్చొని ఎదురుచూస్తా ఉండేది. ఓ రోజు రాత్రి పూట నీళ్ల మధ్యలోకి పుట్టులో తీసుకెళ్లమంది. మైరావుడు సరే అని పుట్టులోకి ఎక్కించుకొని కాస్త దూరం నీళ్లలోకి తీసికెళ్లి రాయి దించి, పుట్టు కట్టిబెట్టాడు. చుట్టూ చీకటి. ఆకాశం నిండా చుక్కలు. చల్లటి గాలి ఒంటికి తగిలి ఆ పిల్లకి కాస్త చలి పుట్టించింది. చేతులు దగ్గర కట్టుకొని ఆ పిల్లకి ఎందుకు అనిపించిందో "నీకు పాటలొచ్చా..." అని అడిగింది.

మైరావుడు మంచి పాటగాడు అచ్చం జేసుదాసులా పాడతాడు. నీళ్ల మధ్య

పుట్టులో ఆ చీకట్లో ఓ రెండు ప్యాకెట్ల సారా తాగి కాసిన్ని నీళ్లు నోట్లో పోసుకొని మేఘసందేశంలో పాట అందుకున్నాడు.

"రాలుపూల తేనియకై రాతిపూల తుమ్మెదనై
రాలుపూల తేనియకై రాతిపూల తుమ్మెదనై
ఈ నిశీధి నీడలలో నివురులాగ మిగిలానని.. శిధిల జీవినైనాని
తొలకరి మెరుపుల లేఖలతో రుధిర భాష్పజల ధారలతో..
ఆ.. ఆ.. ఆ.. ఆ.. ఆ..
విన్నవించు నా చెలికి మనోవేదనా నా మరణయాతనా
అని మైరావుడు తన్మయత్వంతో పాడితే ఆ పిల్ల మైమరచి వింది.
తనువు అన్నా శరీరమే, మై అన్నా శరీరమే.

అప్పుడే తలెత్తి చూసిన ఆ అమ్మాయికి ఆకాశంలో ఏదో చుక్క రాలి పడుతున్నట్టు అనిపించింది. మైరావుడి భుజం తట్టి అది చూపించింది. మైరావుడు ఆవైపు చూసాడు. నిజంగానే వెలుగుతున్న చుక్క ఒకటి కిందకి వస్తూ కనిపించింది. "నాకది కావాలి" అంది ఆ అమ్మాయి. అది నీళ్ళల్లో పడుతున్న వైపు పుట్టు ఉరంగా లెక్కొళ్లి అది దిగుతుండగా చేత్తో పట్టుకున్నాడు. అది ఏంటో అర్థం కాకా మైరావుడు చూస్తుంటే, దాన్ని లాంటర్న్ అంటారు. ఏదైనా పండగలు జరుగుతున్నప్పుడు లేదా ఎవరైనా చనిపోతే వాళ్ళ జ్ఞాపకార్థం ఇలా వెలిగించి గాల్లోకి వదులుతారు. కొంచెం సేపటికి అవి కింద పడిపోతాయి" అంది. మైరావుడు అర్థం అయినట్టు తలాడించాడు.

బారు మెట్ట మీద సూర్యోదయం, సూర్యాస్తమయం చాలా బావుంటాయి. ఆ రోజు సాయంత్రం డ్యామ్ లో నీళ్లు అద్దంలా బిగుసుపోయి, సూర్యుడు ఎర్రగా అస్తమిస్తూ... ఉంటే ఆ అమ్మాయి ఒడ్డున బండల మీద కూర్చుని ఆ అందమైన ప్రకృతి చిత్రాన్ని చూస్తున్నప్పుడు మైరావుడు ఎనకాల వచ్చి నిలబడ్డాడు. "పాపా... రేపు మీవోళ్ళు వస్తున్నారంట" అన్నాడు. ఆ అమ్మాయి వెనక్కి తిరగలేదు. తిరిగితే ఆ అమ్మాయి కళ్ళలో నీళ్లు కనిపించేవి.

మరుసటి రోజు ఆ అమ్మాయి తాలూకా మనుషులం అని ఓ ముగ్గురు మనుషులు వచ్చారు. ఒక ఆడమనిషి ఇద్దరు మొగోళ్ళు, ఆ ముసలి ఆడమనిషి, ఆ ముసలాయన ఆ పిల్ల నానమ్మ, తాత. ఆ పక్కనున్న మనిషి ఆ పిల్ల మేనమామ. "ఆ పిల్ల అమ్మానాన్న చచ్చిపోయారంట, మేనమామే పెంచుతున్నాడంట(మైనారిటీ

తీరిన తర్వాత ఆస్తి వస్తాది మరి). ఇంటర్ పరీక్షల్లో మార్కులు తగ్గాయని తిడితే(ఓ రాత్రప్పుడు పక్కలో దూరితే)నీళ్లలో దూకి ఆత్మహత్య చేసుకోబోయింది. వాళ్ళని చూడగానే ఆ పిల్ల మౌనంగా వాళ్ళ దగ్గరికి వెళ్ళిపోయింది. ఆ పిల్లని తీసుకుపోతా ఆ పిల్ల మేనమామ జేబులోంచి ఓ వంద తీసి మైరావుడికి ఇవ్వబోయాడు. మైరావుడు నువ్వుతా డ్రాయర్ జేబులోంచి ఐదొందల నోట్ల కట్ట తీసి ఆ పిల్లకి దిష్టి తీసి చేతిలో పెట్టాడు.. చాచి కొట్టినా అంత గట్టిగా తగిలేది కాదేమో! ఆ మేనమామ మొఖం మొగ్గలా పెట్టుకొని పిల్లని తీసుకొని వెళ్ళిపోయాడు.

ఆ తర్వాత కొన్ని నెలలు ఆ అమ్మాయి ఊసే లేదు. పైని(దువ్వెన)తో తల దువ్వుకున్నప్పుడల్లా ఆ పిల్ల గుర్తొచ్చేది మైరావుడికి. ఓ రోజు తెల్లారగట్ట నాలుగుగంటలకి లేచి పుట్టుమీద వెళ్ళడానికి బ్యాటరీ లైట్ వెలిగించుకొని గుడిసె బయటికొచ్చాడు. పందిరి కింద కూర్చుని కనిపించింది ఆ పిల్ల, పెళ్లికూతురు బట్టల్లో ఒంటినిండా నగలతో ఉంది.

When you love something. set it free...If it comes back? it is yours.

అంతే ఆ తర్వాత ఆదివారమే బుగ్గవాగు చెరువులో ఆ పిల్లతో పాటూ మునిగి బాప్తిసం తీసుకొని, చెర్చిలో పెళ్లి చేసేసుకున్నాడు.

వాళ్ళకి బాప్తిసం ఇచ్చి చర్చి పాస్టర్ పెట్టిన బైబిల్ పేర్లు షారోను, షద్రక్ (ప్రభు యందు విశ్వంతో నిప్పుల గుండం మీద నడిచిన ముగ్గురిలో ఒకడి పేరు).

పెళ్లై ఇంటికి వచ్చిన రోజు, ఆ రాత్రి కూడా పుట్టు ఏసుకొని నీళ్ల మధ్యలోకి వెళ్లారు. ఆ రోజు చందమామ లేదు. అంతా చీకటి. మైరావుడు "నీకోటి చూపించనా?" అని వల మూటల మధ్యనుంచి ఒక కాగితం లాంటర్న్ తీసాడు "ఇయ్యాల నాకు పండగలాగే ఉంది" అని అగ్గిపెట్టి తీసి మంట వెలిగించి, వదిలాడు. ఆ వెలుగు బుడగ అలా మధ్య నుంచి మెల్లిమెల్లిగా అలా పైకి లేచి ఎగురుతూ వెళుతుంటే దాన్ని చూస్తూ... వాళ్ళ శరీరాలు రెండూ కలుసుకున్నాయి.

❖❖❖

మైరావుడికి పిల్లలు ఉన్నారా?

ఒక కూతురు.

ఏం పేరు?

మన్నా..

అది మైరావుడు తన జనంలో గుమ్మడంలో నది ఒడ్డున బసలు వేసుకొని ఉన్న కాలం. మైరావుడు అనే మోషే నాయకత్వంలో బుగ్గవాగు జనం ఎడారిలో ప్రయాణిస్తున్న ఇజ్రాయేలీయుల్లా ఉన్నారు. యెహోవా పగలు మేఘస్తంభం అయి, రాత్రి అగ్ని స్తంభం అయి వారిని నడిపిస్తున్నాడు.

అలాంటి కాలంలో ఒకసారి తుఫాను వల్ల ఆకాశం నిండా నల్లటి మేఘాలు కమ్మేసి, ఏనుగులు దిగడిపోయేంత వర్షం కురుస్తూ రెండురోజులు వలలెయ్యడానికి వీలులేక, పులుసెట్టుకోడానికి కూడా చేపలు లేవని ఆడోళ్లు బాధపడుతున్న రోజున బసల చుట్టూ బెడిసల వర్షం కురిసింది. అది మైరావుడి మహోత్మ్యమే.

మైరావుడు, మోతిలాల్ కలిసారంటే ఆ రోజు ఆ కొండల్లో ఏదో ఓ జంతువుకి ఆయువు తీరినట్టే, ప్రకృతి విపత్తులు ముందే కనిపెట్టే జంతువులు ఆ రోజు ప్రాణభయంతో వాటి స్థావరాలు వదిలి బయటికి రావు. వాళ్ళు ఇద్దరూ కలసి ఎన్ని దుప్పుల్ని కొట్టారు, ఎన్ని కుందేళ్ళని చంపారు. ఎన్ని నెమళ్ళని కాల్చుకుతిన్నారు (సీక్రెట్‌గా) అలాగే ఆ రోజు రాత్రి ఓ అడివి పందికి ఆయువు తీరిపోయింది. చావు ఖాయం అని తెలిసి కూడా ఆ అడివి పంది మైరావుడి మీదకి ఉరికి రాబోయింది. దగ్గిరకి వస్తుందనగా తుపాకీ తీసి టపక్కున నుదుటి మీద కాల్చాడు. చచ్చిన పందిని కాళ్ళూ చేతులు కట్టి పొడుగాటి కర్రకి వేలాడదీసి మోసుకుపోయారు. మరుసటి రోజు తెల్లారిన తర్వాత పందిని కోయడానికి ప్రత్యేకమైన కత్తులు వచ్చాయి. తండాల నుంచి, బసల నుంచి మనుషులు పోగయ్యారు. మాంసం కావాల్సినోళ్లు డబ్బులు ఇచ్చి మాంసం వాటాలు కొనుక్కున్నారు. పందిని కొట్టడమే కాదు, కోసి వాటాలు వెయ్యడానికి కూడా టాలెంట్ కావాల. అది ఒక మనిషి చేస్తున్నాడు. అప్పుడే పంది కడుపు కోసిన మనిషి “ఓ… ఇది కడుపుతో ఉందయ్యో.., ఇంకో రెండు రోజులు ఉంటే ఈనేదే” అన్నాడు.

“గందుకేనా రాత్రంత మెల్లగ పరిగెత్తింది” అన్నాడు మోతిలాల్.

“సర్లే… ఇప్పుడు అది కడుపుతో ఉందని తెలిస్తే వదిలేసే వాళ్ళమా? రేయ్ నువ్వు కోసి వాటాలేయ్” అన్నాడు మైరావుడు ఆ కొస్తున్న మనిషితో. మోతిలాల్‌కి తండాలో ఉన్న పెళ్ళాం గుర్తొచ్చింది. కొత్తగా అక్కడికి వచ్చినోళ్ళలో…

“ఇంత పెద్ద పందిని కొట్టిన మొగోడు ఎవురు?” అని అడిగినోళ్ళకి దానికి పక్కనే మంట పెట్టి సీసాడు సారా తెచ్చుకొని, పంది వారు పచ్చిగానే తింటున్న

ఇద్దరు మిత్రులూ "నేను" అంటే "నేను" అన్నారు.

❖❖❖

మాలావత్ మోతిలాల్ నాయక్. అతనికి ఇద్దరు పెళ్ళాలు. రాధాబాయి, రేణుకాబాయి. కొడుకు కోసం ప్రయత్నిస్తూ వరుసపెట్టి కూతుళ్ళని కంటానే ఉన్నాడు. అప్పటికి ఐదుగురు పుట్టారు. రాధాబాయికి ముగ్గురు. రేణుకాబాయికి ఇద్దరు. ఇప్పుడు రేణుకా బాయి మళ్ళీ కడుపుతో ఉంది.

ఉట్లపిల్లి తండాలో మైరావుడి దోస్తు మోతిలాల్. ఆ ఊళ్ళో చాలామంది లంబాడీలు వ్యవసాయం, బత్తాయి తోటలు పెంపకం లాంటివి చేస్తుంటారు. కొందరు చేపలు కూడా పడుతుంటారు. మోతిలాల్ కొన్నాళ్ళు చేపలు పట్టి, ఆ తర్వాత తనే సొంతగా చేపలు కొని, అమ్మడం మొదలుపెట్టాడు.

బుగ్గవాగు చెరువులో నీళ్లు నిండిపోయాక ఆర్నెల్లు చేపలు పెట్టకూడదు. ఆ సమయంలో చాలా కుటుంబాలు తాత్కాలికంగా వలాతాళ్ళు, తట్టాబుట్టా సర్దుకొని, లారీల కెత్తుకొని గుమ్మడం వస్తుంటాయి. అలా వచ్చిన కుటుంబాలు అక్కడ చేపలు కొనే శేట్ల దగ్గర పెట్టుబడి తీసుకొని కొత్త వలలు కొనుక్కొని, ఆ కొన్ని నెలలు చేపలు పట్టి, పెట్టుబడి అప్పు తీరిపోను మిగిలిన దానితో తిరిగి వెళ్తారు. దసరాకి ముందు వచ్చిన వాళ్ళు సంక్రాంతి తర్వాత వెళ్ళిపోతారు.

ఆ సంవత్సరం కూడా కొన్ని కుటుంబాలు అలా లారీల్లో వచ్చాయి. మైరావుడు ప్రతి సంవత్సరం లాగే భార్యా, తన ముగ్గురు రైతు కుర్రోళ్లతో దిగాడు. అయితే ఈసారి నెలల బిడ్డగా ఉన్న కూతురు కూడా ఉంది. ఆ పాపకి ఇంకా పేరు పెట్టలేదు.

శ్రీశైలం డ్యామ్ నుంచి వచ్చే కృష్ణానది నీరు నాగార్జున సాగర్ డ్యామ్ నుంచి విడుదల అయ్యే ముందు నీరు అంతా డ్యామ్ వెనక కొండల మధ్య స్టోర్ అయి ఉంటుంది. అదే బ్యాక్ వాటర్స్. నాగార్జున సాగర్ డ్యామ్ బ్యాక్ వాటర్స్ లో ఒక ప్రాంతం గుమ్మడం. అక్కడ చేపలు పట్టేవాళ్ళు విశాఖపట్నం నుంచొచ్చిన వాడోళ్ళు. పెదమునగాల, దేవుడి చెట్టు, అమ్మోరుమొండు, ఆవుల మొండు, గోవుల మొండు, టోపీ మెట్ట లాంటి చోట్ల వాళ్ళ ఊర్లు, స్థావరాలు ఉన్నాయి. బుగ్గవాగు చెరువు మైరావుడికి రాజధాని లాంటిది. రాజ్యం గుమ్మడమే. మైరావుడి బాల్యం గుమ్మడంలోనే గడిచింది.

❖❖❖

ఆ రోజు కడుపుతో ఉన్న ఆ పందిని కొట్టిన పాపం మైరావుడిని, మోతిలాల్ ని గట్టిగానే కొట్టింది. మోతిలాల్ రెండో పెళ్ళాం మళ్ళీ ఆడపిల్లనే కనింది. అప్పటికే ఐదుగురు ఆడపిల్లలు ఉండడంతో మోతిలాల్ ఆ పిల్లని పీక మీద కాలేసి తొక్కి చంపేయ్ బోయాడు. మైరావుడు వచ్చి ఆపాడు. "ఒకడు లేక ఏడిస్తే... ఒకడు ఉండి ఏడ్చాడంట"

"నాకు పుట్టిందాన్ని నేను చంపుకుంటా, నరుక్కుంటా నడిమింట్ల నీకెందుకు" అన్నాడు.

"పిల్లలులేక గుళ్ళూ గోపురాలు తిరిగేవోళ్ళు, చెట్టుకీ పుట్టకీ మొక్కేవోళ్లు చాలామంది ఉన్నారు అలాంటోళ్లు ఎవరికో ఇచ్చేస్తే కనీసం ఆళ్ళు అయినా పెంచుకుంటారు" అన్నాడు. అప్పటికీ మోతిలాల్ మనసు కరగలేదు.

ఇక ఇలా కాదని "ఊరికే వద్దులే డబ్బులు ఇప్పిస్తాను" అని అంటే మోతిలాల్ తల ఊపాడు. దేశానున్న ఊళ్లలో మైరావుడి చుట్టాల్లో పిల్లలేక బాధపడుతున్న వెంకటేశులుకి ఫోన్ చేసి విషయం చెప్పాడు. వెంకటేశులుకి పెళ్లై అప్పటికి ఐదేళ్లయినా పిల్లలు లేరు. ఊర్లో కొందరు "ఈడు గొడ్డోడు రా..." అంటే ఇంకొందరు "ఈడి పెళ్ళాం గొడ్డుది రా" అంటున్నారు. ఎవరి పిల్లనైనా దత్తత తీసుకుందామా అని చూస్తున్నారు. మైరావుడు చెప్పింది విని "సరే మాయా... ఓ వారంలో నేనూ మా ఆవిడా వచ్చి పిల్లని చూసి, బాగుంటే తీసుకొచ్చేసుకుంటాం" అన్నాడు. "బాగుండడం ఏంట్రా... ఈళ్ల(లాంబడా) పిల్లలు ఎలా ఉంటారో తెలుసు కదా? ఆ రంగూ, ఆ అందం మనోళ్ళకి ఉంటాఏంట్రా? ఈళ్ళ పిల్లలు దొరకాలంటే అదృష్టం ఉండాలి రా" అని కాస్త ఎగదోసాడు.

ఆ పిల్ల ప్రాణం కాపాడటానికి మైరావుడు చేసిన పని ఆ తండాలో అంగన్ వాడీ టీచర్ కి ఇంకోలా అర్థం అయింది. మరుసటిరోజు పోలీసులు వచ్చి మైరావుడిని, మోతిలాల్ ని డబ్బులకి పిల్లల్ని అమ్ముతున్న కేసులో అరెస్ట్ చేశారు.

అయితే దెబ్బ ఇది కాదు. మూడువారాల తర్వాత పూచీకత్తు బెయిల్ మీద మైరావుడు బయటికికొచ్చాడు. ఆ మూడువారాలూ బుగ్గవాగు జనం అంతా మైరావుడి గురించి కన్నీటి ప్రార్ధనలు చేశారు. మైరావుడు బయటికి రాగానే బస ఎత్తేసుకొని పెళ్ళాన్ని, రైతుకుర్రోళ్లని తీసుకొని బుగ్గవాగు వెళ్ళిపోయాడు. అక్కడ ఒకరోజు మైరావుడి పెళ్ళాం కూతురికి స్నానం చేయించి, దిష్టి పోడానికి గుగ్గిలం పొగ

వేస్తుండగా పొగ ఊపిరితిత్తుల్లోకి పోయి ఊపిరి ఆడక ఆ చంటిపిల్ల చచ్చిపోయింది. మైరావుడు పెళ్ళాం గగ్గోలు పెట్టేసింది. గుండెలు బాదేసుకొని, దొర్లిదొర్లి ఏడ్చింది. ఆ మాటకొస్తే బుగ్గవాగే ఏడ్చింది. మైరావుడి కంట్లో కన్నీరే లేదు. వెంట ఎవర్నీ రావద్దని, చచ్చిపోయిన బిడ్డ శవాన్ని ఒక్కడే తీసుకొని వెళ్లి ఒక చోట చిన్న గొయ్యి తవ్వి, గోతిలో పెట్టి ఒకసారి కూతురి వైపు చూసాడు. అప్పుడే చిన్ననాడు ఒకసారి చచ్చిపోయిన చిలక దొరికితే ఇలాగే గొయ్యి తవ్వి కప్పెట్టాడు. అప్పుడు తన్నుకొచ్చింది దుఃఖం మైరావుడికి. గోతిలో వెయ్యాల్సిన మట్టిని మీద జల్లుకుంటూ అర్థం కాని శబ్దంలో ఏదో తెలీని భాషలో ఏడ్చాడంట. మైరావుడి దుఃఖంతో పోల్చదగ్గ పోలిక సాహిత్యంలో ఒకచోట కనిపిస్తుంది. పూర్వం గుణాఢ్యుడు అనే కవి తను రాసిన 'బృహత్కథ' కావ్యం రాజుని మెప్పించ లేదని కోపం వచ్చి అడవిలోకి పోయి చితి పేర్చి తన కావ్యాన్ని తనే ఒక్కొక్క భాగాన్ని చదువుతూ మంటల్లో వేసి తగలబెట్టేసాడంట. అడవిలోని పశుపక్ష్యాదులన్ని చుట్టూచేరి అతని కావ్యాన్ని వింటూ అతని దుఃఖాన్ని చూస్తూ ఆకలిదప్పులు మాని విలపించాయంట. తన సృష్టిని తనే నాశనం చెయ్యాల్సి రావడం అనే దుఃఖం ఇద్దరిది. మైరావుడు ఏడ్చిన రెండుమూడు సందర్భాల్లో అదొకటి అంట. మైరావుడికి తెలీకుండా అతని ఎనకాలే వచ్చిన అతని రైతుకుర్రోడు అప్పలరాజు ఇది చూసాడు.

ఇంటికి వెళ్లిన దగ్గర్నుంచి ఇంకో బాధ మొదలైంది. మైరావుడి పెళ్ళాం ఏడుస్తానే ఉంది. ఎవరు ఎంత చెప్పినా నా కూతురు నాకు కావాలి అంటుంది. ఎంత నచ్చజెప్పినా ఊరుకోవడం లేదు. ఏడ్చిఏడ్చి సోయితప్పి పడిపోయింది. అందరూ వెళ్లిపోయారు. కాసేపటికి కల్లోంచి లేచిన దానిలా మైరావుడి దగ్గరకొచ్చి "ఊరంతా నిన్ను మైరావుడు అంటారుగా... నీకు ఏవో శక్తులు ఉన్నాయి అంటగా... అదే నిజం అయితే నా కూతుర్ని తీసుకొచ్చి ఇవ్వు... నా కూతురు నాకు కావాలి. ఎలాగైనా సరే.. నా పాప నాకు కావాలి. లేకపోతే నేను మళ్ళీ నీళ్లలో దూకి చచ్చిపోతాను. ఈసారి కాపాడటానికి నువ్వు కూడా ఉండవు" అని కోపం, బాధా, ఆక్రోశం కలిసిన స్వరంలో చిన్నపిల్ల మారాం చేస్తున్నట్టుగానే అడిగింది.

భార్య ఏం కోరినా మైరావుడు కాదనకుండా తీరుస్తాడు. కానీ ఇది కోరిక కాదు వరం.

కూతురుని తీసుకొస్తానని మైరావుడు మాట ఇచ్చాడు.

రెండు రోజులు కనిపించకుండా పోయాడు.

మూడోరోజు ఎక్కడినుంచి తీసుకొచ్చాడో, ఒక పసిబిడ్డని తెచ్చి పెళ్ళాం

ఒడిలో పెడుతూ "ఇదిగో నీ కూతురు. దేవుడితో గొడవపడి వెనక్కి తీసుకొచ్చేసాను" అన్నాడు. మైరావుడి పెళ్ళాం ఏడుపు ఆపింది.

చనిపోయిన కూతురుని బతికించి తీసుకురాలేదు.

అసలు అటు కన్నవాళ్ళకీ, ఇటు పెంచుకుందాం అన్నవాళ్ళకీ కాకుండా పోలీసులు తీసుకుపోయిన ఆ లంబాడీ పాపనే ఏదో చేసి తీసుకొచ్చాడని కొందరు అంటారు.

చెర్చిలో పాస్టర్ గారు ఆ పాపకి "మన్నా..."అని పేరు పెట్టాడు.

బైబిల్‌లో ఐగుప్తు దాస్యం నుంచి ఇశ్రాయేలియులందరినీ విడిపించిన మోషే, వారిని తన వెంట యెహోవా చెప్పిన వాగ్దాన భూమికి తీసుకెళుతుండగా దారిలో వారు ఆకలికి తట్టుకోలేక బాధపడుతుంటే యెహోవా ఆకాశము నుంచి వారికొరకు "మన్నా"ను కురిపించాడంట.

ఆ పిల్ల కాస్త ఎదిగాక తెలిసింది ఆ పిల్లకి బుద్ధిమాంద్యం.

❖❖❖

ఈ జానపద కథలన్నీ సరేగాని, అసలు వీడు ఉన్నట్టుండి ఇంత డబ్బు ఉన్నోడు ఎలా అయ్యాడు? అసలు ఎవడూ టచ్ చేయలేని విధంగా ఇంత పేరూ, పలుకుబడి ఎలా సంపాయించాడు?

మైలపిల్లి మైరావుడు అంత డబ్బున్నోడు ఎలా అయ్యాడు అన్నదాని గురించి బుగ్గవాగు చెరువు చుట్టూ కథలుకథలుగా చెప్పుకుంటారు. ఆ కథలన్నీ ఎంతవరకు నిజమో ఎవరికీ తెలీదు. అవి నమ్మలేనంత విచిత్రంగానూ, నమ్మక తప్పనంత వివరంగానూ ఉంటాయి.

మచ్చుకొకటి
మైరావుడికి పొలం దున్నుతుండగా లంకెబిందెలు దొరికాయి.
చేపలు పట్టుకునే మైరావుడు పొలం ఎందుకు దున్నుతున్నాడు?
అది ఇంకో కథ...

సోమరాసపురం బ్రిడ్జి నుంచి కింద కాలువలకి నీళ్లు వదిలినప్పుడు రిజర్వాయర్‌లో నీటిమట్టం సగానికి తగ్గుతుంది. ఒక ఆరునెలలపాటూ ఆ నీటిమట్టం అలా తగ్గుతూనే ఉంటుంది. ఆ రిజర్వాయర్ కట్టడానికి ముందున్న పంటపొలాలు ఆ

సమయంలో బయటపడేవి.

ఆ భూములను చూసి రాళ్లగట్ల మధ్య పచ్చగా గడ్డి మొలిచిన ఒక సంవత్సరం మైరావుడికి ఆ భూముల్లో వ్యవసాయం చేద్దాం అనిపించింది. తెలీని పని. అయినా ఒకసారి చేసి చూద్దాం అని మొదలుపెట్టాడు.దరిమెట్ట పక్కన ఒక ఎకరం సాపు చేసి, ఆత్మకూరు నించి ఎడ్లు, అరక అద్దెకి తెచ్చి దున్నాడు.విత్తనాలు నాటాడు, ఎరువులు ఏసాడు. అంతా చిన్నపిల్లాడు ఒక కొత్త ఆట నేర్చుకుంటున్నట్టు చేసాడు. మైరావుడి కష్టానికి ప్రతిఫలంగా వరి ఇరగ్గాసింది. ఏపుగా ఎదిగిన వరికంకులు చూసి మైరావుడు తెగ ఆనందపడిపోయాడు. కుప్పలు నూర్చేద్దాం అనుకుంటున్న సమయంలో ఉన్నట్టుండి ఒకరాత్రి డ్యామ్‌లోకి నీళ్లు వదిలేసారు. మెల్లిమెల్లిగా నీటిమట్టం పెరుగుతూ తన కళ్ళ ముందే పంట అంతా నీళ్లలో మునిగిపోతుండటం చూస్తూ మైరావుడు నిస్సహాయంగా అలా ఉండిపోయాడు.

కానీ మైరావుడిలో వ్యవసాయం చెయ్యాలనే కోరిక చావలేదు.ఈసారి ఆత్మకూరులో తనకి ఎడ్లు అద్దెకి ఇచ్చిన సైదులుది ఎప్పటినుంచో బీడుపడి ఉన్న పొలం కౌలుకి తీసుకున్నాడు.ఈసారి వరి కాకుండా పత్తి పండిద్దాం అనుకున్నాడు.

చాలామంది లంకెబిందెలు అనే మాట వినగానే బిందెలకొద్దీ బంగారం అనుకుంటారు. అసలు ఆ మాటే తప్పు. అవి లంకెపిందెలు. మావిడి పిందెలా ఉండే పాత్రకి లంకె వేసి ఉంటుంది.

అలా ఆ రోజు పొలం దున్నుతుండగా మైరావుడికి నాగలికి తగిలి అది బయటికొచ్చింది.

అప్పుడు పొలం కౌలుకి ఇచ్చిన సైదులుకి గట్టుమీదే ఉన్నాడంట.దాన్ని ముందు చూసింది అతనే అంటారు.

అతను ఏమయ్యాడు?
చచ్చిపోయాడు.
ఎలా?
'పురుగులు మందు తాగి ఆత్మహత్య చేసుకున్నాడు' అంటారు.

❖❖❖

ఇక నుంచీ ఈ కథని సర్వాత్మనైన నేను చెప్తాను.

1930,పూడిమడక

ప్రభుత్వ ఆధీనంలో ఉన్న ఉప్పు మడులలో ఉప్పు దొంగతనం చెయ్యబోయాడని నూకన్న తండ్రి మసేను దేవరని ముసలోడని కూడా చూడకుండా ఒక బ్రిటీష్ సోల్జర్ రక్తాలు వచ్చేలా లాఠీతో బాదేస్తుంటే అప్పుడే తెప్పల మీద నించొచ్చిన నూకన్న ఈ విషయం తెలిసి అక్కడికి పరిగెత్తుకు వచ్చాడు. చాలామంది గుమిగూడి చూస్తున్నారు. కొంతమంది ఊరివాళ్ళు వదిలెయ్యమని దొరని బతిమాలుతున్నారు. అయినా వినకుండా ఊరకుక్కని కొట్టినట్టు కొడుతూనే ఉన్నాడు.

అప్పటికి కొన్నేళ్ళ క్రితమే రంపలో సీతారామరాజు పితూరీని అనిచేసి, మైదాన ప్రాంతానికి వచ్చారు బ్రిటీషువాళ్ళు. అలా వచ్చినవాళ్ళలో ఒకడు సోల్జర్ జోసెఫ్ మార్టిన్. యలమంచిలి రెవెన్యూ ఆఫీసర్ అతన్ని పూడిమడక సముద్రం ఒడ్డునున్న ఉప్పుమడుల ఇన్స్పెక్షన్‌కి పంపించాడు. ఆ సముద్రతీరం పొడవునా వాడ బలిజల గ్రామాలు ఉన్నాయి. వాళ్ళ వృత్తి చేపలు పట్టడం. జోసెఫ్ మార్టిన్ వెళ్లిన రోజే అక్కడ ఒక దొంగతనం పట్టుబడింది.

కాపలా వాళ్ళు గోచీపెట్టుకున్న ఒక ముసలాడిని లాక్కొచ్చి మార్టిన్ ముందు పడేసారు.

“రొండు రోజుల్నించి ఇంట్లో గంజి నేదు బావ్... నా కొడుకు గంగలోకెళ్లి ఇంకా రానేదు. ఇంత కల్లునీళ్లు అన్నా తాగుదామని ఈ ఎదవ పనిసేశాను. వొదిలేయ్ దేవరా..” అని బతిమాలుతున్నాడు ఆ ముసలోడు.

(అదే సమయానికి దేశానికి మరో వైపున్న సముద్రం ఒడ్డున అదే వయసున్న ఇంకో పెద్దాయన ఉప్పు సత్యాగ్రహం చేస్తుండటం కేవలం యాదృచ్ఛికమే)

మార్టిన్‌కి పనిష్మెంట్ ఇవ్వడం చాలా ఇష్టం. చర్మం చీలిపోయేలా కొడుతున్నాడు.

కన్నతండ్రిని కళ్ళముందే పశువును బాదినట్టు బాదుతుంటే ఆ పదిహేనేళ్ళ కుర్రాడు తట్టుకోలేకపోయాడు. పిచ్చిగా కేక పెట్టి ఒలుంగా(లావుగా) ఉన్న కత్తావ బద్ద(తెడ్డు) ఒకటి చేతికి దొరికితే బలంపూటుగా ఆ తెల్లోడి నెత్తిమీద ఒక్క దెబ్బ ఏశాడు. ఉన్నపాటున అలా కూలిపోయాడు ఆ తెల్లోడు. నోట్లోంచి అరుపు రాలేదు. ప్రాణం పోయింది.

ఎక్కడో ఐర్లాండ్‌లో పుట్టి మీసాలు సరిగ్గా రాకుండానే బ్రిటీష్ ఆర్మీలో జాయిన్

అయి సముద్రాలు దాటొచ్చి ఇక్కడ దిక్కులేని చావు చచ్చాడు.

ఆ తర్వాత ఆ విషయాన్ని కొన్నితరాలు చెప్పుకున్నారు.

❖❖❖

కొట్టేసిన తర్వాత నూకన్న ఇంక అక్కడ ఉండలేదు.పారిపోయాడు.

ఎక్కడికీ?

రంగం అని అందరూ పిలుచుకునే రంగూన్.

ముందు విశాఖపట్నం జాలరిపేటలో వాళ్ళ బాప్పని కలిసాడు. మేనల్లుడికి వచ్చిన కష్టం విని ధైర్యం చెప్పి, ఆ మరుసటి రోజే అలివి లాగడానికి రంగం వెళ్లే బంగారు చిట్టి జట్టుతో ఓడ ఎక్కించేసింది. "తెల్లోళ్ళు ఉన్నంత కాలం ఎనక్కి రాకురా కొడుకా" అని ఓడ కేవుకి పదిరూపాయలు చేతిలో పెట్టింది.

ఓడ జనాలతో నిండిపోయి ఒకటే ఉక్కపోత.అందరూ కడుపుచేత పట్టుకొని వలసపోతున్నవాళ్లే

ఆ మరుసటి రోజు ఆంధ్రపత్రికలో వార్త
విశాఖపట్నం జిల్లాలో ఘోర కలి.
20 వేలకు పైగా జనులు తిండిలేక - రాలిపోవుట

ప్రస్తుతం విశాఖపట్నం జిల్లాలో ఘోరాతి ఘోరమైన కరువు వ్యాపించియున్నది. ఇట్టి కరువు ఇదివరకెన్నడూ ఎరగనిది. వేలాదిమంది జీవనోపాధిలేక బర్మా మొదలైన దేశాలకు గుంపులు గుంపులుగా వలసపోతున్నారు. ఏ రైల్లో చూసినా వందలాది జనం ప్రాణాలు కళ్ళల్లో పెట్టుకొని ప్రతి జిల్లా నుండి వస్తున్నారు. వీరిలో యువకులు, యువతులు ఎక్కువగా ఉన్నారు.

విశాఖపట్నం రేవునుండి 1928 ఆగస్టు 1 నుండి పదివేలమంది ప్రజలు - వలస వెళ్ళారు.

భీమునిపట్నం - ఇంతకన్నా ఎక్కువ ఘోరంగా ఉన్నది.

మెరన్ పల్లపు పైరులు బాగా దెబ్బతిన్నాయి. వర్షాలు లేవు... కరువు కాటకం... వేదపల్లి తాలూకాలోని పచ్చనిపంట చేలన్నీ ఎడారుల్లా మారిపోయాయి.

జనులు గొంతు తడుపుకొను నీళ్ళులేక కొన్ని మైళ్ళ దూరం పోయి మంచినీళ్ళు తెచ్చుకొంటున్నారు... అందుకే వలస మొదలైంది.

❖❖❖

పైన చుక్కల ఆకాశం కింద నల్లటి సముద్రం విద్యుత్ దీపాల కాంతితో గాల్లో పెట్టిన దీపంలా ఉంది ఓడ. రాత్రి ఓడలో అందరూ వంతులవారీగా భోజనాలు చేసేసాక అందరికంటే పెద్దోడు, జట్టును తీసుకెళ్తున్నోడు అయిన బంగారుచిట్టి చుట్టూ చేరారు కుర్రోళ్ళు. వెళ్లబోయే కొత్తచోటు గురించి విశేషాలు చెప్పామన్నారు. అక్కడ చేరిన వాళ్లలో ఎవరూ ఎన్నడూ ఊరిదాటి ఎరగరు. అలాంటిది ఇవాళ దేశమే దాటుతున్నారు.అందరూ ఇరవై ఏళ్ళ లోపు వాళ్ళే.

బంగారుచిట్టి కుటుంబం తాతల కాలం నుంచీ రంగూన్ లోనే ఉంటున్నారు. బంగారుచిట్టికి యాభై ఏళ్లు ఉంటాయి. దైవభక్తి ఎక్కువే. నాంపందు అరగదీసి నుదుటిన పెద్ద నామం పెట్టుకుంటాడు. ఇంటిదగ్గర ఉంటే రోజూ సూర్యనమస్కారం, సంధ్యావందనం చేస్తాడు. ఇలా నీళ్ళమీదకి వచ్చినప్పుడు మనసులోనే సింహాద్రి అప్పన్నకి ఓ దండం పెట్టుకుంటాడు. చుట్టూ చేరిన కుర్రాళ్లందరికీ ఇంటిపేరుని బట్టి ఒక్కొక్కరికి ఒక్కో వరస అవుతాడు. నూకన్న ఇంటిపేరు మైలపిల్లి. బంగారుచిట్టిని మాయా.. అని పిలుస్తున్నాడు.

"మాయా రంగం ఎళ్ళడానికి ఎన్ని రోజులు పడుతుంది?"

"అప్పన్న దయతో చూస్తే ఏడు పొగుళ్లు, ఏడు రాత్తుర్లో ఎల్లిపోతామోయ్"

ఎవరినైనా ఏమోయ్ అని పిలవడం అతని అలవాటు.

"మాయా రంగం ఎక్కడుంది?"

"అది బర్మా దేశంలో ఉందోయ్.. ఇసాపట్నం నుంచి ఈశాన్యంగా వెళ్తే వస్తుంది ఆ దేశం"

"అక్కడ మనోళ్లు ఎంతమంది ఉంటారు?"

"ఇంతా అని చెప్పలేను గానీ ఓ లక్షమంది పైనే ఉంటారోయ్, మనోళ్లు బాగా గడించారు అక్కడ"

"అంతమంది అంతదూరం ఎలా ఎల్లగలిగేరు మాయా?"

"ఇది ఒక కాలంలో జరిగింది కాదోయ్.. పూర్వం కోరంగి రేవు నుంచి

వెళ్ళేవాళ్ళం. రంగంలో మనల్ని కోరంగీలనే అంటారు ఇప్పటికీ"

"ఆ కోరంగి ఏక్కడుంది మాయా?"

"గోదావరి సముద్రంలో కలిసే దగ్గర ఉండేది. తుఫాను వచ్చి మునిగిపోయిందోయ్... అయినా అది మునిగిపోవడానికి ముందు నుంచే మన తాతముత్తాతలు ఆ దేశాలన్నీ తిరిగారు. అసలు మన వృత్తే ఓడలు తయారుచేయడం. మన కులమే ఓడకులం. అసలు మైలపిల్లి మైరావుడు వల కనిపెట్టకపోతే మనం ఓడలు కడతానే బతికేవోలం"

"మైలిపిల్లి మైరావుడా?" కుతూహలంగా అడిగాడు నూకన్న తన ఇంటిపేరు కావడంతో.

అప్పుడు బంగారు చిట్టి మైలిపిల్లి మైరావుడి కథ చెప్పాడు.

❖❖❖

అలివి అనేది ఒకరకమైన వల. పొడుగాటి ఆ వలని నీళ్లలో విల్లు ఆకారంలో వేసి ఇటు కొసన కొంతమంది అటు కొసన కొంతమంది లాగుతారు. ఆ విల్లు లోపల ఉన్న చేపలు వలని తప్పించుకొని వెళ్లలేవు. చేపలు పట్టడంలో చాలప్రాచీనమైన పద్ధతి.

రంగూన్‌లో హార్బర్‌కి అటూ ఇటూ ఒడ్డంతా మత్స్యకార కుటుంబాలు క్యాంపులు ఏసుకొని ఉంటున్నాయి. కలకత్తా నగరం గంగానది ఒడ్డునున్నట్టు రంగూన్ కూడా రంగూన్ నది ఒడ్డున ఉంది. పోర్ట్‌కి వచ్చే షిప్పులన్నీ నది సముద్రంలో కలిసే చోట నదీముఖద్వారం నుంచి లోపలికి వస్తాయి. ఏ ఊరి నుంచి వచ్చినవాళ్ళు వాళ్ళ క్యాంపుకి ఆ ఊరి పేరు పెట్టుకున్నారు. బంగారు చిట్టి ఉంటున్నది "కొత్తపట్నం క్యాంపు". నూకన్న తొలిచూపులోనే రంగూన్ తో ప్రేమలో పడిపోయాడు. వేరే ఎదో దేశం వచ్చానన్న ఆలోచనే లేదు.రెండుమూడు రోజుల్లోనే ఇంటి బెంగ తీరిపోయింది. మిగతా కుర్రాళ్లతో రోజంతా అలివి లాగడం, రాత్రైతే గుంపులుగా కూర్చుని అన్నాలు తీని, ఇసకలో ఆడుకొని, కథలు చెప్పుకుంటూ నిద్రపోవడం మరుసటి రోజు యధావిధిగా మళ్ళీ అలివి.

వారాంతంలో బంగారుచిట్టి కుర్రాళ్లందరికీ జీతం చ్యా(రూపాయలు), ప్యా(పైసలు)లుగా లెక్కగట్టి ఇచ్చేసేవాడు. ఇస్తూ ఇస్తూ "ఈ దేశం ఎంత బాగున్నా మన దేశం ఏరే ఉంది. అక్కడ వోయిసైపోయిన మీ అమ్మాబాబులు ఏళకి ఇంత

తినాలన్నా, మీ అప్పజెల్లెళ్ళని మంచి మొగుళ్ళకి ఒంపాలన్నా... ఇక్కడ మీరు ఒళ్ళు దాచుకోకుండా పనిచేయ్యాలోయ్" అని హెచ్చరించేవాడు. ఆ మాటలు విన్నట్టే ఊకొట్టి డబ్బులు తీసుకొని సిటీలోకి పరిగెట్టేవాళ్ళు. ట్రామ్‌లు, జట్కాలు, జనాలతో సందడిగా ఉండే రోడ్లు, పెద్దపెద్ద భవంతులు, ఊరి నిండా బుద్ధుడి గుడులు (పెగోడాలు).

అన్నింటికంటే పెద్దదైన ష్వెడగోన్ పెగోడాని నోరు తెరుచుకొని చూస్తూ ఉండిపోయేవారు ఆ కుర్రాళ్ళు. ఇక రంగూన్‌లో ఏ మూల చూసినా భారతీయులే, అందులోనూ ఎక్కువగా తెలుగువాళ్లు.

రిక్షావాళ్ళు, రైతులు, కూలీలు, ఓడల్లో పనిచేసే కలాసీలు, తండేలులు శ్రామికవర్గం చాలావరకు వాళ్లే. వ్యాపారాలు చేసి ధనవంతులైనవాళ్ళు కూడా ఉన్నారు. అన్నిరంగాల్లోనూ ప్రవేశించి ఆ చోటుని తమ చోటుగా చేసుకొని సంఘాలు కూడా స్థాపించారు. నూకన్న కి ఇదంతా చూస్తుంటే చాలా సంబరంగా ఉంది. ముఖ్యంగా అక్కడ లోకల్ బర్మవాళ్ల కట్టూబొట్టు

ఆడవాళ్లు ఉల్లిపొరల్లాంటి జాకెట్లు (ఎక్కువ తెలుపు) ధరించి, లుంగీలు కట్టు కుంటారు, చీర కట్టుకోవడం ఉండదు. చిన్న ఓణి ("అనే సౌవా") వుంటుంది. పురుషులకు తలగుడ్డ (గౌంబ్వే) తప్పనిసరి. మీసాలుండడం అరుదు. చొక్కా (ఎంజి. టంగే - (లపుంజీ) కట్టు కుంటారు. చెప్పులు (పన్నా) కలపతో తయారుచేసినవి ఎక్కువగా ఉపయోగిస్తారు. తలపాగాలాంటి "గౌఉజాం" ఉపయోగిస్తారు. స్త్రీ, పురుషుల ఒంటిరంగు తళతళ మెరిసే బంగారు కాంతితో వుంటుంది. అన్ని కాలాల్లోనూ చందనం, అత్తర్లు మొదలైన సుగంధ ద్రవ్యాలు వాడడం అంటే... బర్మా వారికి చాల యిష్టం. గుండ్రని ముఖం, సన్నని పెదవులు, అందమైన చిన్ని కళ్ళతో పురాణ యుగంలోని ముని కన్యల్లా బర్మీ స్త్రీలు జుట్టు పైకెత్తి, నడినెత్తిన కొప్పువేస్తారు. పొడుగాటి నల్లని శిరోజాలను, రక రకాలుగా అలంకరించుకోని దేవలోకం నుంచి దిగివచ్చిన అప్సరసల్లా ఉంటారు.

పైగా బర్మా వాళ్ళకి కులాలు లేవు, కులాల పట్టింపుల్లేవు.
ఆడుతూ పాడుతూ అలా పదేళ్లు గడిచిపోయాయి.
1939, ఏప్రిల్

కండలు తిరిగిన నల్లని శరీరానికి బిగుతుగా ఉన్న నీలంరంగు సిల్కు చొక్కా, గళ్ళ లుంగీ, మెడలో గోల్డ్ చైను, చేతికి మండ చైను, చెవులకు బంగారు పోగులు, కాళ్ళకి కిర్రు చెప్పులు, నూనె రాసి వెనక్కి దువ్విన జుట్టు. నోటిన గుప్పుగుప్పున

ONCE
UPON
A
TIME
IN
RANGOON

పొగలు వదులుతున్న చుట్ట...

ఒకరి మీద ఒకరు నీళ్లు జల్లుకుంటూ పరిగెడుతున్న జనంతో కోలాహలంగా ఉన్న ఆ రోడ్డు మీద సగం తడిచిపోయి తనవైపు చూసిన ఆడపిల్లకల్లా కన్నుకొడుతూ నడిచెలుతున్నాడు నూకన్న.

ఉగాదితో తెలుగువారికి కొత్తసంవత్సరం ప్రారంభమైనట్టు బర్మా వాళ్ళకి ఈరాబోతో కొత్తసంవత్సరం ప్రారంభం అవుతుంది. రంగూన్ నగరం అంతా తంజాన్ ఉత్సవాలు జరుగుతున్నాయి. ఒకరిపై ఒకరు నీళ్లు గుమ్మరించుకోవడం ఈ వేడుకల్లో ప్రత్యేకత. ఇలా నీళ్లు గుమ్మరించుకోవడం వలన ఆ ఏడు చేసిన పాపాలు, కర్మలూ ఆనాటితో క్షాళన అవుతాయని నమ్మకం.

ఈ తంజాన్ ఉత్సవాల్లో ఉన్న మరో విశేషమేమంటే కొత్త సంవత్సరంలో దేశం యొక్క భవిష్యత్తు విపులంగా ప్రకటించడం జరుగుతుంది. అంటే పంచాంగ శ్రవణం జరుగుతుంది అన్నమాట. బర్మా పూర్వపు రాజధాని "మాండలే"లో ఉన్న పలువురు జోతిష్కులు దాన్ని తయారుచేస్తారు.

ఈ పండుగ రోజుల్లోనే... స్వర్గలోకమందున్న ప్రభువు(తంజాన్) భూలోకాన్ని సందర్శిస్తాడని పలువురి అభిప్రాయం. అలా దివి నుండి భువికి వచ్చే ప్రభువు చేతిలో కత్తి ఉంటే... ఆ ఏడు యుద్ధప్రళయం ఉందని అర్థం.

ఆ సంవత్సరం తంజాన్ చేతిలో కత్తి ఉంది.

గడిచిన తొమ్మిదేళ్లలో దేశంలోనూ, నూకన్న జీవితంలోనూ చాలమార్పులు వచ్చాయి. 1935లో అప్పటిదాకా బ్రిటీష్ ఇండియాలో భాగంగా ఉన్న బర్మాని వేరు చేసి ప్రత్యేక దేశంగా చేశారు. ఆ దేశం వచ్చినప్పుడు రైతుకుర్రాడిగా ఉన్న నూకన్న డబ్బులు కూడబెట్టి తనే స్వంతగా అలివి కొనుక్కొని ఊరినుంచి రైతు కుర్రాళ్ళని రప్పించుకొని తనూ సరంగు(యజమాని) అయ్యాడు. చేపలు పట్టడంలో కూడా కొత్తపద్ధతులు వచ్చాయి, బాంబులతో చేపలు పట్టడం మొదలెట్టారు.

సంవత్సరం క్రితం రంగూన్ తెలుగు నాటక సమాజం వాళ్ళతో పరిచయం అయింది. చూడ్డానికి దిట్టంగా ఉన్నాడని "ద్రౌపతీ వస్త్రాపహరణం" నాటకంలో భీముడి పాత్ర వెయ్యమన్నారు.

"నాకు యాక్టింగు రాదండీ బాబూ..." అంటే "నీకు పెద్ద డైలాగులు ఏం ఉ

ండవయ్యా... రెండే డైలాగులు. ఒక పద్యం. అది నీకు నేను కంఠతా పట్టిస్తాను కదా... మిగతా టైం అంతా కోపంగా పళ్ళుకొరుకుతూ గద పిసుక్కుంటూ కూర్చొడమే" అన్నాడు నాటకం డైరెక్టరు కారె అప్పారావు.

విక్టోరియా హాలులో జరిగిన ఆ నాటకంలో, భీమ ప్రతిజ్ఞ ఘట్టం.

కురువృద్ధుల్ గురువృద్ధ బాంధవులనేకుల్ చూచుచుండన్ మదో
ద్ధురుడై ద్రౌపదినిట్లు చేసిన ఖలున్ దుశ్శాసనున్ లోకభీ
కర లీలన్ వధియించి తద్విపుల వక్షశ్శైల రక్తౌఘ ని
ర్ఝర ముర్వీపతి చూచుచుండ అని నాస్వాదింతు నుగ్రాకృతిన్.

అంటూ.. నూకన్న చేసిన హావభావ ముఖాభినయం, చూసిన జనాలందరికి తెగ నచ్చేసింది. ముఖ్యంగా తెలుగు మాట్లాడం వచ్చిన ఓ బర్మా యువతికి. నాటకం అయిపోయాక కొంతమంది బర్మావాళ్ళు వచ్చి వాళ్ళ బాషలో ఏదో పొగుడుతా ఉంటే అర్థం కాకపోయినా తలాడిస్తూ తనవంకే కళ్ళు ఆర్పకుండా చూస్తున్న తారని చూసాడు. కొన్ని క్షణాలు అలా ఒకరికళ్లలోకి ఒకరు చూసుకున్నారు. "ఈ పిల్లకి నేను నచ్చినట్టున్నాను" అనుకున్నాడు నూకన్న. తొరతొరగా గెటప్ మొత్తం తీసేసి బట్టలు మార్చుకొని థియేటర్ బయటికి వచ్చి ఆ పిల్లకోసం అటూ ఇటూ చూసాడు.

ఆ పిల్ల అప్పటిదాకా అక్కడే నించొని ఎవరికోసమో చూస్తూ నూకన్నని చూడగానే మారు మాటాడకుండా వెనక్కి తిరిగి నడిచి వెళ్ళిపోతుంది. నూకన్న వెనకాలే బయలెల్లాడు. ఆ పిల్ల నడుస్తూ నడుస్తూ కొంచెం తలతిప్పి వెనక్కి చూడ్డం, నూకన్న ఆ పిల్లని చూసి ఆ ఒకరకమైన నవ్వు నవ్వడం. కాసేపటికి ఆ పిల్ల ఒక సందులోకి తిరిగి, ఒక చెక్క మెట్లున్న ఇంట్లోకి దూరి మాయం అయింది.

ఆ ఇంట్లోకి వెళ్ళడానికి కొంచెం గింజుకున్న నూకన్న ఒకసారి తల జాడించికొని, సంశయం పక్కకినెట్టి లోపలికి వెళ్ళాడు. లోపల కస్తూరి, చందనం, అగరుబత్తి ఘాటైన వాసనలు, బుద్ధుని పటాలు, చిన్నచిన్న బొమ్మలు.. ఇవన్నీ ఉక్కిరిబిక్కిరి చేస్తుండగా ఎదురుగా ఉన్న గదిలోకి వెళ్ళాడు. లోపల మంచం పక్క ఆ అమ్మాయి. మోచేతులు దాకా ఉన్న తెల్లటి సిల్కు జాకెట్టు, కింద పసుపు రంగు లుంగీ. చేతివేళ్ళకి ఎర్రటి గోరింటాకు. మామూలు బర్మా వస్త్రధారణ. ఆమె శరీరపు ఎత్తులని, ఒంపుసొంపులుని ప్రస్ఫుటంగా చూపిస్తున్నాయి. ఆ అమ్మాయి కళ్ళలో ఇందాక నాటకం థియేటర్ దగ్గర చూసినట్టుగా అదే చూపు. ఆ చూపులో ఓ

కోరిక ఉంది. ఓ ఆహ్వానం ఉంది. నీకోసమే ఎంతోకాలంగా ఎదురుచూస్తున్నాను అన్నట్టుగా కూడా ఉంది. నూకన్న ముందుకు కదిలాడు. ఆ కదలికలో కాంక్ష ఉంది.

ఆ కాంక్ష కాంతికన్నా వేగం అయినది.

ఆమెని హత్తుకోగానే మెత్తటి చందన పరిమళం. నూకన్న ఆ అమ్మాయిని అల్లుకుపోయి చేతికి దొరికిన పండుని ఏ వైపు నుంచి తినాలో తెలీనట్టు సతమతమవుతున్నాడు. ఆ అమ్మాయి నూకన్నని పట్టుకొని ఆపి ఒక్క క్షణం అతని కళ్ళలోకి చూసి పెదాలకి పెదాలని ఆనించి, నాలుకలని మెలిపెట్టి, వేళ్ళతో అతని చొక్కా గుండీలని విప్పి, అతన్ని పూర్తిగా నగ్నంగా చేసి, తన వివస్త్ర అయి నూకన్నని కేవలం వస్తుమాత్రం చేసి తను సుఖపడింది, అతన్ని సుఖపెట్టింది. జీవితంలో మొట్టమొదటిసారి గొప్ప సంతృప్తిని పొందిన భావం నూకన్నకి కలిగింది. దాన్ని భావప్రాప్తి అంటారు.

అలా అనుకుంటుండగానే గుర్తొచ్చింది “అవునూ ఇంట్లోకి వచ్చి ఇంత చేసేసాం. ఇంతకీ ఈ పిల్ల పేరు ఏంటి?” అనుకుని, గుండెల మీద తలపెట్టి వేళ్ళతో అతని ఛాతీ వెంట్రుకలని మెలికలు తిప్పుతున్న అమ్మాయివైపు చూసాడు. ఆ అమ్మాయి కూడా తలపైకి ఎత్తి చూసి “తార” అంది.

నూకన్న గుండె ఝల్లుమంది “అమ్మదినెమ్మ... నేను మనసులో అనుకున్నది దీనికి ఎలా వినిపించింది!” అనుకున్నాడు

సరిగ్గా అప్పుడే పక్కగదిలోంచి ఓ చంటిబిడ్డ ఏడుపు వినిపించింది. పక్కలోంచి లేచెళ్లి ఉయ్యాలలో ఉన్న బిడ్డని ఎత్తుకొని బర్మీస్ బాషలో ఏదో జోలపాట పాడి లాలిస్తుంటే, నూకన్న ఇంకా అయోమయంలో పడిపోయాడు.

‘ఇది పిల్లతల్లా..! దీని మొగుడు ఎక్కడ ఉన్నాడో? అని భయంగా చుట్టూ చూసాడు.

తార అది అర్థం అయినట్టు వెంటనే తెల్లటి పలువరస కనిపించేలా నవ్వుతూ భయపడొద్దు అని తల అడ్డంగా తిప్పింది.

తారకి పెళ్లయిన రెండేళ్ళకి భర్త చనిపోయాడు. ఒక కొడుకు.

మాంట్ గోమరీ రోడ్‌లో 41వ వీధిలో తార ఉంటుంది. ఇక ఆ తర్వాత

నుంచీ నూకన్న వారంలో నాలుగురోజులు రాత్రి పూట వెళ్లి తెల్లారిజామున వచ్చేస్తుంటాడు.

❖❖❖

తెల్లారుజామున ఇంకా చీకటి ఉండగానే నూకన్న మంచం మీది నుంచి లేచి, లుంగీకి గోతాడు బిగించుకొని బయల్దేరుతుండగా, నూకన్నని ఆగమని చెప్పి తార వేరే గదిలోకి వెళ్లి చేత్తో ఒక వస్తువు పట్టుకొని వచ్చి చూపించింది.నగిషీలు చెక్కిన రాగి బరిణె. అది అతనికి ఇస్తూ

"ఒక పెద్ద యుద్ధం రాబోతుంది. తంజాన్ సూచనలు ఇచ్చాడు. ఇది తరతరాలుగా మా కుటుంబం కాపాడుకుంటూ వస్తున్నది. ఇందులో బుద్ధభగవానుడి అస్తికలు ఉన్నాయని మా పెద్దల నమ్మకం. నేను ఎప్పుడూ తెరిచి చూడలేదు. నువ్వూ చూడొద్దు. నువ్వు మీ దేశం వెళ్లిపో.."

నూకన్న కి ఏం అర్థం కాలేదు. అయినా "దీన్ని నేనేం చేసుకోను" అన్నాడు.

"ఇది అనోరతా మహారాజు కాలంలో మీ దేశం నుంచి మా దేశానికి వచ్చింది. ఇది ఎక్కడ ఉంటే అక్కడ రాజ్యం సుభిక్షంగా ఉంటుందట. రాబోయే యుద్ధాన్ని ఆపలేం.యుద్ధం వల్ల జరగబోయే నష్టాన్ని ఆపలేం. యుద్ధం తర్వాత ఈ దేశం మళ్ళీ సుభిక్షంగా మారాలంటే ఇది ఈ దేశంలో ఉండాలి. యుద్ధం తర్వాత నేను బతికుండకపోతే దీన్ని మా పెద్దలకి అందజేయి. గుర్తుపెట్టుకో దీన్ని ఎవరికీ చూపించకు.దీని గురించి ఎవరికీ చెప్పకు"

నూకన్నకి తార మీద ప్రేమలేదు.తనకి శారీరక సుఖం ఇస్తున్న ఆడదిగా ఇష్టం అంతే.అలాంటిది తన మీద ఇంత పెద్ద బాధ్యత పెట్టడం ఆశ్చర్యం అనిపించింది.

మెల్లిగా ఆ గుండ్రటి బరిణెని తీసుకొని వీధిలోకి వచ్చి జెట్టీ వైపు నడుస్తున్నాడు. చేతిలో వస్తువు కాస్త బరువుగానే ఉంది. తెరిచి చూద్దాం అని మనసు పీకుతుంది. కానీ చూడొద్దని తార అంత గట్టిగా చెప్పింది. ఎలాగో మనసుని నియంత్రించుకొని ఇంటికెళ్లిపోయాడు.

అయితే నూకన్నకి అంతతొందరగా అన్నీ వదిలేసుకొని వెళ్లడం కుదరలేదు. సొంత ఇల్లూ, వలా తాళ్ళు, పడవ, యాపారం, తనని నమ్ముకొని ఎనిమిదిమంది రైతు కుర్రోళ్ళు... అన్నీ ఉన్నపళంగా వదిలేసుకోని వెళ్లడం అంటే అంత సులువు

కాదు. పైగా ఇక్కడ తను రాజులా బతుకుతున్నాడు. ఆ దేశంలో ఇప్పుడు పరిస్థితులు ఎలా ఉన్నాయో తెలీదు. అసలు తార చెప్పినట్టు ఆ యుద్ధం వస్తుందో లేదో తెలీదు. ఒకవేళ వచ్చినా నేనొక్కడినీ వెళ్ళిపోయి వీళ్ళందరినీ చావమని వదిలెయ్యడం ఎంతవరకు న్యాయం? ఒకవేళ ఈ విషయం ఎవరికన్నా చెపుదామన్నా, చెపితే నవ్వుతారేమోనని భయం. ఇలాంటి ఆలోచనలతోనే కొన్నినెలలు కాలం గడిపేసాడు.

ఈలోపు తంజాన్ తన కత్తి దూసాడు.

1941 ఆగస్టు 9

జపాన్ బర్మా మీద దాడి చేసింది.

ఇక్కడి నుంచి నాకన్నదే కాదు బర్మా లో ఉన్న ప్రతి తెలుగువాడిదీ ఒకటే కథ. ఆ మాటకొస్తే బర్మాలో ఉన్న భారతీయుల అందరి కథ.

సస్యశ్యామలమైన బర్మాను కైవసం చేసుకోవాలన్న తలంపుతో జపాన్ దేశం బ్రిటిషు వారిపై విమాన, శతఘ్ని దళాలతో విరుచుకుపడింది. జపాన్ సేన బర్మా అంతటా, వీరవిహారం చేసింది. బర్మా ముఖ్య కీలక స్థావరాలన్నింటి పైనా మెరుపుదాడులు చేసి బర్మాలో చాలా భాగం ఆక్రమణ చేసుకుంది. ప్రతీకార చర్యగా దెబ్బకు దెబ్బ తీయాలన్న బ్రిటీష్ ప్రభుత్వం తలంపుతో వేలాదిగా సైన్యాన్ని బర్మా అంతట మోహరింపజేసింది.

ఈ భీకర పోరాటంలో ఇరుపక్కల సైన్యం, ప్రజ–లెక్కకు మిక్కిలిగా బలైపోయింది. మానవ రక్తధారలతో బర్మాకు అభిషేకం జరిగినట్టు పల్లెలూ పట్టణాలుకట్టడాలు– ఒక్కటేమిటి సమస్తం సర్వనాశనమైంది. బర్మాలోని ముఖ్య కట్టడాలు, బ్రిటిషువారి సైనిక స్థావరాలు, ఆయుధ కర్మాగారాలు, వెలకట్టలేని ఆస్తిపాస్తులు ఈ మారణహోమంలో నామరూపాలు లేకుండాపోయాయి.

ఆ సమయంలో – భారత– బర్మా దేశాలమధ్య ఓడ – విమాన సర్వీసులు పూర్తిగా నిలిచిపోయాయి. బర్మా నుండి భారత దేశానికి 'కాలిబాట' ఒక్కటే శరణ్యమైంది

ఈ యుద్ధ జ్వాలల బారినుండి తప్పించుకొని స్వదేశం చేరుకుందామన్న తలంపుతోకాలి నడకన బయలుదేరారు– గత్యంతరం లేని తెలుగువాళ్ళు. "పీగూ"– పెంటజాన్, "న్యవ్ లేబిన్" "ఎమెదిన్", మొదలైన ఊళ్ళను దాటుకొని–రైల్లో 'మునివా' చేరడం – మొదటి మజిలీ

"మునివా" తర్వాత స్వదేశం చేరుకోడానికి తిరిగి కాలిబాట గల "కలువా" చేరాలి. కలువా చేరాలంటే బర్మాను "అన్నపూర్ణ"ను చేసే "ఐరావతి" నదిని దాటాలి.స్వదేశం ప్రయాణమయ్యే కాందిశీకులు యీ నదిని దాటడం కోసం ముందుగానే బ్రిటిష్ ప్రభుత్వం పెద్ద పెద్ద తెరచాప పడవల్ని అప్పటికే సిద్ధంచేసి వుంచింది. ఈ తెరచాప పడవల మీద దాదాపు ఏభై మంది చొప్పున దశలవారీగా "కలుగా" చేరేవారూ. ఇలా ఐరావతి నదిని దాటడానికి రెండు వారాలు పట్టేది.

సరియైన ఆహారంలేక, ఆరోగ్యం చెడిపోయి వృద్ధులు, పసిపిల్లలు ఎంతో మంది పడవలమీదనే ప్రాణాలు విడిచేసేవారు. దహన సంస్కారానికి కూడా నోచుకోని కాందిశీకుల శవాలు చాలావరకు నదీగర్భానికే అంకితమైపోయేవి.

చావగా మిగిలినవాళ్ళు ప్రయాణం చేస్తున్నంత సేపూ అక్కడక్కడ మజిలీలు చేస్తూ గట్టుమీద పండిన "అనుములు", "కొమ్ముశనగలు" ఉడకబెట్టుకొని తింటూ బిందెలతో నీళ్ళు కావిడలో మోసుకుంటూ దాహాన్ని తీర్చుకుంటూ ప్రాణాలు దక్కించుకొనేవారు.

"కలువా" ఇంచుమించు కీకారణ్యం. చావగా మిగిలిన కాందిశీకులంతా కలువాలో ఒక గుంపుగా పొగయ్యేవారు.

ఆడవాళ్లను పసిపిల్లల్ని మధ్యగా కూర్చోబెట్టుకొని చుట్టూరా మగవాళ్ళంతా కాపలా వుండేవారు.

పగలంతా చెట్టూపుట్టా దాటి... చీకటిపడే వేళకు పెద్ద పెద్ద మంటలు వేసుకొని, కూర్చొని పెద్ద పెద్ద శబ్దాలు చేస్తూ.. క్రూరమృగాల బారి నుండి తప్పించుకుంటూ రాత్రిళ్ళు గడిపేవారు. తిరిగి ఉదయాన్నే కాయలు, పండ్లు దొరికినవి తింటూ ఏమీ దొరక్కపోతే కాలే కడుపుతోనే కాలినడక ప్రారంభించేవారు.

అయితే ఆ మంటల జ్వాలల్ని పసిగట్టి అది సైనిక స్థావరంగా భావించి, విమానాల్లోంచి బాంబుల వర్షం కురిపించేవి జపాన్ సేనలు.

ఆ బాంబింగ్లో చచ్చినవారు వస్తే- బాంబు రవ్వలకు కాళ్లుపోయి, కళ్లుపోయి, చేతులుపోయి, శరీరం తూట్లుపడి భయంకరంగా ఆర్తనాదాలు చేసేవారు. చెట్లు కొకరుగా, గట్టు కొకరుగా పరుగులెత్తేవారు. ఆర్తనాదాలతో, రోదనలతో ఆ కీకారణ్యంలో ఆరణ్యరోదనే అయ్యేది....

మరునాడో, ఆమర్నాడో వచ్చే కాందిశీకుల గుంపుతో చావగా మిగిలినవాడు.. గోరు గోరున విలపిస్తూ, జరిగింది చెప్పుకొని మళ్ళీ ఇండియాకు ప్రయాణం మొదలెట్టేవారు

ఆ నడక గంటలు కాదు, పూటలు కాదు... రోజులు కాదు... వారాలు కాదు... ఎన్నాళ్ళు నడిచినా... తరగని యాత్ర గమ్యం చేరుతామన్న ఆశలేదు. తెల్లారిని చూస్తామన్న నమ్మకం లేదు.

కదిలే కాళ్ళే కాల చక్రాలుగా భావించుకొని, ప్రాణమున్నంతవరకూ ప్రయాణం చేయక తప్పదని భావించుకున్న కాందిశీకులు మూటాముల్లే నెత్తిన బెట్టుకొని, పిల్ల పాపలను చంకన బెట్టుకొని చీమలబారులా నడుస్తూనే వెళ్ళేవారు

ఆ ప్రయాణంలో...
నిశ్చింత లేదు.
సుఖం లేదు.

తిండిలేక గిలగిలలాడి కొంతమంది చనిపోతే... మంచినీళ్ళు లేక నాలుక ఎండి ఇంకొంతమంది ఐతే, రోగాలతో కాస్తమంది పోయి, క్రూరమృగాల వాతబడి కొందరు- బాంబుల ధాటికి కొందరు ముసైపోయి, ఇంకా రకరకాలుగా కుప్పలు తెప్పలుగా మార్గమధ్యంలో కాందిశీకులు చచ్చిపోయేవారు. ఇన్నింటిని అధిగమించి... ఎలాగోలా ప్రాణాలు దక్కించుకొని... నడక సాగిస్తున్న కాందిశీకులపై మార్గమధ్యంలో బందిపోట్లు దాడిచేసి... డబ్బు, బంగారం దోచుకుపోయేవారు.

ఇలా దోచుకున్న బందిపోట్లు డబ్బును, బంగారాన్ని కూడగట్టుకోగలిగేవారు గాని వాళ్ళు కూడా నీళ్లు దొరక్క, తిండిలేక... దోచుకున్న సంపదను చేతుల్లో పెట్టుకొని దిక్కులేని చావు చచ్చేవారు. మార్గమధ్యంలోనే తల్లో, తండ్రో, భర్తో, భార్యో ఎవరి ప్రాణంపోయినా... ఆ తోవలోనే ఆ శవాన్ని వదిలిపెట్టి పొంగుతున్న దుఃఖాన్ని గుండె లోనే అదుముకొనితిరిగి నడక సాగించేవారు. నడవలేని ముసలివాళ్ళను జబ్బుపడిన వారిని గుండెరాయి చేసుకొని... ఆ త్రోవల్లోనే వదిలి పెట్టి... గుంపుతో కలిసి నడవలేని వారిని గురించి,రోగిష్టుల గురించి బాధపడుతూ కొందరు రోదిస్తోంటేమిగతా కాందిశీకుల గుంపు ముందంజ వేసి తరలిపోయేది. తిరిగి గుంపు కలుస్తుందో లేదో... నన్న భయంతో ముసలివాళ్ళను, రోగిష్టులను మార్గమధ్యంలోనే వదిలిపెట్టేసేవారు... చచ్చిపడి ఉన్న శవాలు- ఉబ్బిపోయి, పురుగు పట్టి-చెడుకంపుతో త్రోవర్లో గుట్టలు గుట్టలుగా ఉండేవి. బ్రిటిష్ వారు ఏర్పరచిన

అతిచిన్న కాలిబాటలో ఆ శవాలు అడ్డంగా పడి ఉంటే... పయనిస్తున్న కాందిశీకులు ఆ శవాలమీది నుండి దాటుకుంటూ తరలిపోయేవారు...

ప్రకృతికి – మానవ మారణహోమానికి, బందిపోట్ల పైశాచికత్వానికి ప్రాణాలు పోగొట్టుకోగా మిగిలిన కాందిశీకులు 'దిమ్మాపూర్ చేరేవారు. ఎన్నో ఎత్తైన కొండల్ని చాటాల్సి వచ్చేది. అలా కొండల్ని దాటేటప్పుడు భీకర

వర్షం, గాలి, చీకటి రాత్రి...

ఆ భీకర – భయంకర వాతావరణంలో..

గుండాగి చనిపోయినవారు కొందరైతే... కొండ శిఖరాలమీది నుండి జారి పడి ప్రాణాలు పోగొట్టుకున్న వారు మరికొందరు. అక్కడక్కడ తారసపడే కోయ వాళ్ళకు డబ్బులిస్తామని ఆశ పెట్టి చంటిపిల్లల్ని కొండ దాటేవరకూ ఎత్తుకోమని కొందరు ఏర్పాటు చేసుకునేవారు. ఈ కొండల్లో 18 రోజులపాటు నడక సాగించే వారు. ఆ తర్వాత తగిలేది మణిపూర్. రంగూన్‌కీ మణిపూర్‌కి మధ్య దూరం 1163 కిలోమీటర్లు.

నూకన్నతో పాటూ బయల్దేరిన రైతుకుర్రాళ్లలో ఇద్దరు తప్ప అందరూ దారిలోనే, పైన చెప్పిన ఏదో ఒక చోట, ఏదో ఒక కారణానికి చనిపోయారు.

తన స్వంత తమ్ముడి శవాన్ని కలకత్తా ఆసుపత్రిలో వదిలిరావాల్సి వచ్చింది. ఆసుపత్రి గోడకి తలబాదుకొని ఏడ్చాడు.

ఈ దారిలోనే ఎక్కడో తార ఇచ్చిన బరిణె కూడా పోయింది.

బర్మా, రంగూన్, అక్కడి జీవితం నూకన్న లాంటివాళ్ళ జ్ఞాపకల్లో వాళ్ళు వెలివేయబడ్డ స్వర్గంలా మిగిలిపోయింది. తిరుగుప్రయాణంలో వాళ్ళు అనుభవించిన ఎడతెగని పాట్లని, అంతులేని నిరీక్షణని కథలరూపంలో, పాటల రూపంలో దాచుకున్నారు. అలాంటి ఒక కథ

పూర్వం ఇద్దరు మనుషులు రంగం వెళ్తున్నారంట. తిన్నగా ఒకటే దారి, వెళ్లగావెళ్ళగా ఒక దగ్గిర ఆగి అన్నం ఒండుకుందాం అని దారిపక్కన మూడురాళ్లు పొయ్యిలా పేర్చి మంట వెలిగించి కుండపెట్టి,అన్నం వండుతున్నారంట కాసేపటికి వాళ్ల కింద ఏదో కదిలినట్టు అనిపించింది అంట. తిరామోసు చూసేసరికి వాళ్ళు నడుస్తున్న దారి, దారి కాదంట. అదో పెద్దపాము అంట.

❖❖❖

59 ఏళ్ళ తర్వాత బుగ్గవాగు చెరువు ఒడ్డున పొలం దున్నుతుండగా మైరావుడికి ఆ బరిణె దొరికిందని ఓ కథ.

అందులో ఏముంది?

కొన్ని రాగినాణేలు, రెండోమూడో బంగారు నాణేలు,ఒక వజ్రం.

వజ్రమా?

అవును, డైమండే. కోహినూర్ డైమండ్‌కి సరిసమానం అయింది అంట.

బుద్ధుడి దంతం కూడా ఉందా?

తెలీదు.

సమర్థుడైన వాడికి అదృష్టం తోడైతే ఆడు అద్భుతాలు చేస్తాడు. వాడిని ఎవరూ ఆపలేరు.

ఆ వజ్రం అమ్మగా వచ్చిన డబ్బుతోనే బుగ్గవాగు చెరువునీ, చెరువు చుట్టూ భూముల్ని కొనేసి, అడ్డం వచ్చినోడిని ఏసేసి, శవాలను ఇంటి పునాదుల్లో కప్పెట్టేసి బుగ్గవాగుని తన ఎలుబడిలోకి తెచ్చుకున్నాడు అంటారు.

చరిత్రలో ఇలాంటి కథలు కొన్ని ఉన్నాయి.

14వ శతాబ్దంలో ఆంధ్రదేశంలో రెడ్డి రాజ్యాన్ని స్థాపించిన ప్రోలయ వేమారెడ్డి లోహాన్ని బంగారంగా మార్చే పరిసవేది విద్యని వేముడు అనే ఒక సాధువు నుంచి మోసంతో గ్రహించాడని, ఆ ధనంతోనే సైన్యాలను కూడదీసి దక్షిణాంధ్ర ప్రాంతాన్ని తన ఎలుబడిలోకి తెచ్చుకున్నాడని ఒక కథ.

ఇలాంటిదే ఇంకో కథ

బేతాలరెడ్డిరెడ్డి అనే ఒక వ్యక్తి పొలం దున్నుతుండగా అతనికి ఒక నిధి కంటపడింది. ఆ నిధిని పైకి తియ్యడానికి ప్రయత్నించబోతే లోపలి నుంచి మాటలు వినిపించాయి "తనకు నరబలి ఇస్తే తప్ప తను అక్కడినుంచి కదలనని" ఆ నిధి చెప్పింది. అప్పుడు బేతాలరెడ్డి పక్కనే యాచడు అనే అతని సేవకుడు ఉన్నాడు. అతడు తాను బలికావడానికి సిద్ధపడి తన యజమానిని ఒక కోరిక కోరాడు

"యజమానీ నీ వంశంలో పుట్టే మొదటిబిడ్డకి నా పేరు పెట్టుకోవాలి. నా ఇంట్లో పెళ్లి జరిగాకే నీ ఇంట పెళ్లి జరగాలి" అన్నాడు. అందుకు సమ్మతించిన బేతాలరెడ్డి తన సేవకుడిని ఆ నిధికి బలి ఇచ్చాడు. ఆ నిధి లేచింది. ఆ భేతాలరెడ్డి, భేతాలనాయుడు అయ్యాడు. కాకతీ గణపతిదేవుని సేనాధిపతిగా చరిత్రలో కనిపిస్తాడు.

❖❖❖

"నేను వాడిని కలవాలి"

"కుదరదు సార్.."

"ఏం కుదరదు?"

"వాడిని కలవడం కుదరదు"

అశోక్ అర్థం కానట్టుగా చూసాడు.

"వాడి పర్మిషన్ లేకుండా వాడిని కలవడం కుదరదు సార్" చెన్నకేశవులు ఈసారి స్పష్టంగా చెప్పాడు.

"పోలీసులు అక్కడికెళ్లి పదేళ్ల పైనే అవుతుంది సార్. పైగా వాడు ఊర్లో ఎప్పుడు ఉంటాడో, ఎప్పుడు ఉండడో ఎవరికీ తెలీదు"

"ఏం చెప్తున్నావ్ నువ్వు.
వాడేమైనా రాజా?
ఆ ఏరియా ఏమైనా వాడి రాజ్యమా?"

"రాజ్యం అని దేన్ని అంటారో, దాని లక్షణాలు ఏంటో నాకు తెలీదు గానీ వాడు మాత్రం ఆ ఏరియాకి, ఆ జనాలకి రాజే సార్. వాడికి ఏవో శక్తులు ఉన్నాయనీ, మాయలు చేస్తాడనీ ఇవికాక వాళ్ళకి వ్యవసాయం చేసుకోడానికి భూములు ఇచ్చాడని వాళ్ళు వాడిని దేవుడిలా చూస్తారు. వాళ్ళు పోలీస్ స్టేషన్‌కి రారు. ఏమున్నా వాళ్లలో వాళ్ళే పంచాయతీ పెట్టి తీర్చేసుకుంటారు."

"మారువేషంలో వెళ్లడం కూడా కుదరదా?"

"వాడికి వాడి రాజ్యంలో ఏ చెట్టు కొమ్మల్లో ఏ పిట్ట గూడు కట్టుకుందో, ఏ చీమలపుట్టని ఏ పాము ఆక్రమించుకుందో అన్నీ తెలుస్తాయి సార్... వాడికి మూడోకన్ను ఉందంటారు" ఇంకా-

"వాడంటే ఇక్కడ అందరికీ ఎందుకంత భయమో తెలుసా సార్. ఈ స్టేషన్‌లో ఉన్న ప్రతి ఒక్కరి గురించి వాడికి తెలుసు. పెళ్ళాం, పిల్లలు, ఇంటి అడ్రసులు, ఆస్తిపాస్తుల వివరాలు అన్నీ..."

వాడి గురించి ఆలోచిస్తున్నాం అనుకున్న మరుక్షణం మనకో మన వాళ్ళకో ఏమన్నా జరుగుతుందనే భయం ఇక్కడ అందరికీ పుట్టించాడు. మీ గురించి కూడా ఈపాటికే మొత్తం ఇన్ఫర్మేషన్ వాడికి వెళ్ళిపోయి ఉంటుంది."

ఆ మాట వింటూనే చప్పున కుర్చీలోంచి లేచి హోల్స్టర్‌లోంచి గన్ తీసి ఎదురుగా ఉన్న చెన్నకేశవులు నుదుటికి ఆనించి ట్రిగ్గర్ మీద వేలు పెట్టి నొక్కాడు. బుల్లెట్లు లేవు కాబట్టి చెన్నకేశవులు బతికిపోయాడు.

హఠాత్తుగా అలా జరిగేసరికి చెన్నకేశవులుకి గుండె ఆగిపోయినంత పని అయింది.

అశోక్ గన్ అలాగే పెట్టి చెన్నకేశవులు కళ్ళలోకి చూసాడు. కళ్ళల్లో భయంగా స్పష్టంగా కనిపిస్తుంది.

"భయం వేసింది కదా? ఇక్కడ గన్ను పెడితే ఇదే భయం వాడికి కూడా కలుగుతుంది" అన్నాడు.

చెన్నకేశవులు కాస్త తేరుకొని "నేను మిమ్మల్ని భయపెట్టడానికి చెప్పలేదు సార్...మీరే చూశారుగా మీరు వాడి మీదికెళ్ళినప్పుడు వాడిని టచ్ కూడా చెయ్యలేకపోయారు"

విక్రమ్ కి అది గుర్తొచ్చి కోపంతో పళ్ళు బిగించాడు. వెంటనే ఏదో గుర్తొచ్చిన వాడిలా "వాడు ఊర్లో ఎప్పుడు ఉంటాడో, ఎప్పుడు ఉండడో తెలీదు అన్నావ్, వాడు అక్కడ కాకుండా ఇంకెక్కడ ఉంటాడు?"

"వాడు చేపలు పట్టుకునే వాళ్ళందరినీ కూడేసే సంఘం ఏదో పెట్టాడు అంట సార్. ఆ పనులు మీద సాగర్, శ్రీశైలం వెళ్ళి వస్తాడు అంటారు"

విక్రమ్ కాస్త మామూలయి నించుని ఆలోచిస్తున్నాడు. ఇంతలో బయట ఎవరివో మాటలు వినిపిస్తుండటంతో ధ్యాస అటు మళ్ళింది. ఎవరో వచ్చారు, ఇన్స్పెక్టర్ గారిని కలవాలంటున్నారు.

అశోక్ బయటికొచ్చాడు. అక్కడ కానిస్టేబుల్స్ తో పాటూ ఒక వ్యక్తి ఉన్నాడు.

వయసు ముప్పై పైన ఎంతైనా ఉండొచ్చు. మాములు ప్యాంటు, చొక్కా వేసుకొని ఉన్నాడు. విక్రమ్ ని చూడగానే "నమస్కారం సార్" అన్నాడు

అశోక్ తల కిందికి ఆడించి జవాబు ఇచ్చి, ఏంటి? అన్నట్టు చూసాడు.

"నా పేరు అప్పలరాజు అండీ. మైరావుడి దగ్గర నుంచి వచ్చాను"

అశోక్ నుదురు ముడుచుకుంది. అయినా ఏం మాట్లాడకుండా ఎదురుగా ఉన్న మనిషిని చూస్తున్నాడు.

"మా అన్నియ్య మైరావుడు మిమ్మల్ని కలవాలనుకుంటున్నారండి, రేపు"

అశోక్ ఏం మాట్లాడకుండా అలా చూస్తూనే ఉన్నాడు.

అతనికి ఆ రోజు ఉదయం నుంచీ జరుగుతున్నవి అన్నీ చిత్రంగా అనిపిస్తున్నాయి. తను రావడం, అక్కడికి వెళ్లడం, ఆ రౌడీల చేతిలో గెంటేయబడటం, వాడేవడిదో జానపద కథ లాంటి జీవిత చరిత్ర వినడం. ఇప్పుడు వాడి నుంచే ఈ అనుకోని ఆహ్వానం. అంతా ఏదోలా ఉంది.

మళ్ళీ ఆ వ్యక్తే అంటున్నాడు "మీరు గాని ఒకే అంటే రేవు మేం వచ్చి మిమ్మల్ని తీసికెళ్తాము"

అశోక్‌కి ఈ మాట అర్థం కాలేదు. వీళ్లొచ్చి తీసికెళ్లడం ఏంటి?

ఆ వ్యక్తికి ఇది అర్థం అయింది "అంటే మీకు దారి తెలీదు కదా అనీ" అని ఊరుకున్నాడు.

దారి తెలీదా? ఆ చోటు ఏమైనా అడవిలో ఉందా? తన జ్యూరిస్డిక్షన్‌లో ఉన్న ఏరియాలో ఓ మూల ఉంది? అక్కడికి వెళ్ళడానికి ఒకరు దారి చూపించడం ఏంటి? ఇవన్నీ మనసులోనే అనుకుంటున్నాడు. ఆ వ్యక్తి సమాధానం కోసం చూస్తున్నాడు. కానిస్టేబుళ్ళు కూడా సార్ ఏం చెప్తాడా..? అని చూస్తున్నారు. అశోక్ ఒక నిర్ణయానికొచ్చి అతన్ని చూసి నెమ్మదిగా

"ఒకే" అన్నాడు.

వింటున్న కానిస్టేబుళ్లు అదిరిపడ్డారు. వాళ్ళెవరూ ఇప్పటిదాకా అక్కడికి వెళ్ళలేదు.

❖❖❖

ఆ రాత్రి, ఆ జైలు గదిలో ఆ ఇద్దరు కామ్రేడ్స్ మాట్లాడుకుంటున్నారు.

ఒకరు నలభై.

ఇంకొకరు ఎనభై.

మొన్నటిదాకా ఆ సీనియర్ కామ్రేడ్ ఒక్కడే ఉండేవాడు. కొన్నిరోజుల క్రితమే తాత్కాలికంగా రిమాండ్ కి వచ్చిన జూనియర్‌ని తీసుకొచ్చి సీనియర్ సెల్లో వేశారు.

వచ్చిన దగ్గర్నుంచీ ఒకరినొకరు కామ్రేడ్ అనే పిలుచుకుంటున్నారు.

జూనియర్ వచ్చిన దగ్గర్నుంచీ సీనియర్ కాస్త ఆనందంగా ఉత్సాహంగా ఉంటున్నాడు. ఇద్దరూ గంటలతరబడి చర్చలూ, కబుర్లూ..

వయసైపోయిన తండ్రికి వయసులో ఉన్న కొడుకు ఇచ్చే ఊరట ఆ సీనియర్ ఆ జూనియర్ నుంచి పొందుతున్నాడు. మరుసటి రోజు ఆ పెద్దాయన కేసు కోర్టులో హియరింగ్ ఉంది. వచ్చిన దగ్గర్నుంచీ ఆయన బెయిల్ పిటిషన్ వరసగా రద్దు అవుతూనే ఉంది. రేపు ఏం అవుతుందో అనే ఉత్సుకత ఆ పెద్దాయన్ని వెంటాడుతోంది. అది గమనించిన జూనియర్ అడిగాడు

"ఏం కామ్రేడ్ రేపు కోర్టులో మీకు బెయిల్ దొరుకుతుంది అంటారా. నమ్మకం ఉందా?"

దానికి సీనియర్ నిట్టూరుస్తూ ఇంగ్లీష్ లో జవాబు ఇచ్చాడు

" ఐ డొంట్ బిలీవ్, ఐ కెన్ ఓన్లీ హోప్..."

"Lets hope the best కామ్రేడ్.. మీతో పాటూ అరెస్ట్ అయిన చాలామంది కామ్రేడ్స్ పరిస్థితి కూడా ఇదే, మిమ్మల్ని అందర్నీ విడుదల చెయ్యాలని మనదేశంలోనే కాదు, యూరోప్, అమెరికాల్లోని లిబరల్ గ్రూప్స్ ప్రొటెస్ట్ చేస్తున్నాయి. కానీ ఈ గవర్నమెంట్ అవేం లెక్కచెయ్యడం లేదు. ఏం అంటే this is the case of high treason అంటున్నారు. సాక్ష్యాలు చూపించమంటే ఏవేవో చెప్తున్నారు. వాడి రాజ్యం. నడుస్తుంది" తేల్చిచెప్పేసాడు

"కానీ ఇంతపెద్ద దేశానికి ప్రధానమంత్రి అయిన వాడిని నాలాంటి ఎనభై ఏళ్ల ముసలాడు, కొంతమంది చదువుకున్న మేధావులు కలిసి ఏం చెయ్యగలమని వాళ్ళు అనుకుంటున్నారు కామ్రేడ్. ఇదేమి చదరంగం ఆట కాదు కదా? ఆటలో రాజుని తప్పిస్తే ఆట మొత్తం మారిపోవడానికి. సమాజంలో అవినీతి పరులైన పాలకులని చంపేస్తే సమాజం మారిపోతుందనేంత అమాయకులం కాదు కదా?

మరీ అంత స్టుపిడ్ గా అర్గ్యు చేస్తే ఎలా?

కానీ కామ్రేడ్.. నాకు ఏ మూలో ఈ దేశ న్యాయవ్యవస్థ మీద ఇంకా కాస్త నమ్మకం ఉంది. రేపు నాకు బెయిల్ దొరుకుతుంది అనే అనుకుంటున్నా"

"కామ్రేడ్ మీకు తెలియంది కాదు. మిమ్మల్నీ, నన్ను.. అరెస్ట్ చెయ్యడానికి వాళ్ళకీ మనకూ పర్సనల్ గొడవలు ఏం లేవు, they want to make a statement వాళ్ళు ఒక ఉదాహరణ చూపించాలి అనుకుంటున్నారు. ప్రభుత్వానికి వ్యతిరేకంగా ఎవరు ఏం చెయ్యాలనుకున్నా వాళ్ళకి ఏం జరుగుతుందో మనల్ని ఎగ్జామ్పుల్‌గా చూపించాలనుకుంటున్నారు. This is their strategy. part of the game" అన్నాడు వివరిస్తున్నట్టు.

"కామ్రేడ్ ఈ జైళ్ళూ, నిర్బంధాలు నాకు కొత్త కాదు. నీ వయసులో ఉండగా రకరకాల సమయాల్లో ఇదే జైల్ కి చాలాసార్లు వచ్చాను. బట్.. ఇప్పుడు నేను ఉన్న కండిషన్ లో నేను ఇక్కడ ఉండలేను. నాకు వయసు అయిపోయింది. Mentally, physically i am exausted. I need rest" సీనియర్ విసుగ్గా చెప్పాడు.

జూనియర్ ఏం మాట్లాడలేదు. దగ్గరికెళ్లి ఆ పెద్దాయన భుజం తట్టి తను నిద్రపోతున్న చోటుకి వెళ్ళిపోయాడు. సీనియర్ కాసేపు చదువుకొని నిద్రపోదాం అనుకున్నాడు. తన పడకకి తలదగ్గర పెట్టుకున్న బైబిల్ చేతిలోకి తీసుకొని కూర్చున్నాడు.

❖❖❖

ఎక్కడో అడవిలోపల కొండగుహలో ఉండే ఓ బ్రహ్మరాక్షసుడొకడు తనని కలవాలని కబురంపినట్టు ఉంది. భయం కన్నా కూడా ఏం జరుగుతుంది? ఎందుకు రమ్మన్నాడు? అనే ఎక్సయిట్మెంటే ఎక్కువగా ఉంది. స్నానం చేస్తూ ఆలోచిస్తున్న అశోక్ తలలోంచి పొగలు వస్తున్నాయి. అవి వేడినీళ్ల వల్లో తెలీదు. ఆలోచనల వల్లో తెలీదు.

రెండెజ్వస్ (rendezvous) అని ఉంటుంది ఆ మాట. కానీ 'రెండవూ' అని చదవాలి. దాని అర్థం కలయిక అని.

ఈ కలయికని rendezvous with devil అనాలేమో!

శుభ్రంగా స్నానం చేసి ఈ ఆలోచనలతోనే రాత్రి ఎప్పటికో నిద్రపోయాడు.

❖❖❖

అద్దంలో చూసుకొని బ్లూ షర్టూ బ్లాక్ జీన్స్‌లో బానే ఉన్నాను అనుకున్నాడు.

చెప్పినట్టుగానే స్టేషన్ దగ్గరికి వెళ్లేసరికి నిన్న వచ్చిన వ్యక్తి, ఇంకో ఇద్దరు స్టేషన్ బయట ఎదురుచూస్తూ ఉన్నారు. పక్కన ఓ పాత మోడల్ మహీంద్రా జీప్. అశోక్‌ని చూడగానే పలకరించినట్టు చేతులు తలకి ఆనించి ఓ రకం సెల్యూట్ చేస్తూ "నమస్తే సార్, బయల్దేరదామా?" అన్నారు.

అశోక్ సరే అన్నట్టు తల ఆడించి, సైలెంట్‌గా వెళ్లి జీప్‌లో వెనకాల కూర్చున్నాడు. నిన్నటి వ్యక్తి డ్రైవింగ్ సీట్‌లో కూర్చుని బండి స్టార్ట్ చేసాడు. మిగతా ఇద్దరూ వెనకాల అశోక్ ఎదురుగా కూర్చున్నారు. జీప్ కదిలింది. ఐదు నిమిషాల తర్వాత మాచర్ల ఊరు బయటికి రాగానే జీప్ ఆగింది. ముందు కూర్చున్న వ్యక్తి వెనక్కి తిరిగి "సార్ ఏం అనుకోకండి. వెపన్ ఇచ్చేయండి" అన్నాడు. ఒక్క క్షణం ఆలోచించాడు. మారు మాట్లాడకుండా రివాల్వర్ తీసి ఇచ్చేసాడు.

ఆ వ్యక్తి రివాల్వర్ తీసుకొని అశోక్ వైపు చూసి "మళ్ళీ ఏమనుకోకండి సార్.." అన్నాడు.

అశోక్ కి అర్థం అయ్యేలోపు ఎదురుగా ఉన్న ఇద్దరు వ్యక్తులు అశోక్‌ని గట్టిగా పట్టుకొని చేతులకి హ్యాండ్ కఫ్స్ వేసి, తలకి ముసుగు వేసేశారు. అశోక్ ఏం అడ్డుకోలేదు.

మళ్ళీ బండి కదిలింది.
శబ్దం తప్ప దృశ్యం లేదు.
బండి కుదుపులు మలుపులు మాత్రమే తెలుస్తున్నాయి. వేగం తెలియడం లేదు.
అనుకుంటే తను తప్పించుకోవచ్చు కానీ..

తను ఇన్ని కథలు విన్న ఆ జానపద కథానాయకుడిని చూడాలి, వాడి రాజ్యాన్ని చూడాలి.

ఇది సాహసం.

ఆంజనేయుడు లంకకి వెళ్లడం లాంటి సాహసం.

❖❖❖

"షెడిషన్ చార్జెస్ కింద అరెస్ట్ అయిన 81 ఏళ్ల మానవహక్కుల కార్యకర్తా.., మాజీ మావోయిస్టు లీడర్ కోదండరామయ్య తన ఆరోగ్య కారణాల దృష్ట్యా పెట్టుకున్న

బెయిల్ పిటిషన్ ఇవాళ హైకోర్టు ముందుకు వచ్చింది. ఈ విషయంలో హైకోర్ట్ ఏం తీర్పు ఇస్తుందనేది ఇంకాసేపట్లో తెలియనుంది. ఇదే విధంగా దేశవ్యాప్తంగా అరెస్ట్ అయిన ఎంతోమంది మేధావులు, సామాజిక కార్యకర్తలు, వామపక్ష నాయకుల అప్పీల్లు న్యాయస్థానం ఎప్పటికప్పుడు తిరస్కరిస్తూనే ఉంది. ఈ నేపథ్యంలో ఈ తీర్పు పట్ల ఎంతోమంది ఆసక్తి కనబరుస్తున్నారు" మాహీ త్యాగి మైక్ పట్టుకొని రిపోర్ట్ చేస్తుంది.

ఇంతలో పోలీస్ వ్యాన్ రావడంతో మిగతా చానెళ్లు రిపోర్టర్లతో పాటూ అటువైపు వెళ్ళింది. టీవీ చానెళ్ల వాళ్ళతో పాటూ ఎంతోమంది అక్కడ గుమిగూడారు. కొంతమంది బ్యానర్లు పట్టుకొని ఉన్నారు. ఆ బ్యానర్ల మీద.

RELEASE K K R, RESPECT FREEDOM OF SPEECH

వ్యాన్ వెనక తలుపు తెరుచుకొని, పోలీసుల కాపలా మధ్య తల పూర్తిగా నెరసిన ఓ ఎనభై ఏళ్ల పెద్దాయన, చొక్కా పైన సెట్టర్ వేసుకుని ఆ వయసుకి ఉండే కళ్ళద్దాలూ, కర్రతో ఆర్కే లక్ష్మణ్ కామన్ మ్యాన్‌కి మరో వర్షన్‌లా ఉన్నాడు. బయటికి తలపెట్టి అందరినీ చూస్తూ, ఓ పోలీసు చెయ్యి అందిస్తూ ఉండగా దిగాడు. జనాల మధ్య నుంచి పోలీసులు దారి చేస్తుండగా కోర్ట్‌లోకి నడిచాడు.

కోర్ట్‌లో ప్రభుత్వ తరపు లాయర్ ఇంటెలిజెన్స్ విభాగం వారు ఇచ్చిన రిపోర్ట్‌ని జడ్జికి సమర్పించాడు. వాటిని పరిశీలించిన జడ్జి తీర్పు ప్రకటిస్తూ "ముద్దాయి ఇంటిలో దొరికిన పుస్తకాలనూ, ల్యాప్ టాప్‌ను పరిశీలించిన ఇంటెలిజెన్స్ విభాగం వారు ఆరోపించినట్టుగానే ఆయన ల్యాప్ టాప్‌లో చాలా పెద్ద కుట్రకి సంబంధించిన ఆధారాలు ఉన్నట్టుగా కనుగొన్నారు. ముద్దాయిని విడిచిపెడితే దేశ శాంతిభద్రతలకు ముప్పు కలుగుతుందని న్యాయస్థానం విశ్వసిస్తుంది. అలాగే అతన్ని తప్పించడానికి ప్రయత్నాలు కూడా జరుగుతున్నాయి అని ఇంటెలిజెన్స్ వారు చెప్తుండటం వల్ల కోర్ట్ కోదండరామయ్యకు బెయిల్‌ని తిరస్కరిస్తుంది"

తీర్పు ఒక్కొక్క మాట వింటున్న కెకెఆర్ కళ్ళ నుంచి రెండు కన్నీటి దారలు కళ్ళద్దాల కిందినుంచి చెంపల మీదకి జారాయి. ఈసారి ఆయనకి బెయిల్ వస్తుందని, ఇంటికి తీసికెలిపోదాం అని ఎంతో ఆశగా వచ్చి, దూరంగా ఆయన్ని చూస్తున్న ఆయన భార్యా, కూతురు కుటుంబ సభ్యులు కూడా ఏడవడం మొదలుపెట్టారు.

"Mr. KK, You have anything to say?" జడ్జి అడిగారు.

అంత బాధ మధ్యలో గొంతుపేగుల్చుకొని నీరసంగా అన్నాడు "Yes, i have.."

"కేకేఆర్ తనకి నీళ్లు తాగడానికి చేతులు వణుకుతున్నాయి అనీ.. అందువల్ల జైల్లో స్ట్రా... వాడటానికి అనుమతి ఇవ్వవలసిందిగా కోర్ట్‌ని రిక్వెస్ట్ చేశారు" తీర్పు వెలువడగానే కోర్ట్ బయట మాహీ కెమెరా ఎదుట ఈ విషయాన్ని రిపోర్ట్ చేస్తూ "అయితే 80 ఏళ్ల ముసలాయన దేశ భద్రతకి ఏ విధంగా ప్రమాదకరం కాగలడో కోర్ట్ స్పష్టంగా చెప్పలేదు" అని ముగించింది.

కెకెఆర్‌ని తిరిగి వ్యాన్‌లోకి ఎక్కించి జైలుకి తీసుకెళ్తున్నారు. మనసంతా ఒకటే ఆవేదన. చేతులు కట్టుకొని అలా చూస్తూనే ఉన్నాడు. ఎదురుగా ఉన్న దృశ్యం చేరిగిపోయి తన ఒకనాటి జీవితానికి సంబంధించిన ఏవరెవరివో ముఖాలు కనిపిస్తున్నాయి. ఒక ముఖం కనపడగానే ఎందుకో తెలీకుండానే చిన్న నవ్వొచ్చింది.

అవతల అశోక్‌ని కూడా అదే సమయంలో తీసుకుపోతున్నారు.

తను ఎక్కడికి వెళ్తున్నాడో తెలీదు, ఏ దారిలో వెళ్తున్నాడో తెలీదు. కళ్ళు మూసినా తెరిచినా చికటే,

మళ్ళీ వెలుగుని చూసేది మరో లోకంలోనేనేమో!

-- సమాప్తం --

రెండో భాగం

అతన్ని పిలవాల్సిన సమయం వచ్చింది.

అవును. ఇక అతన్ని పిలవాల్సిన సమయం వచ్చింది.

లంకాధిపతి రావణుడు ఒక నిర్ణయానికి వచ్చాడు.

కళ్ళుమూసుకుని అతన్ని పిలిస్తున్నాడు." తమ్ముడా మహిరావణా... నీ అన్న రావణుడు పిలుస్తున్నాడు. రా...

ఈ క్షణం ఈ దశకంఠుడు నిస్సహాయుడు. నీ సహాయం అర్థిస్తున్నాడు. రా.. వచ్చి నన్ను ఈ ఆపద నుంచి బయటపడేయ్.."

చీకటిగా, నిశ్శబ్దంగా ఉన్న ఆ గదిలో ఏదో అలికిడి అయింది. తన ఎదురుగా ఎవరో ఉన్నట్టు అనిపించింది. నెమ్మదిగా కళ్ళు తెరిచాడు.

అతను వచ్చాడు.తననే అద్దంలో చూసుకున్నట్టు ఉంది.

తనలాగే నల్లటి శరీరం కావడం వల్ల అతని ఒంటిమీది బంగారు ఆభరణాలు మరింత మెరుస్తున్నాయి.

ధీరగంభీర స్వరంలో, దిక్కులు అదిరిపడేలా అతను పలికాడు "ఓహో లంకేశ్వరా... ఏడేడు పదునాలుగు లోకాలను పిడికిట బిగించి ఊపిరి సలపనివ్వని

నువ్వు ఈనాడు నా సహాయం కోరుతూ నన్ను పిలిచావు.

నీ కనుసైగతో సమస్త భూమండలాన్ని భస్మీపతలం చేసే నీ అసురసైన్యం... సురాధిపతి ఇంద్రుడినే ఓడించి ఇంద్రజిత్తుడనిపించుకున్న నీ కొడుకు మేఘనాధుడు, తన చేతి విదిలింపుతోనే మహాసైన్యాలను మూర్ఛిల్లజేసే నీ అనుంగు సోదరుడు కుంభకర్ణుడు... నీ మంత్రులూ...నీ బంధుమిత్రులు...ఇందరు ఉండగా నీకు నా అవసరం ఏమి వచ్చింది?"

"వాళ్ళు ఎవరూ లేరు కాబట్టే నిన్ను పిలిచాను తమ్ముడా..."

❖❖❖

"పాతాళం నుంచి అతను వచ్చాడు"

రాముడికి విన్నవించాడు. పావురంలా రావణుడి మందిరంలోకి వెళ్లి వచ్చిన విభీషణుడు.

"వస్తే...?! ఎంతమందిని పడగొట్టలేదు? అతడొక లెక్కా?" అన్నాడు పక్కనే ఉన్న లక్ష్మణుడు.

"సౌమిత్రీ... వచ్చినవాడు మహిరావణుడు.పడగొట్టడానికి రణరంగంలో నేరుగా వచ్చి కలబడే వాడు కాదు. మంత్రతంత్ర మాయాజాల విద్యల్లో ఆరితేరినవాడు. ఏ మూల నుంచి ఎలా వస్తాడో ఎవరికీ తెలీదు. రావణుడు అతన్ని పిలిచాడంటే ఈ యుద్ధాన్ని ఇంతటితో ముగించాలనుకుంటున్నట్టు,

పైగా తన కుమారుడు ఇంద్రజిత్తుని మీరు చంపిన కారణంగా ప్రతికారంతో రగిలిపోతున్నాడు. ముఖ్యంగా నీ మీద. అప్రమత్తంగా లేకపోతే, పరిణామాలను ఊహించడానికే భయంగా ఉంది" హెచ్చరిస్తున్నట్టుగా చెప్పాడు విభీషణుడు.

వింటున్న వానర ప్రముఖులు అంతా తలలు ఆడించారు.

సుగ్రీవుడు అన్నాడు "అయితే మీ సలహా ఏమిటి విభీషణా? ఆ మాయావికి భయపడి దాక్కుందాం అంటారా?"

"ఇది మంచి ఆలోచనే, ఈ ఒక్క రాత్రికి మనం అప్రమత్తంగా ఉంటే చాలు. రేపటి సంగతి ఆలోచించొచ్చు"

హనుమంతుడు లేచి "నేను ఉండగా నా స్వామికి భయమేమి? వచ్చినవాడు

ఎవడైనా నా గదాఘాతానికి నేలకూలాల్సిందే!అయినా విజ్ఞులు మీరు చెపుతున్నారు కాబట్టి మన శిబిరం చుట్టూ నా వాలాన్ని రక్షణవలయంగా గోపురాకారంలో చుడతాను. ప్రవేశ మార్గం వద్ద నేను కావలి ఉంటాను. నా అనుమతి లేనిదే నా తండ్రి వాయుదేవుడు కూడా లోనికి ప్రవేశించలేడు. అందరూ ఆ నిర్ణయాన్ని ఆమోదించారు.రాముడు హనుమ భుజం తట్టాడు.

“సుగ్రీవా, అంగధా... ప్రభువులివురిని మీ ఒళ్ళో కూర్చోబెట్టుకోండి. తక్కిన వానర ప్రముఖులంతా వారి చుట్టూ వలయంగా కూర్చోండి. నేను రక్షణ వలయాన్ని చుడతాను”

చూస్తుండగానే ఓ పెద్ద గోపురంలాంటి కోట వారిచుట్టూ ఏర్పడింది.

హనుమంతుడు విభీషణుడి వైపు తిరిగి

“విభీషణా... ఈ కార్యంలో నాకు మీ సహాయం కావాలి.ఆ మాయావి మహిరావణుడు ఏ విధమైన ఎత్తులు వేస్తాడో మీకు బాగా తెలుసు.అందుచేత మీరు పరిసరాలలోనే ఉండి నన్ను హెచ్చరించండి.”

విభీషణుడు సరేనన్నాడు.

❖❖❖

గబ్బిలం రూపం ధరించి ఆకాశంలో ఎగురుకుంటూ వస్తున్న మహిరావణుడు దూరంగా కనిపిస్తున్న దాన్ని చూసి ఆశ్చర్యపోయాడు. ఏమిటి అది!?

దేనితో కట్టారు ఈ గుడిని? దీని లోపలికి పోయే దారి ఎక్కడ? అని ఇంకాస్త ముందుకు వస్తే ధ్యానంలో ఉన్న హనుమంతుడు కనిపించాడు.

ఇది ఈ కోతి తోకా?!

మహిరావణుడు హనుమంతుడి తెలివిని మనసులోనే మెచ్చుకున్నాడు

“భళిరా.. కోతీ. ఏమి తెలివిరా.. నీది. నాలుగు దిక్కుల నుంచీ దారి లేకుండా చేశావ్.

కానీ ఈ మహిరావణుడు కూడా ఏమీ తక్కువవాడు కాదు? ఐదో దిక్కునుంచి వస్తాడు” అనుకున్నాడు.

వెంటనే తన అనుచరుడు సూచీముఖుడిని పిలిచాడు.

"సూచీముఖా... నీ సూదిముక్కుతో భూమిలోంచి సొరంగం తవ్వుకుంటూ వెళ్లి లోపలికి దారి ఏర్పాటు చెయ్" అన్నాడు.

సూచీముఖుడు వెర్రినవ్వు నవ్వి మాయం అయ్యాడు. కాసేపటికి మళ్ళీ ప్రత్యక్షం అయ్యి

"ప్రభూ ఆ కోతి తోక కిందనుంచి తవ్వడం కుదరడం లేదు. చూడండి నా ముక్కు వొంగిపోయింది" అన్నాడు.

సూచీముఖుడిని వెళ్ళిపొమ్మని, మహిరావణుడు ఈసారి మూషికముఖుడిని పిలిచాడు.

"మూషికా... నీ శక్తినంతా ప్రయోగించి ఈ కోతి కిందినుంచి బొరియ చేసుకుంటూ వెళ్లి లోపలికి నాకు దారి ఏర్పాటు చెయ్" అన్నాడు.

మూషిఖుడు తలాడించి మాయం అయ్యాడు. కాసేపటికే మళ్ళీ ప్రత్యక్షం అయ్యి సూచీముఖుడు చెప్పిందే చెప్పాడు.

"ప్రభూ ఆ కోతి తోక కిందనుంచి పోవడం అసాధ్యంగా ఉంది"

మహిరావణుడు అతన్నీ పొమ్మని సైగ చేసాడు. దూరంగా ఉన్న విభీషణుడిని చూసి, నవ్వుకున్నాడు. వెంటనే రాముడి తండ్రి దశరథుడి రూపం ధరించి, హనుమంతుడి దగ్గరకు వెళ్లి–

"నాయనా నేను రామలక్ష్మణుల తండ్రిని, ఒకసారి నా కొడుకులని నాకు చూపించు" అన్నాడు.

హనుమంతుడు ఆశ్చర్యపోయి

"దశరథ మహారాజులవారా.. దయచేయండి. మిమ్మల్ని లోనికి పంపడానికి నాకు ఏ అభ్యంతరం లేదు. కానీ ముందుగా విభీషణులతో మాట్లాడాలి" అని పక్కకి తిరిగి విభీషణుడిని పిలిచాడు. విభీషణుడు దగ్గరికి వచ్చేసరికి అక్కడ ఎవరూ లేరు. విభీషణుడు హనుమంతుడిని హెచ్చరిస్తూ

"హనుమా... ఆ మహిరావణుడు తన మాయలు ప్రదర్శిస్తున్నాడు. జాగ్రత్త" అన్నాడు.

హనుమంతుడు దృఢచిత్తంతో తలాడించాడు.

ఈసారి మహిరావణుడు భరతుడి రూపంలో వచ్చాడు. భరతుని చూడగానే

"భరత ప్రభువులా రండి... రండి. మిమ్మల్ని చూస్తే మీ సోదరులు ఎంతో సంతోషిస్తారు" అన్నాడు.

అప్పుడే అక్కడికొచ్చిన విభీషణుడు

"ఎవరితో మాట్లాడుతున్నావ్ హనుమా?" అన్నాడు.

భరత ప్రభువుతో.. అని పక్కకి చూసేసరికి అక్కడ భరతుడు లేడు.

"హనుమా ఇది రెండోసారి. నీ మాట గుర్తుందిగా నీ తండ్రి వాయుదేవుని సైతం లోనికి పంపనన్నావ్, ఇప్పుడు ఆ మహిరావణుడి మాయలో పడుతున్నావ్" అన్నాడు విభీషణుడు.

"క్షమించండి విభీషణా... ఇకనుంచి అప్రమత్తంగా ఉంటాను" అన్నాడు.

కొంతసేపటికి తర్వాత హనుమంతుడి ముందుకు విభీషణుడు వచ్చాడు. హనుమంతుడు "విభీషణా మీరు ఇప్పుడే కదా వెళ్లారు. అప్పుడే వచ్చారూ?నేను జాగ్రత్తగానే ఉన్నాను"అన్నాడు.

విభీషణుడు ఆనందంగా "ఇక నువ్వు భయపడాల్సిన అవసరం లేదు హనుమా... ఇదిగో మహిమాన్వితమైన ఈ తాయెత్తులు తీసుకొచ్చాను. వీటిని రామలక్ష్మణుల చేతికి కడితే ఇక ఏ ప్రమాదం ఉండదు. ఏదీ నన్ను లోనికి పోనివ్వు..." అన్నాడు.

హనుమంతుడు అవశ్యం.. అని లోనికి దారి ఇచ్చాడు. లోపలికి వెళుతూ తనలో తనే వంకరగా నవ్వుకున్నాడు మహిరావణుడు.

❖❖❖

బయట ఉన్న హనుమంతుడు విభీషణుడు తనవైపు రావడం చూసి

"విభీషణా మీరు బయటికి ఎప్పుడు వచ్చారు. మీరు బయటికి రావడం నేను చూడలేదే?" అన్నాడు.

విభీషణుడు హతాసుడయ్యాడు.

"బయటికా..? నేను వస్తున్నదే ఇప్పుడు. లోనికి ఎవరిని పంపించావ్? నన్ను చూడనీ" అన్నాడు.

హనుమంతుడు కోపంగా "ఓరీ... మాయావి మహిరావణా నీ ఆటలు నా దగ్గర సాగవు" అని తన గధ ఎత్తి కొట్టబోతుండగా

"హనుమా నా మాట విను. ఆ మహిరావణుడు నా రూపంలో వచ్చి లోనికి ప్రవేశించినట్టు ఉన్నాడు" అన్నాడు.

హనుమంతుడు గధ కిందికి దించి

ఇది కూడా నిజం కావచ్చు! అనుకున్నాడు.పదండి లోనికి వెళ్లి చూద్దాం అన్నాడు.లోపల అందరూ గాడనిద్రలో ఉన్నారు. రామలక్ష్మణుల చోటు ఖాళీగా ఉంది. కాస్త దూరంలో భూమిలోకి పెద్ద రంధ్రం కనిపించింది.హనుమంతుడూ, విభీషణుడూ బొమ్మల్లా బిగుసుకుపోయారు.

❖❖❖

"జైల్ కింద నుంచి సొరంగం తవ్వి ఒక మనిషిని తప్పించడం అన్నది మనం సినిమాల్లోనే చూసి ఉంటాం కానీ ఇప్పుడు మీరు చూస్తున్నది సినిమా కాదు. నిజంగానే మహారాష్ట్రలోని కేంద్ర కారాగారం నుంచి షెడిషన్ చార్జెస్‌పై అరెస్ట్ అయి విచారణ ఎదుర్కొంటున్న 80 ఏళ్ల కె.కె.ఆర్ అలియాస్ కారుకొండ కోదండరామయ్యని, అతన్ని ఉంచిన అండర్‌గ్రౌండ్ సెల్ నుంచే కొందరు సొరంగం తవ్వి తప్పించారు. ఆ సొరంగం గొతిని మీరు ఇప్పుడు చూడొచ్చు. అతన్ని జైల్ నుంచి తప్పించడానికి ప్లాన్ జరుగుతుందని ఇంటెలిజెన్స్ విభాగం ముందు నుంచీ హెచ్చరిస్తూనే ఉంది. అందుకోసమే రెండునెలల క్రితం ఆరోగ్య కారణాలు చూపించి ఆయన పెట్టుకున్న బెయిల్ పిటీషన్ని కూడా కోర్ట్ తిరస్కరించింది. అయితే అందరి భయాలను నిజం చేస్తూ కోదండరామయ్యని జైల్ నుంచి తప్పించడం జరిగింది. ఈ సంఘటనతో ఈ దేశానికి నిజమైన శత్రువులు ఎవరు అనే విషయం స్పష్టంగా తెలిసిపోయింది. మన మధ్యే ఉంటూ సమసమాజం అనే ఉటోపియాని చూపిస్తూ మన దేశాన్ని చైనా, రష్యా చేయాలనుకునే ఈ దేశద్రోహులు ఎవరో మనకి అర్థం కావాల్సిన అవసరం లేదు. హ్యారీ పోటర్ లో విలన్ పేరు చెప్పడానికి భయపడుతూ అందరూ "you know who?" అంటుంటారు. But today the time has come to spell the name of the ‘oldemort’

వాల్మీకి రామాయణంలో లేని కథ. 17వ శతాబ్దంలో బెంగాలీలో రచించబడిన 'కృత్తివాస రామాయణం'లో మొదటగా ఈ కథ కనిపిస్తుంది.

టీవీల్లో డిబేట్ లు మొదలయ్యాయి. దేశంలో ఉన్న అన్ని లెఫ్టిస్ట్ ఆర్గనైజేషన్స్‌ని అర్జెన్ట్‌గా బ్యాన్ చెయ్యాలని, ఇంకా కుదిరితే దేశంలో ఎమర్జెన్సీ విధించాలని అనధికార రాజకీయ వక్తలు సలహాలు ఇస్తున్నారు.

"అసలు మన రాజ్యాంగంలో సెక్యూలర్ అనే పదం ఉండటం వల్లే ఈనాడు దేశంలో అరాచక శక్తులు దేశం అంతటా పాకి, దేశాన్ని నాశనం చెయ్యడానికి ఇలాంటి కుట్రలు చేస్తున్నాయి, ముందు ఆ పదాన్ని వెంటనే తొలగించాలి. అసలు దీనంతటికీ కారణం నెహ్రూ... హిందూ మెజారిటీ ఉన్న ఈ దేశాన్ని సెక్యూలర్ దేశంగా ఉంచిన ఆయన పాలసీల వల్లే ఈనాడు ఇన్ని సమస్యలు ఎదురు అవుతున్నాయి" ఈ దేశంలో ఏ మూల ఏ చెడు జరిగినా దానికి కారణం నెహ్రూ కారణం అనడం ఆనవాయితీగా మారింది. అలాగే దీనికి కూడా కారణం నెహ్రూనే అని ప్రఖ్యాత రాజకీయవేత్త సంపత్ పాత్రో టీవీ డిబేట్ లో చెప్పాడు.

అతడు చెప్పిన దాంట్లో కొంత నిజం లేకపోలేదు. ఈ కథకీ నెహ్రూకీ ఓ బాదరాయణ సంబంధం ఉంది.

❖❖❖

చారిత్రాత్మకమైన ఆ రాత్రి దేశంలోని ఎన్నో పట్టణాల్లో, గ్రామాల్లో ప్రజలు ఎవరూ నిద్రపోలేదు. విశాఖపట్నం జిల్లా సముద్రతీర ప్రాంతంలోని రాంబిల్లి అనే ఆ గ్రామంలో పిన్నమరాజు సత్యనారాయణ రాజు గారి మేడ ముందు చావిడి అంతా తాటాకు గొడుగులు పట్టుకున్న జనాలతో నిండిపోయింది.ఇంకా వస్తానే ఉన్నారు. ఇద్దరు ముగ్గురు ఒక గొడుగు కింద నించొని ఉన్నారు. గొడుగులు లేని జనాలు అలా వర్షంలోనే తడుస్తూ నిలబడ్డారు.తెల్లోడు అర్ధరాత్రి దేశానికి సోతంత్రం ప్రేకటించేసి ఎల్లిపోతున్నాడు.రాంబిల్లి సత్యనారాయణ రాజు గారి ఇంటి దగ్గర అన్నసంతర్పణ.రాజు గారి తమ్ముడు, ఇసాపట్నం ఆంధ్రాయునివర్సిటీలో చదువుకున్న కిషోర్ బాబు రేడియోలో నెహ్రూ గోరి ప్రెసంగం ఆలకించి తెలుగులో సెప్తారు. అని చాటింపు వేయించారు. (ఊరు అంతట్లోకి ఆయన ఇంట్లోనే రేడియో ఉంది మరి). ఈ విషయం విని అటు పూడిమడక, లోవపాలెం, గజిరెడ్డిపాలెం, వెంకయ్యపాలెం నుంచీ ఇటు కొత్తపట్నం, వాడనర్సాపురం, గోవిందపాలెం, సాలిపేట, వెలిగొండు పాలెం నించి జనాలు నెహ్రూ గారి ప్రసంగం వినడానికి వచ్చారు. అదీ సంగతి.

ఇంటి ముందు నించొని జనాలని చూస్తున్న రాజుగారు "ఓరి తొత్తుకొడకల్లారా అలా తోసుకోకండ్రా... కొసేపు ఆగండ్రా.. నెహ్రూ గారు ఇంకా మాటడ్డం

మొదలెట్టలేదు." అని గదమాయిస్తున్నారు. కాసేపటికి రాజుగారి తమ్ముడు కిశోర్ రాజు నీట్‌గా తలదువ్వుకొని, దలసరి ఫ్రేమ్ కళ్ళద్దాలు పెట్టుకొని, చొక్కా ప్యాంట్ లోపలికి దోపుకొని 'టక్' చేసుకొని వచ్చాడు. రాగానే గొంతు సవరించుకొని అప్పటికే రెండు మూడుసార్లు ప్రాక్టీస్ చేసుకున్న ఉపోద్ఘాతాన్ని వెనకాల ఉన్నవాళ్ళకి కూడా వినిపించేలా మొదలుపెట్టాడు

"సోదరసోదరిమణులారా.. ఈ రోజు భారతదేశ చరిత్రలో గొప్ప సుదినం,ఈ రోజుతో రెండువందల ఏళ్ల పరాయి పాలన ముగియబోతుంది.తెల్లవాడు పరిపాలనా పగ్గాలు మనచేతిలో పెట్టి వాడి దేశం వాడు వెళ్లిపోతున్నాడు. ఆ విషయాన్ని గాంధీగారి ప్రధాన అనుచరులు, మన దేశానికి మొట్టమొదటి ప్రధానిగా ఎన్నుకోబడిన పండిట్ జవాహర్లాల్ నెహ్రూగారు ఢిల్లీ ఎర్రకోటపై జెండా ఎగరేసి మరీ ప్రకటించబోతున్నారు."

చప్పట్లతో చావిడంతా మారుమోగింది. అందరినీ ఆగమని సైగచేసి "ఇప్పుడు మీరు నిశ్శబ్దంగా ఉన్నట్లయితే నెహ్రూగారి ప్రసంగాన్ని ఇంగ్లీషులో విని మీకు తెలుగులో చెప్తాను" అన్నాడు. అప్పుడే ఓ పనివాడు చిన్నసైజు ఇనప్పెట్టెలా ఉన్న రేడియో తీసుకొచ్చి అక్కడ మేజా బల్లమీద పెట్టాడు.అక్కడ ఉన్న చాలామందికి రేడియో చూడ్డం అదే మొదటిసారి. కొంతమంది అది చూడ్డానికే వచ్చారు.

రేడియో వాల్యూమ్ బటన్ తిప్పగానే, నిశ్శబ్దం.ఆ పెట్టెలోంచి మాటలు ఎలా వినపడతాయని? కొందరూ, ఆ పెట్టెలో ఎవరో మనుషులు ఉండి మాట్లాడతారేమో! అని కొందరు ఆ రేడియో వైపు ఆత్రంగా చూస్తున్నారు.కాసేపటికి నెమ్మదిగా ఒక స్వరం మొదలైంది.

కిషోర్ రాజు ఆ ప్రసంగాన్ని అంతా విని మనసుకెక్కించుకొని తెలుగులో తర్జుమా చెయ్యడానికి కళ్ళుమూసుకున్నాడు.

Long years ago we made a tryst with destiny,..

ట్రిస్ట్ విత్ డెస్టినీ అనే మాట వినగానే కిషోర్ రాజు నొసలు ముడిపడింది. (దీని అర్థం ఏంటో?ఈ లండన్ బారిస్టర్లతో ఇదో బాధ.ఏదీ తిన్నగా చెప్పరు)

and now the time comes when we shall redeem our pledge, not wholly or in full measure, but very substantially. At the stroke of the midnight hour, when the world sleeps, India will awake to life and freedom. A moment comes, which comes but rarely in history, when we step out from the old to new, when an age ends, and when the soul of a nation, long suppressed, finds utterance...

నాలుగు నిమిషాలు నడిచిన ఆ ప్రసంగం అంతా విని తెలుగులో చెప్పడం ప్రారంభించాడు కిషోర్ రాజు.

"ఎన్నో ఏళ్లక్రితం మనం విధితో ఒక ఒప్పందం చేసుకున్నాం...
("విధితో ఒప్పందం" ఈ మాట సరైనదేనా?
సర్లే.. ఎవడడిగాడు?)

ఇప్పుడు ఆ ఒప్పందాన్ని నిలబెట్టుకునే సమయం ఆసన్నమైంది. నిలబెట్టుకోవడం అంటే నామమాత్రంగా కాదు గొప్పగా..అర్థరాత్రి ప్రపంచం అంతా నిద్రపోతున్న సమయంలో భారతదేశం ఒక కొత్త స్వేచ్ఛా జీవనంలోకి అడుగుపెట్టబోతుంది. వింటున్న వాళ్ళకి ఏం అర్థం అయిందో తెలిదుగానీ ఆనందంతో మరొక్కమారు చప్పట్లు.ఆ ప్రసంగం అలాగే ఇంకో మూడు నిమిషాలు నడిచింది. చివరగా "మనం అంతా మనకాలపు మహనీయుడు గాంధీగారి అడుగు జాడల్లో నడిచి ఈ దేశ పురోభివృద్ధికి పాటుపడాలని నెహ్రూ గారు సెలవిచ్చారు" అని కిషోర్‌రాజు ముగించాడు. ముందు వరసలో ఉన్న ఎవరో బోలో.. స్వతంత్ర భారత్ కీ.. అన్నారు, జనాలకి ఏం చెప్పాలో తెలీలేదు. వాళ్లే జై.. అంటూ, మీరు కూడా అనండి రా.. అని సైగలు చేశారు. ఒక్కసారి అందరూ దిక్కులన్నీ మారుమోగేలా జై.. అని అరిచారు.

బోలో స్వతంత్ర భారత్ కీ...
జై...
మళ్లీమళ్లీ ఆ నినాదాలు ఇస్తూనే ఉన్నారు.

ఈ లోపు ఓ కుర్రాడు ఆ జనాలందరిలో ఎవరినో వెతుకుతున్నట్టు అందరిని తోసుకుంటూ వాళ్ళ మొఖాలు చూసుకుంటూ వచ్చి తను వెతుకుతున్న మనిషి కనపడగానే దగ్గరకెళ్ళి "నూకన్న మాయా.. మాయక్కకి నెప్పులు వత్తన్నాయి. మాయమ్మ నిన్ని తీసికిరమ్మంది.నెలలు నిండిన పెళ్ళాన్ని ఇంట్లో వదిలేసి వెళ్లిపోతాడా? అని తిడతంది."అన్నాడు.

వినగానే "దేశానికి సోతంత్రం వచ్చినరోజు పుడతనాడన్నమాట నా కొడుకు"

అనుకున్నాడు. అదే మాట బయటికి అన్నాడు.ఎదురుగా ఉన్న కుర్రోడు కాస్త మెల్లిగా "ప్రసవం అయిపోయింది మాయా.. ఆడపిల్ల" అన్నాడు. మూడోసారి కూడా ఆడపిల్ల.

స్వాతంత్ర్యం ప్రకటించిన రాత్రి పుట్టిన ఈ ఆడపిల్లకీ, స్వతంత్ర్య భారతావని తొలి ప్రధానికి ఉన్న బాదరాయణ సంబంధం ముందుముందు తెలుస్తుంది.

❖❖❖

1954

రామకొండ మీద మేతకెళ్లిన మందలు తిరిగొస్తున్నాయి. కొండ దిగి ఇసకదిబ్బల మీదకొచ్చాయి. మందని అమ్మోరియ్య నడిపించుకొస్తున్నాడు. ఆ ఆవులమంద మధ్యలో తాడిపెద్దు మీద కూర్చున్న గైరమ్మ సంబరంగా నవ్వుతుంది. ఆ ఎనిమిదేళ్ల పిల్ల పసుప్పచ్చటి ఒంటిరంగు, మెడలో తాయెత్తు, చేతులకి మురుగులు, కాళ్ళకి కడియాలు, ముక్కుకి కాడ.

కింద చిన్నలంగా తప్ప, మీద ఏమీ లేదు.

ఆ తాడిపెద్దు మీద ఆ పిల్లని కూర్చోబెట్టిన అమ్మోరియ్య అప్పుడప్పుడు వెనక్కి తిరిగి ఆ పిల్ల సంబరం చూసి అతనూ నవ్వుతున్నాడు. అతనికి గుళ్లో అమ్మోరే గుర్తొస్తుంది.

గైరమ్మ అమ్మోరియ్య వైపు చూసి

"చిన్నానా... తాడిపెద్దు నన్ను ఏం అనలేదు సూసావా..?"అంది నవ్వుతూ తొర్రిపళ్ళు కనిపించేలా

"నువ్వు గౌరీదేవివి కదమ్మా.. గౌరీదేవి శివుడి పెళ్ళాం,శివుడి వాహనం నంది. శివుడి పెళ్ళాన్ని నంది ఏమన్నా అంటాదా?" అన్నాడు.

మంద ఇసుక దిబ్బలు దిగి ఎంకీపాలెం ఊర్లోకి వచ్చింది. నూకన్న అంతదూరం నుంచే తాడిపెద్దు మీదున్న గైరమ్మని చూసి గాభరాగా ఎదురొచ్చి చేతులుచాచాడు. గైరమ్మ నూకన్న చంక ఎక్కింది.

"ఓరి తింగరి దానయ్యు... గుంటదాన్ని ఎద్దుమీద కూచోబెట్టింది నువ్వేనా? ఊతం కాసుకోలేక పొడిపోతే? కాలో, చెయ్యో ఇరిగితే ఏటి పరిస్థితి?"

అమ్మోరియ్య నోరు మెదపలేదు.

"వచ్చేవారం ఈ పిల్ల పెళ్లి అని నీకు తెలుసు కదా, పెళ్లికి ముందు ఈ గుంటదాన్ని సొమ్ములు కాయడానికి తీసికెళ్లమని ఎవడు చెప్పాడు"

"అయ్యా... నేనే వత్తానని చెప్పాను. చిన్నానని ఏం అనకు" అంది గైరమ్మ నూకన్న.

"పెళ్లికి ముందు నీకేమన్నా అయితే మీ అత్తోరికి నేనేం చెప్పను గైరితల్లీ..." అన్నాడు తన కంగారుకు కారణం చెప్తున్నట్టు.

❖❖❖

"సిద్ధార్థ గౌతముడు 80వ ఏట తనువును చాలించిన వృత్తాంతాన్ని, దీఘనికాయంలోని మహాపరినిబ్బాణ సుత్తం వివరించింది. బుద్ధుని మహాపరినిర్వాణం తర్వాత జరిగిన దహనసంస్కారవివరాలను సింహళ గ్రంథమైన దంతధాతు వంశంలో చూడవచ్చు. ఈ గ్రంథం ప్రకారం బుద్ధుని శరీరం పూర్తిగా దహనమైన తరువాత, మంచి వర్షం పడింది. అస్థికలు, బూడిద ఆ వర్షపునీటిలో కొట్టుకుపోయాయి. బుద్ధుని కపాలం, నాలుగు దంత ధాతువులు మాత్రమే అక్కడ మిగిలి ఉన్నాయి. పరమపూజనీయ బుద్ధుని అస్థికల కోసం రాజులు ఎగబడి, చివరికి యుద్ధానికి దిగారు. శాంతికాముకుని అస్థికలు రక్తపాతానికి దారితీయకూడదని భావించిన ద్రోణుడనే బ్రాహ్మణుడు, ఒక్క ఎడమ దంతధాతువు తప్ప మిగిలిన అస్థికలను ఎనిమిది భాగాలు చేసి, ఎనిమిదిమంది రాజులకూ పంచి ఇచ్చి, యుద్ధాన్ని నివారించాడు. మహాయాన బౌద్ధానికి ఆద్యుడు అయిన ఆచార్య నాగార్జునుడి కాలంలో ఆ ఎడమ దంతధాతువుని గయ నుంచి తెచ్చి ఇక్కడ భూమిలో కప్పెట్టి దాన్ని మీద ఒక బ్రహ్మాండమైన చైత్యాన్ని నిర్మించినట్టు చెప్తారు. దాని మహిమ వల్లే ఇక్ష్వాకుల పాలనలో విజయపురి సిరిసంపదలతో విలసిల్లింది అంటారు. అయితే బౌద్ధానికి బాగా ప్రాచుర్యం పెరుగుతుండటంతో, ఎహువల చాంతమూలుని కాలంలో శైవులు శ్రీపర్వత ఆరామం మీద దాడి చేసి, చైత్యాన్ని ధ్వసంచేసి, భూమిలో పాతిపెట్టిన బుద్ధుడి దంతాన్ని పట్టుకుపోయారని అంటారు. ఆ దంతం ఇక్కడి నుంచి పోయిన కొన్నాళ్ళకే, విజయపురి ఇక్ష్వాకుల సామ్రాజ్యం తన ప్రాభవ వైభవాల్ని కోల్పోయి నామరూపాలు లేకుండా పోయిందని అంటారు" చెప్పడం ముగించాడు సుబ్రహ్మణ్యం.

ఎక్స్కవేషన్ మధ్యలో ఆటవిడుపు కోసం తన అసిస్టెంట్లకి ఇలాంటి చారిత్రక

కథలు చెప్తుంటాడు. దానివల్ల చేస్తున్న పనిలో కాస్త ఆసక్తి చూపిస్తారని. అప్పటికి కొన్ని నెలలుగా నడుస్తున్నాయి పురావస్తు శాఖ తవ్వకాలు. పూర్తి కావడానికి ఇంకొన్ని నెలలు పడుతుంది. పూర్తిగా ఎక్స్కవేట్ చెయ్యాలంటే సంవత్సరాలు కూడా పట్టొచ్చు. అయినంతమటుకు చేసి, తొందరగా ముగించమని పైనుంచి ప్రెజర్. ఈ ఆర్కియలాజికల్ సర్వే పూర్తి అయితే ప్రాజెక్టు పనులు మొదలుపెట్టాలి.

తన ముందు విస్తారంగా పరుచుకున్న శిథిలాలను చూస్తుంటే మనసు చివుక్కుమంటుంది. ఇక్కడే రెండో బుద్ధుడు అనదగ్గ ఆచార్య నాగార్జునుడు ఆసియా నలుమూలల నుంచీ వచ్చిన శిష్యులకు మహాయాన బౌద్ధాన్ని ప్రవచించింది. రోమ్, ఈజిప్ట్ నుంచి వచ్చిన వ్యాపారులతో, చైనా, కంబోడియా, ఇండోనేషియా నుంచి వచ్చిన బౌద్ధబిక్షువులతో రెండు వేల ఏళ్ళనాడే కాస్మోపాలిటన్ నగరం అయిన విజయపురి ఇక్కడే ఉండేది.

ఇంకొన్నేళ్లలో ఈ ప్రాంతం అంతా జలమయం అయిపోతుంది. ఎక్స్కవేషన్ రిపోర్ట్ లో తను సరైన మాటే రాసాడు “ఆర్కియలాజికల్ ట్రాజెడీ”

❖❖❖

నాగార్జున కొండ ప్రాంతంలో ఒక డ్యామ్ కట్టాలనేది నిజాం ప్రభుత్వం నుంచే నడుస్తున్న ఆలోచన, స్వాతంత్రానికి పూర్వం ఆ చోటు ఇటు హైదరాబాద్ స్టేట్‌కీ, అటు మద్రాస్ ప్రెసిడెన్సీకీ మధ్య ఉండటంతో ఉమ్మడిగా దాని నిర్మాణాన్ని చేపట్టాలని అనుకున్నారు. ఈ లోపే దేశానికి స్వాతంత్ర్యం వచ్చింది. ఆనకట్ట ఆలోచన మూలన పడింది.

మళ్ళీ డ్యామ్ నిర్మాణం ప్రసక్తి తెర మీదకి రావడానికి కారణం అయిన వ్యక్తి ‘ముక్త్యాల రాజా’గా ప్రసిద్ధి చెందిన రాజా వాసిరెడ్డి రామగోపాల కృష్ణ మహేశ్వర ప్రసాద్. నెహ్రూ ఆయనకి “ప్రాజెక్టుల ప్రసాద్” అని పేరు పెట్టారు. అప్పటి పార్లమెంట్ మెంబర్ ఆయన. కృష్ణా నది మీద ఒక ప్రాజెక్ట్ కట్టాలనేది ఆయన కల. అందుకోసం పార్లమెంట్‌లో లాబీయింగ్ చేసి, డ్యామ్ నిర్మాణానికి వంద మిలియన్ బ్రిటిష్ పౌండ్లు తన డబ్బు విరాళంగా ఇవ్వడమే కాక, ప్రభుత్వానికి యాభై ఐదు వేల ఎకరాల భూమిని సేకరించి ఇచ్చారు.

సర్ ఆర్థర్ కాటన్ చెప్పినట్లుగా ‘నీరు ద్రవ రూపంలో ఉన్న బంగారం’ అని ఆయన నమ్మకం. ఆయన తన స్వంత ఖర్చులతో సాగర్ ప్రాజెక్ట్ ఏర్పాటుకు డిజైన్ తయారు చేయించారు. 1952లో డాక్టర్ ఖోస్లా కమిటీ ఆ ప్రాంతాన్ని

సందర్శించడానికి వస్తున్నప్పుడు, అటవీప్రాంతం కావడంతో ప్రజలను మోపుచేసి మాచర్ల నుంచి డ్యామ్ కట్టే చోటుకి రోడ్డు వేయించారు. అది కూడా ఒక వారంలో. ఖోస్లా కమిటీకి సాగర్ ప్రాజెక్ట్ నిర్మాణం వల్ల కలిగే ప్రయోజనాలు వివరించి ప్రాజెక్ట్ ఏర్పాటుకు అనుమతి వచ్చేలా ఆమోదముద్ర వేయించారు

❖❖❖

1955 డిసెంబర్ మొదటి వారం, మాచర్ల

రోజంతా తిరిగి తిరిగి అలిసిపోయి, దారుణంగా ఆకలేస్తుండటంతో, కంచంలో వడ్డించిన భోజనం చూడగానే ప్రాణం లేచొచ్చింది 'సూరత్తు వేణుగోపాల్ రావు, ఐపీఎస్, సూపరింటెండెంట్ ఆఫ్ పోలీస్. గుంటూరు' గారికి.

చేపల కూర, ములగకాయల సాంబారు, అన్నం, పెరుగు...

మాంచి ఆకలిమీద ఉన్నాడేమో తృప్తిగా తిన్నాడు. నిద్ర సుఖమెరుగదు, ఆకలి రుచి ఎరుగదు అంటారు కానీ ఆ భోజనం చాలా రుచిగా ఉంది.

తెల్లవారుఝామునే గుంటూరు నుంచి బయలుదేరి మాచర్లకు ఉదయం 8గంటలకు వచ్చాడు. వచ్చిన దగ్గర నుంచి తిరుగుతూనే ఉన్నాడు.

ఎందుకూ?

"మాచర్ల లో భారీ ఎత్తున డైనమైట్ స్టిక్స్ దొంగిలించబడ్డాయి"

నాగార్జున సాగర్ డ్యామ్ నిర్మాణాన్ని ప్రారంభించడానికి దేశ ప్రధాని నెహ్రూ మాచర్ల వస్తున్నారు. మాచర్లలో శంకుస్థాపన. గుంటూరులో భారీ బహిరంగ సభ. రెండు లక్షల మంది వస్తారని అంచనా... అందుకోసం స్టేజ్ కట్టించే పని వేణుగోపాల్ రావుకే అప్పగించారు. ఆ పనిలో తలమునకలై ఉండగానే మాచర్ల నుంచి ఈ వార్త.

దొంగిలించబడిన డైనమైట్లు నాగార్జున సాగర్ కట్ట నిర్మాణం కోసం కొండలు బద్దలు కొట్టటానికి కంట్రాక్టర్లకు ఇచ్చినవి. అది జాగ్రత్తగా ఉంచటం కోసం ఇంజనీరింగు శాఖ ఊరికి దూరంగా గోడౌన్‌లు కట్టి కంట్రాక్టర్లకు ఇచ్చారు. ఆ తరువాత పూచీ కంట్రాక్టర్లదే. ఒక గోడౌన్లో నుంచి తాళాలు బద్దలు కొట్టి డైనమైట్ స్టిక్స్ ఎవరో దొంగిలించారని కంట్రాక్టరు రిపోర్టు చేశాడు.

కాంట్రాక్టర్‌ని పిలిపించారు వాడు రావడం రావడమే "తప్పై పోయింది

బాబోయ్... క్షమించండి" అని ఏడుస్తూ, ప్రధానికి మాత్రం ఏ విధమైన హాని జరగదని హామీ ఇచ్చాడు. కంట్రాక్టరు మాటలు విని కాళ్ళు చాపుకు కూర్చోలేం కదా!

డైనమైట్ చోరీ అంటే టెర్రరిస్టుల హ్యాండ్ కూడా ఉండొచ్చు. వెంటనే డి.యస్.పి నాయకత్వంలో స్పెషల్ ఇన్వెస్టిగేషన్ టీమ్స్‌ని ఏర్పాటు చేసి రంగంలోకి దూకారు. కాలం మించిపోతోంది. ఆచూకీ దొరకడం లేదు. ఆరాత్రికో, మరునాడు ప్రొద్దునకో గుంటూరు వెళ్లి అక్కడి ఏర్పాట్లు పూర్తిచేసుకొని ప్రధాని వచ్చేసమయానికి మాచెర్ల తిరిగిరావాలి. అంటే ఒక రోజు వ్యవధిలో నేరస్థుల్ని పట్టుకోవాలి. ఇది పెద్దాయన(ఐ.జి) ఫోనులో చెప్పినంత ఈజీగా కనపడటం లేదు.

చీకటి పడిపోయింది. ఎటు చూసినా గాఢాంధకారమే. మానసికంగా, శారీరకంగా చాలా ఎగ్జాస్ట్ అయిపోయాడు. ఆకలి దహించుకుపోతోంది. పల్నాటి హొటలు మెతుకులు శ్రీనాధుడికి లాగే ఎస్పీ గారికి కూడా గొంతు దిగవన్న విషయం ఆయన సబార్డినేట్స్ అందరికీ బాగా తెలుసు. ఇనస్పెక్టరు ఆయన భోజన సౌకర్యం కోసం ఒక హెడ్ కానిస్టేబుల్‌ని పురమాయించారు.

భోజనం చేస్తుంటే కర్నూలు నుంచి క్రైమ్ ఇన్వెస్టిగేషన్‌లో కాకలు తీరిన, కొమ్ములు తిరిగిన రామచంద్రన్ వచ్చాడు.

అతన్ని చూస్తూనే "వచ్చాడండీ... షెర్లాక్ హొమ్సు" అనుకున్నాడు మనసులో..

ఆయన ముఖం కోలగా ఉంటుంది రెండు నెలలపాటు స్కాట్లాండ్ యార్డులో ట్రైనింగ్ తీసుకున్నవాడు కాబట్టి ఆయనను షెర్లాక్ హొమ్స్ అనేవారు. వేణుగోపాల్ రావుని చూడగానే సెల్యూట్ చేస్తూ "ఇది చాలా సీరియస్ మేటర్ సార్. ఐ.జి గారు చాలా టెన్షన్ పడుతున్నారు. వీలయినంత తొందరగా ఈ కేసు సాల్వ్ చేయమని చెప్పమన్నారు." అన్నాడు.

"ఆయన డెలివరీ పెయిన్స్ వారంరోజులు నుంచి చూస్తూనే ఉన్నాను గానీ చాలా ప్రొద్దుపోయింది కదా! మీరిప్పుడే కేసు టేకప్ చేస్తారా? లేకపోతే రేపు ప్రొద్దున్న దాకా ఆగుతారా?" అన్నాడు ఎటకారంగా.

"ఈ అర్ధరాత్రి నేను మాత్రం చేసేదేముంది? రేపు పొద్దున్నే ఇన్వెస్టిగేషన్ స్టార్ట్ చేస్తాను" అని ఆయన వెళ్లిపోయాడు.

అతను వెళ్లిపోయిన తరువాత వరండాలో కూర్చుని ఆలోచిస్తున్నాడు.

"కేసుకి సంబంధించిన ఏదో లింకు కళ్ళముందే ఉందిగానీ అది మనం నోటీస్ చెయ్యడం లేదు" అనుకున్నాడు.

ఇంతలో భోజనం తెచ్చిన హెడ్ కానిస్టేబుల్ ప్రత్యక్షమయ్యాడు. అతను పూర్వం వేణుగోపాల్ రావు కింద పనిచేసినవాడే. అందువల్ల కొంచెం చనువు తీసుకొని, "దొరగారికి చేపల కూర నచ్చిందనుకుంటా. అది బొచ్చె చేప సార్... కృష్ణానది లోంచి పట్టుకొచ్చాను" అన్నాడు.

మధ్యలో ఈడొకడు... "బాగానే వుందిలే. కాని నీ టాలెంట్ చేపలు పట్టడంలో కాకుండా డైనమైట్ విషయంలో చూపిస్తే చాలా సంతోషం" అన్నాడు.

హెడ్ కానిస్టేబులు నవ్వి "ఆ చేపలకి ఓ స్పెషాలిటీ ఉంది సార్, అవి మామూలుగా వలేసి పట్టిన చేపలు కాదు. కృష్ణానదికి దిగువున ఉన్న కొన్ని ఊర్లలో జాలర్లు నదిలో టపాకాయలు పేల్చి చేపలు పడుతున్నారు, అక్కడనుంచి చేపని తెచ్చి కూర చేయించా" అన్నాడు

"ఏంటి.....? టపాకాయలా ? మంత్రాలకు చింతకాయలు రాలుతాయా అన్నట్లు చిన్నటపాకాయలకు చేపలు పడతాయా?" అని అనుకున్నాడే కాని అదే క్షణంలో ఏదో వెలిగింది. అవి టపాకాయలు కాదు. డైనమైట్ స్టిక్స్ అయివుండాలి. అంతే! ఆ క్షణంలో కేసంతా దూద్ కా దూద్, పానీ కా పానీ లా వీడిపోయింది. ఆ కానిస్టేబుల్ వైపు తిరిగి "నువ్వు అర్జెంట్ గా ఇనస్పెక్టరుతో ఆ కాంట్రాక్టర్ని ఉన్నపళంగా తీసుకురమ్మన్నానని చెప్పు. ఎందుకైనా మంచిది హేండ్ కప్స్ కూడా తీసుకురండి" అని చెప్పి పంపించాడు.

హెడ్కానిస్టేబుల్ కి కాసేపు ఏమీ అర్థం కాకపోయినా అనుభవం ఉన్నవాడు కాబట్టి దొర గారికి ఏదో పెద్ద ఆధారం దొరికిందని గ్రహించి వెళ్లిపోయాడు.

ఇన్స్పెక్టరు, హెడ్ కానిస్టేబులు రాత్రి రెండుగంటలకు కంట్రాక్టరుని వెంట బెట్టుకొని వచ్చారు. కంట్రాక్టరు భయంతో ఉచ్చపోసేసుకుంటున్నాడు. అతడికి ఏదో తెలిసినట్లు కనపడుతూనే ఉంది. లాలించి, బుజ్జగించి 'అమ్మా, బాబూ' అంటే లాభం లేదు. కొంచెం జాడిస్తే అసలు రహస్యం బయటపెట్టొచ్చు. అసలే టైం లేదు. తాడో పేడో తేల్చుకోవాలి.

"ఇన్స్పెక్టరూ... ఈ దొంగ రాస్కెల్ని అరెస్టు చేసి రాత్రికి లాకప్లో వుంచి ప్రొద్దున్నే బేడీలు వేసి మాచర్లంతా ఊరేగించు" అని కంట్రాక్టర్ని చూసి "నీ సంగతంతా తెలిసిపోయిందిలే" అన్నాడు.

చీకట్లో బాణం వేసాడు. అది ఎక్కడ తగులుతుందో తెలీదు.

"ఇన్స్పెక్టర్ గారూ! ఇంకా చూస్తారేం? రెండు పడితే గాని అసలు రహస్యం చెప్పడు. కానివ్వండి", అని రెట్టించాడు.

బాణం సరిగ్గా ఎక్కడ తగలాలో అక్కడ తగిలింది.

కాంట్రాక్టర్ కుప్ప కూలిపోయాడు "ఇదంతా నా కర్మ సార్! నా గుమాస్తా చేసిన దగుల్బాజీ పని. ఎంతకాలంగా చేస్తున్నాడో, డైనమైట్ స్టిక్స్ పోయిన విషయం నాకు నిన్న సాయంత్రమే తెలిసింది. తెలియగానే రిపోర్టు ఇచ్చాను." అన్నాడు.

"మరి అవి ఎవరో దొంగలు ఎత్తుకుపోయారని అబద్ధపు కూతలు కూసి, మమ్మల్నెందుకు తప్పుదారి పట్టించావ్ రా ఇడియట్..' అని నెత్తిమీద ఒకటి ఇచ్చుకున్నాడు.

"తప్పైపోయింది సార్ ! ఆ సంగతి బయట పడితే నన్ను కంట్రాక్టరు లిస్టునుంచి. తీసిపారేస్తారని భయపడ్డాను. క్షమించండి." అని కాళ్ళ మీద పడిపోయాడు

కాంట్రాక్టరిచ్చిన సాక్ష్యం ప్రకారం, అతన్నీ, గుమాస్తాని అరెస్టుచేసి, రెండు ప్రత్యేక బృందాలని నదికి దిగువుగా ఉన్న గ్రామాలకు పంపించాడు. ఉదయం ఆరుగంటలకల్లా గుమస్తా అమ్మిన డైనమైటు స్టిక్స్ సగం పైగా దొరికాయి.

"చేపలు ఇలా కూడా పట్టొచ్చు అనే అయిడియా ఎవడిదయ్యా..?అసలు ఎవరు వీళ్ళు...?"

"ప్రాజెక్టు కన్స్ట్రక్షన్ కోసం కూలీలుగా వచ్చిన విశాఖపట్నం జాలర్లు సార్"

"వీళ్ళ నాయకుడు ఎవరో తీసుకురండి"

పోలీసులు ఓ నలభై ఏళ్ల వ్యక్తిని తీసుకొచ్చారు.

"పేరు ఏంటి?"

"నూకన్న సారూ"

"డైనమైట్ల గురించి నీకు ఎలా తెలుసు"

"నేను రంగం నుంచి వచ్చానండి అక్కడ చూసాను"

"ఓ... కాందిశీకుడివా...?"

"కాదండి... ఈ దేశం వోడినే"

వేణుగోపాల్‌రావు లాగి నూకన్న చెంప మీద కొట్టాడు. నూకన్న కుడివైపున చెంప కాసేపు మొద్దుబారిపోయింది.

"ఒక పక్క సాక్షాత్తు దేశ ప్రధాని నెహ్రూ గారు మన రాష్ట్రానికి వస్తున్నాడు... అందులోనూ ఈ మూల మాచర్లకి వస్తున్నాడూ అని మేం కిందా మీదా అవుతా ఉంటే మధ్యలో మీ పంచాయతీ ఏంట్రా...? లమ్డీకొడకా...?"

నూకన్న ఏం మాట్లాడలేదు. వేణుగోపాల్ రావుకి కూడా ఇక అక్కడ టైం వేస్ట్ చెయ్యడం ఇష్టం లేక "ఉన్నన్ని రోజులూ ఏ తింగరి వేషాలు వెయ్యకుండా జాగ్రత్తగా పనిచేసుకొని, ఊళ్ళకి పొండి" అని వార్నింగ్ ఇచ్చి అక్కడి నుంచి బయల్దేరాడు.

వెంటనే మాచర్లనుంచి గుంటూరుకి తిరుగు ప్రయాణం కడుతూ ఆ హెడ్ కానిస్టేబులుని పిలిపించి "ఈ కేసులో నువ్వు చాలా సహాయపడ్డావు. నువ్వేగనుక ఆ చేపలకూర తీసుకురాకుండా ఉంటే మనం ఇంకా కృష్ణానదిలో ఈదులాడుతూ ఉండేవాళ్ళం" అని భుజం తట్టి అభినందించాడు.

❖❖❖

రంగం నుంచి వచ్చేసాక నూకన్న కుటుంబం పూడిమడక నుంచి ఎంకీపాలెం వచ్చేసింది. ఎంకీపాలెం వచ్చాక కులంలోనే భూములూ, పుట్టలూ ఉన్న పిల్లని చూసి పెళ్లి చేసుకున్నాడు. ఆ పిల్లపేరు లక్ష్మి. పేరుకి తగ్గట్టే వస్తూ వస్తూ బోలెడంత ఆస్తి కట్నంగా తెచ్చింది. కొబ్బరి తోట, జీడితోట, ఆవుల మంద. నూకన్న మళ్ళీ రంగంలో మాదిరిగానే 'సరంగు' అయ్యాడు. సముద్రానికి దగ్గరగా, రామకొండ పక్కన ఇసక దిబ్బల మీద తాటాకుల మిద్దె ఇల్లు కట్టుకున్నాడు. జీవితంలో ఏ లోటు లేదనుకుంటున్న సమయంలో ఓ సమస్య వచ్చింది. అది మగసంతానం లేకపోవడం. భార్య మొదటిసారి కడుపుతో ఉన్నప్పుడు మొగపిల్లోడు పుడితే నారాయుడు అని పేరు పెడదాం అనుకున్నాడు. ఆడపిల్ల పుట్టింది. నారాయుడమ్మ అని పెట్టాడు. రెండోసారి కానుపులో మొగపిల్లోడు పుడితే కాశియ్య అని పేరు పెడదాం అనుకున్నాడు. ఈసారీ ఆడపిల్లే పుట్టింది. కాశమ్మ అని పెట్టాడు. మూడోసారి పంచదార్ల వెళ్లి ఉమామహేశ్వరుడికి మొక్కుకొని "మొగపిల్లోడు పుడితే

నీ పేరు ఎట్టుకుంటాను స్వామీ" అని దండం ఎట్టుకున్నాడు. శివుడు కరుణించలేదు. గైరమ్మ పుట్టింది. నాలుగోసారికి గర్భం వచ్చినప్పుడు ఈసారి ఎలాగన్నా మొగపిల్లోడే పుట్టాలని ఎవడో నాటువైద్యుడు ఇచ్చిన, అడ్డమైన ఏర్లూ నూరి పెళ్ళాంతో తాగించాడు. లక్ష్మి ఆరోగ్యం పాడయి, గర్భస్రావం అయింది. నూకన్న అత్త రాజులమ్మ కూతురి పరిస్థితి చూసి కోపం పట్టలేక "ఒరే దున్నపోతా.. నా కూతుర్ని బతకనివ్వవా..? మొగపిల్లోడైనా ఆడపిల్లైనా పుట్టించడం ఆ దేవుడి చేతిలో ఉంటది గానీ మడుసుల సేతిలో ఉంటాదా? బంగారం లాగా ముగ్గురు ఆడపిల్లలు ఉన్నారు చాలదా? బగమంతుడు ఎంతిత్తే అంతే అచ్చాసకి పోకూడదు" అని చివాట్లు పెడితే కొన్నాళ్ళు మెల్లకున్నాడు. అయినా మొగపిల్లోడి మీద ఆశ చావలేదు.' ఆడపిల్లలు ముగ్గురు ఉంటే ఏమీ? పెళ్ళిళ్లు చేసుకొని అత్తోలింటికి పోతారు. రేపు ముసలోళ్లు అయిపోయి కన్ను, కాలు పనిచెయ్యకపోతే కాస్త గంజి ఒయ్యాడానికీ, చస్తే కాటికియ్యడానికి మొగపిల్లోడు ఉండాలి కదా!' అనుకున్నాడు. దానిగురించే రాత్రీ పొగులూ మదనపడీవోడు. మొగుడిని చూసి లక్ష్మి కూడా బాధపడేది. చెల్లి బాధ చూడలేక లక్ష్మి అక్క కాసులమ్మ ఒకరోజు చెల్లి దగ్గరకొచ్చి 'ఏవే లచ్చివీ... ఒక అమ్మకి పుట్టినోళ్ళవే కదా! నాకున్నది నీది. నీకు ఉన్నది నాది కదా! నాకొడుకుని నికిచ్చేత్తాను. పెంచుకోయే' అంది. లక్ష్మి అక్కని పట్టుకొని ఏడ్చేసింది. ఈ విషయం చెప్పినప్పుడు ముందు నూకన్న ఒప్పుకోలేదు.

'పెంచి పెద్దచేసి అన్నీ ఎట్టాక రేపటినాడు ఆడు నేను నీకి పుట్టలేదు. నీకి నాకీ సంమందమే లేదనెత్తే ఏటి పరిస్థితి?' అన్నాడు.

'మాయప్ప కొడుకంటే నాకీ కొడుకే' అలాగేమీ అనడు" అంది లక్ష్మి నమ్మకంగా, అయినా నూకన్న ఒప్పుకోలేదు. కొన్నాళ్ళకి కాసులమ్మ చచ్చిపోయింది. అక్క చచ్చిపోయినందుకు లక్ష్మి దొర్లిదొర్లి ఏడ్చింది. తల్లి లేని పిల్లోడు అయిపోయిన ఎంకటేసులు ఇంటికి తీసుకొచ్చేసుకొని "నా కొడుకు" అనేసింది.

నూకన్నకి ఒప్పుకోక తప్పలేదు. అలా ఎంకటేసులు నూకన్నకి దత్తం వచ్చాడు.

అయితే నూకన్న భయమే నిజం అయింది.

శక్తికి మించిన పని అయినా ఆ రోజుల్లోనే ఎంకటేసులుని రాజకోడూరు బళ్ళో మూడోపారం దాకా చదివించాడు నూకన్న. పంతొమ్మిదో ఏట కొత్తపట్నం పిల్లని ఒకదాన్ని ప్రేమిస్తనానంటే, అలాగే అని ఆ పిల్ల ఇంటికెళ్లి మాట్లాడాడు నూకన్న. ఎదురొచ్చి పిల్లని అడిగినందుకు ఆళ్ళు సరే అన్నారు గానీ, పెళ్లి అన్నారం

గుళ్లో చేయాలన్నారు. సరే ఒప్పుకున్నాక చెయ్యక తప్పుతాదా? చేసాడు. తొమ్మిది వేలు అప్పు అయింది. పెళ్ళైన తర్వాత అత్తోరి మెప్పుడు మాటలు విన్నాడు ఎంకటేసులు. నూకన్న ఎప్పుడో మాటల సందర్భంలో ఒకసారి

"నాకున్న భూము, పుట్టా నా ముగ్గురు కూతుళ్ళకి ఒక వంతు, ఆడికో వంతు" అన్నాడు. విన్నోళ్ళు ఆ మాటని ఎంకటేసులు చెవిలో ఊదారు. ఎంకటేసులుకి కోపం వచ్చేసి "నేను చోడిపిల్లి తాతబ్బాయికి పుట్టాను గానీ మైలపిల్లి నూకన్నకి పుట్టానా?" అని అలిగి అత్తోరింటికి వెళ్ళిపోయాడు. పెంచి, పెద్దచేసి, వయసు మళ్ళిన కాలన ఇంత గంజి ఓత్తాడనుకున్నోడు అలా చెయ్యడంతో నూకన్న మనసు ఇరిగిపోయి చచ్చిపోతానని మందు తాగేసాడు. చచ్చిపోలేదు గానీ "ఆడి పెళ్లికి తొమ్మిది వేలు అప్పు చేసాను. ఇప్పుడు నా ముగ్గురు ఆడపిల్లోల్ని ఎట్టుకోని ఆ అప్పు ఎలా తీర్చను"

ఆ బాధలో తను రంగం నుంచి వస్తా పారేసుకున్న బరిణె గుర్తొచ్చింది. అది నేను పారేసుకోకుండా ఉంటే ఈ రోజు నాకీ తిప్పలు వచ్చేవి కాదు అని ఏడ్చాడు. ఆ కథ ఎవరికీ తెలీదు అయినా అతని మాటలు ఎవరూ అంతగా పట్టించుకోలేదు (రంగం నుంచి వచ్చినోళ్లు అలాంటి కథలు చాలా చెప్తారు మరి) ఒక్క గైరమ్మ తప్ప. ఆ విషయం గైరమ్మ మనసులో బలంగా నాటుకుపోయింది. గైరమ్మ కూడా ఆ తర్వాత ఎప్పుడు తనకి కష్టం వచ్చినా "ఆ రోజు మా అయ్య అది పారేసుకోకుండా ఉంటే..." అని చెప్పుకుని ఏడ్చేది.

అప్పుల బాధల నుంచి బయటపడటానికి బాగా ఆలోచించి ఉన్న భూములూ పుట్టలూ అమ్మేసి మిగిలిన నాలుగు ఎకరాల డైభ్బై సెంట్లు చిన్న అల్లుడు కాశమ్మ మొగుడు ముడి దేవుడికి రాసేశాడు.

గైరమ్మకి అప్పటికి ఎనిమిదేళ్ళు. ఏ పెట్టుపోతలూ లేకుండా వరసకి మేనల్లుడు అయ్యే వాడనర్సాపురం సూరాడ బండియ్య కొడుకు సూరాడ సోములుకి ఇచ్చి పెళ్ళి చేసాడు. సోములుకి అప్పటికి పద్దెనిమిదేళ్ళు. పెళ్లికి అల్లుడికిచ్చిన కట్నం ఒక తెల్ల నేతపంచ.

ఆచారం ప్రకారం పిల్ల పంటతల్లి అయ్యేదాక అత్తోరింటికి పంపరు. గైరమ్మ మరో ఆరేళ్ళు ఎంకీపాలాన్నే ఉండిపోయింది.

అదే సమయంలో గుంటూరులో నందికొండ ప్రాజెక్టు నిర్మాణం మొదలైంది.

ఉత్తరాంధ్రలో ముఖ్యంగా విశాఖపట్నం జిల్లాలో సముద్రతీరం పొడవునా ఉన్న వాడబలిజ గ్రామాల్లో ఆకలికి మాడుతున్న ఎన్నో కుటుంబాలు నుంచి ఎంతోమంది ఆడామగా డ్యామ్ పనులకి కూలీలుగా వచ్చారు(అరవోళ్ళు, కన్నడావొళ్ళు కూడా వచ్చారంటుంది గైరమ్మ). వాళ్లందరికీ నాయకుడు నూకన్న.

మగాడికి - 3 రూపాయలు.

ఆడదానికి -2 రూపాయి(బరువులు మోస్తే రెండున్నర)

దేశం ఆ మూలకి వచ్చాక ఊరికే రాళ్ళు మోసుకుంటూ ఉండబుద్ధి కాలేదు. ఎంతన్నా కత్తావేసి పడవలాగి, వలేసి చేపలు పట్టిన మనుషులు. దగ్గిర్లోనే నది ఉంది. నదిలో చేపలు ఉన్నాయి. మనుషుల్ని పోగేసి చేపలు పడదాం రా అన్నాడు.

పట్టాలంటే వలలు ఎక్కడినుంచి వస్తాయి?

చేపలు పట్టాలంటే వలలే కావాలి ఏంట్రా..?

గోడౌన్‌ల దగ్గర మేనేజర్ ని మెల్లిగా మాటాడి బుట్టలో ఏసుకొని డైనమైట్లు బయటికి తెప్పించాడు.

మాట్లాడ్డం అంటే ఏం చేశాడూ?

ఆ గుమస్తాకి శీఘ్రస్కలన సమస్య. అందువల్ల భార్య చాలా అసంతృప్తి చెందేది. భార్యని సుఖపెట్టలేని తన అసహాయతనీ ఆక్రోశాన్ని పనివాళ్ళ మీద చూపించేవాడు. నూకన్న ఇది కనిపెట్టాడు.

గురిచూసి నరం మీద నొక్కితే గుమస్తా గిలగిలలాడిపోయాడు.

“నెత్తికొల్ల మొట్ట చేపల పులుసు క్రమం తప్పకుండా రోజుకి రెండుపూటలా, ఓ నెలరోజులు తింటే తమ్ముడు రమ్ము తాగిన గుర్రం అయిపోతాడు. ఇక దౌడు మీరు ఆపాలనుకున్నా ఆపలేరు. నెత్తికొల్ల మొట్టలు నదిలో కీలకిలలాడిపోతున్నాయి. అలాగే చిత్తర చేప కడుపుతో ఉండే శేశికొట్టు జాగ్రత్తగా బయటికి తీసి ఎండలో ఎండబెట్టి, నాలుక్కి తగలకుండా మింగేస్తే వీర్యవృద్ధి. అది వారానికి ఒకసారి ఆరువారాలు చెయ్యాలి. మీరు ఒప్పుకుంటే మా చేపలు మేం పట్టుకుంటాం, మీ వైద్యం మీరు చేసుకోండి” అని నూకన్న చెప్తే ఆ మేనేజర్ గోవిందరాజులు మొఖంలో వెలుగు. మనసులో ఏవో కొత్త ఆశలు చిగురించాయి, సంశయిస్తూనే తాళాలు నూకన్న చేతిలోకి పెట్టేశాడు.

అది అలా జరిగింది అన్నమాట.

ఆ తర్వాత నూకన్న అక్కడ ఉండలేదు.

"నేను నిఖార్సయిన వాడోడిని ఈ కూలిపని నా వల్ల కాదు" అనుకున్నాడు. తిరిగి విశాఖపట్నం వెళ్ళిపోయాడు. కానీ ఊరు చేరుకోలేదు. ఏమయ్యాడో ఎక్కడ తప్పిపోయాడో ఎవరికీ తెలీదు. ఇంటిదగ్గర అతని కోసం చూసి చూసి అందరూ అతని మీద ఆశ వదిలేసుకున్నారు. ఒక్క గైరమ్మ తప్ప. వాళ్ళ నాన్న వస్తాడని ఎంతో కాలం ఎదురుచూసింది. ఆఖరికి ఊరు వదిలివెళ్ళిపోయిన తర్వాత కూడా తన ప్రయాణంలో ఎదురైన ఎంతోమంది ముసలివాళ్ళలో, బైరాగుల్లో, సన్యాసుల్లో వాళ్ళ నాన్న ముఖం కనిపిస్తుందేమో అని వెతికేది.

డిసెంబర్ 10, 1955

నాగార్జున సాగర్ నిర్మాణ పనులు నెహ్రూ గారి చేతుల మీదుగా ప్రారంభం అయ్యాయి.

నవభారత నిర్మాణం జరుగుతుందప్పుడు. 47లో స్వాతంత్ర్యం అయితే వచ్చింది గానీ రెండువందల ఏళ్ల పరాయి పాలన తర్వాత దేశం దొంగలు దోచుకుపోయిన ఇల్లులా ఉంది. సంపద లేదు. విస్తారంగా వనరులే ఉన్నాయి. ఇప్పుడు భారతదేశం ఎవరికీ తెలీని ఒకనాటి 'మిస్టిక్ ల్యాండ్' కాదు. ఇప్పుడు ప్రపంచానికి 'ఇండియా' తెలుసు. ఇండియాకి మిగతా ప్రపంచం తెలుసు. మిగతా దేశాలతో పోటీ పడాలంటే, భారతదేశం ఒక శక్తిగా ఎదగాలంటే అన్ని రంగాలలోనూ అభివృద్ధి చెందాలి.

ప్రజలు పూజించే దేవాలయాలు కాదు కావల్సిందిప్పుడు, ప్రజలకి ఉపయోగపడే దేవాలయాలు కావాలి.

ఇరిగేషన్ ప్రాజెక్టులు, ఫ్యాక్టరీలు, విద్యాసంస్థలు, శాస్త్ర, సాంకేతిక పరిశోధనా కేంద్రాలు... ఒకదాని తర్వాత ఒకటి ప్రారంభం అవుతున్నాయి వాటినే "భారతదేశపు ఆధునిక దేవాలయాలు" అన్నాడు ఆ పెద్దాయన బాక్రా నంగల్ డ్యామ్ ప్రారంభిస్తూ.

నెహ్రూ గారికీ గైరమ్మకీ ఉన్న బాదరాయణ సంబంధం ఇక్కడే.. నెహ్రూ ప్రారంభించిన నాగార్జున సాగర్ డ్యామ్ దగ్గరికి తన పద్నాలుగో ఏట 1961లో తన అక్కా బావలతో మొదటిసారి వచ్చింది. వాళ్ళ సంవత్సరం కూతురు నూకమ్మని వదల్లేక.

కొన్ని వేలమంది కూలీలు డ్యామ్‌కి అటూ ఇటూ కొండలమీద గుడిసెలు వేసుకున్నారు. ఇటు చివర హిల్ కాలనీ(ఇలకాన్), అటు చివర పైలాన్ అంతా జనమే.. రాత్రిపూట దీపాలతో కొండలంతా మిణుగురులు పట్టినట్టు ఉండేవి. ఆసియాలోనే అతిపెద్ద మానవ నిర్మిత కట్టడం. పెద్దపెద్ద బండరాళ్ళని ట్రక్కుల్లో తీసుకొచ్చేవాళ్ళు. వాటిని కన్‌స్ట్రక్షన్ దగ్గరికి మొయ్యడం, మోసిన వాటిని గోలుసులతో బలమైన కర్రకి కట్టుకొని బుజానేసుకొని, కర్రలతో కట్టిన అంతస్థులు ఎక్కుతూ పైకి చేర్చేవాళ్ళు. ఎక్కేటప్పుడు ఏ మాత్రం అటూ ఇటూ అయి బండ జారినా మధ్యలో పనిచేస్తున్న వాళ్లంతా చచ్చినట్టే. అలాంటి ప్రమాదాలు జరిగి 10 వేలమంది చనిపోయారు అంటారు (డ్యామ్ అంత జనం అంటుంది గైరమ్మ). 40 వేలమంది కూలీలు పనిచేస్తే, పదిహేనేళ్ళకి 1970కి పూర్తి అయింది.

మొదటిసారి గైరమ్మ అక్కడున్నది మూడునెలలే, గుడిసె దగ్గర పాపని ఆడిస్తూ ఉండేది. ఆ తర్వాత అక్కడికే శాశ్వతంగా ఏడుగురు పిల్లలతో వచ్చేస్తుందని తెలీదు.

❖❖❖

ఒకప్పుడు ఒక ఊరికి దొమ్మరోళ్ళు వచ్చారంట. ఊరి మధ్యలో గోతులు తవ్వి, గెడలు పాతి, తాళ్ళు కట్టి ఆటకి చాటింపు వేశారంట. ఆట చూడ్డానికి జనం చుట్టూ మూగారంట. ఆ దొమ్మరోళ్ళు గుంపులో ఓ పద్నాలుగేళ్ల పడుచుపిల్ల ఉందంట. జనాలు ఆ పిల్లని చూడ్డానికి ఎగబడిపోయారంట. గెడ కర్రలకి కట్టిన తాళ్ల మీద నడుస్తూ, ఊగుతూ, వేలాడుతూ విన్యాసాలు చేస్తున్న ఆ దొమ్మరిపిల్లని మూతిమీద మీసం ఉన్న పెతివోడు ప్రేమించేసాడంట. ఆ పిల్ల వీళ్ళందరినీ చూస్తూ పిల్లి మొగ్గలు వేస్తూ, తాళ్ళు పట్టుకొని ఎగురుకుంటూ గెడ కొమ్ముకు ఎక్కిపోయిందంట. గడిసేపటికి, అక్కడ ఉండి అందరికీ వినిపించేలా ఈ శాస్త్రం చెప్పిందంట.

నాలుగీదుల మధ్యలో నాయిరాలు
పుట్టింది.
నాయిరాలు కడుపున ఇప్పిలింగం
పుట్టింది.
ఇప్పిలింగం ఇప్పి చెప్పినోడికి
కన్నెరికం చేస్తానంది.

(ఇది శాస్త్రం. అంటే పొడుపుకథ. హాలుడి గాథాసప్తసతిలోలా మూడు ముక్కల్లోనే ఓ పెద్ద కథ ఉంటుంది)

వింటున్న జనాలల్లో ఎవడికీ ఆ పిల్ల ఏం చెప్పిందో అర్థం కాలేదు. అయితే వాళ్లలో బాగా తెలివిమంతుడు అయిన ఓ నడివొయుసు మనిషి అలా ఆలోసిచ్చుకుంటా... వెళ్లి తమలపాకులు తెచ్చుకొని సున్నం రాసుకొని, నమిలి, ఆ పిల్లని చూసి నోట్లో ఎర్రటి ఉమ్ము నేల మీద ఊసి "ఇదేనా?" అని అడిగాడంట. అర్థం అయిందా? అంటే ఆ దొమ్మరిపిల్ల పైనుండగా సమర్తాడింది అన్నమాట. ఈ పొదుపు కథని గైరమ్మ అమ్మమ్మ దగ్గిర వినింది.

❖❖❖

గైరమ్మ పంటతల్లి కాగానే అమ్మతరపు చుట్టాలు ఏదో ఉన్నంతలో నాలుగు ఇత్తడి బిందెల్లో చలిమిడి, చినపాకుండలు, అరిసెలు కావిళ్లలో సారె పెట్టి వెంకయ్యపాలెం నుంచి వాడనర్సాపురం సాగనంపారు.

ఆ రోజుల్లో వెంకయ్యపాలెం నుంచి వాడనర్సాపురం కాలినడకనే వెళ్ళాలి. ఇసుక దిబ్బల మీద నుంచి కొబ్బరి చేల మధ్య నుంచి... ఆడామగా అంతా ఓ గుంపులా బయల్దేరారు. వాళ్ళ మధ్యలో గైరమ్మ చీర కట్టుకున్న బొమ్మలా ఉంది.

చీకట్లు పడుతుండగా సారె తెచ్చిన గుంపు వాడనర్సాపురం చేరుకుంది. పెళ్లికూతుర్ని తీసికెళ్లి మూలనున్న అమ్మోరికి దండం పెట్టించి లోపలికి తీసికెళ్లిపోయారు.

వాడ నర్సాపురం ఊర్లో గైరమ్మ అత్తోరిల్లు కొండనానుకొని పెద్ద కమ్మలిళ్ళు. సూరాడ బండియ్య కుటంబం అంటే, ఊర్లోనే పెద్ద కుటంబం. గైరమ్మ అత్తోరిల్లు మరదళ్ళు, మరుదులూ భర్తలు, పిల్లలతో నిండిపోయి ఉండేది. ఓరోజు పచ్చలు పొడిచే ఎరుకలసారి ఊర్లోకి వచ్చింది.

జానపద కథల్లోని మంత్రగత్తెలా ఉంది ఆ ఎరుకలసాని. మోకాళ్ళ నుంచి అరికాళ్ళ దాకా, మోచేతుల నుంచి ముంజేతుల దాకా నానా విధాల పచ్చబొట్లు.

పచ్చబొట్లు వెయ్యడం ఆమె వృత్తి. ఎన్నెన్ని రీతుల పచ్చబొట్లు ఆమె బుర్రలో ఉంటాయో!

ఎవరికి ఏం కావాలంటే అది వేస్తుంది. ఆ వెయ్యడంలో ప్రతిభ గమనించాలి. ఆకు పసరుని చర్మపు రెండో పొరలోకి మాత్రమే వెళ్లేలా పొడిచే ఆ ప్రాచీనమైన కలకి దండం పెట్టాలి.

గైరమ్మకి పచ్చబొట్లు అంటే భయం. పచ్చబొట్లు వేయించుకోవడం ఎంత బాధాకరంగా ఉంటుందో అన్నదానిపై ఓ కథ కూడా విని ఉంది.

'ఎనకటికి ఓ ఆడమనిషి 'రవిక' పచ్చబొట్టు పొడిపించుకుందాం అనుకుందంట. రొమ్ముల నుంచి పచ్చపొడుస్తూ వీపు దగ్గర ముడేస్తుండగా చచ్చిపోయిందంట'

అయినా కూడా తోటి ఆడపిల్లలు వేయించుకుంటూ ఉండడంతో, తను కూడా కుడిచేతి మణికట్టుకి కొంచెం పైన ఓ పచ్చబొట్టు వేయించుకుంది. అది ఆదిమదికాలంనాటి మాతృస్వామ్య వ్యవస్థలో సంతానోత్పత్తిని సూచించే 'శ్రీవత్స' చిహ్నం. అయితే ఆ విషయం ఎరుకలసానికి తెలీదు. అది సీతమ్మవారి 'పర్ణశాల' అంది. ఆ పచ్చబొట్టు గైరమ్మ జీవితం మీద రెండు రకాలుగానూ ప్రభావం చూపించింది. పంటతల్లి అయి, అత్తవారింటికి వెళ్లిన తర్వాత గైరమ్మ ఏడుగురు పిల్లల్ని కనింది. సీత్తమ్మవారు భర్త వెంట అడవులు పట్టిపోయినట్టు, గైరమ్మ కూడా తన కుటుంబాన్ని తీసుకొని రాజ్యాలు పట్టిపోయింది.

❖❖❖

గంట్లు(జొన్న), చోళ్ళు (రాగులు) తప్ప వరి అన్నం అంటే తెలీని కాలం.
మంది ఉంటే మామూలుగానే మజ్జిగ పల్చన అవుతాది కదా?

పెద్ద దాకలో అంబలి వండితే సాయంత్రానికి అడుగంటిపోయేది, పొద్దున్న చల్దన్నం ముందు కూర్చుంటే గంజిలో మెతుకు మిగిలేది కాదు.

గైరమ్మకి నలుగురు ఆడపిల్లలు, ముగ్గురు మగపిల్లలు పుట్టారు. పద్నాలుగేళ్ల గైరమ్మ అత్తోరింటికి వచ్చేనాటికి గైరమ్మ భర్త సోములు పాతికేళ్ల కుర్రాడు. అప్పటికే కల్లు, సారాయి, చుట్టా అలవాటు అయ్యాయి. మనిషి మాచెడ్డ మంచోడు గానీ లోకం తెలీనోడు. సముద్రంలో వేటకెళ్లి, అతను తెచ్చే వేటభాగం రూపాయి, రెండు రూపాయలతో తొమ్మిది మంది బతకాలంటే అయ్యేది కాదు. మధ్యలో కొన్నాళ్ళు వేట బాగా దొరుకుతుందంటే పూరీ కూడా వెళ్లారు. పూరీ జగన్నాథ స్వామి దయతో చూడలేదు. ఏమీ కలిసి రాలేదు. ఒట్టి చేతులతోనే తిరిగి వచ్చేసారు. అక్కడే గైరమ్మకి ఇద్దరు కొడుకులు పుట్టారు. గైరమ్మ చిన్నప్పుడు ఇంట్లోంచి వెళ్లిపోయిన తండ్రి నూకన్న ఒక సాధువులా అక్కడికి వచ్చి ఇద్దరు కొడుకులకి పెద్దోడికి బలరాముడు, చిన్నోడికి జగన్నాథం అని పేర్లు పెట్టాడని అంటారు. లేదా గైరమ్మ అలా అనుకుందో తెలీదు.

అప్పుడే వాడ నర్సాపురం ఊర్లోకి రోడ్డు వేస్తున్నారు. గైరమ్మ ఆ రోడ్డు పనులకి వెళ్ళింది. తనతో పాటూ అప్పుడప్పుడే ఎదుగుతున్న తన ఇద్దరు పెద్దకూతుళ్ళని కూడా తీసికెళ్లింది. చిన్నపిల్లలు వాళ్ళు. మట్టి గంపలు ఎత్తుకోలేకపోయేవాళ్ళు. గైరమ్మకి అది చూసి కళ్ళల్లో నీళ్ళు తిరిగి ఇద్దర్నీ ఇంటికి పంపించేసింది. ఉన్న ఊర్లో ఇక ఏం చెయ్యడానికీ పాలు పోవడం లేదు. పిల్లలు ఎదుగుతున్నారు. చేతిలో దమ్మిడీ లేదు. ఏం చెయ్యాలిరా బగమంతుడా... అనుకుంటూ రోజూ మూలనున్న దేవుళ్ళకి దండం ఎడతానే ఉండేది. గైరమ్మని వాళ్ళ నాన్న చిన్నప్పుడు గుండెల మీద పడుకోబెట్టుకొని దశావతారాలు పాడి వినిపించేవాడు. గైరమ్మ అవన్నీ అప్పుడే నేర్చేసుకుంది. ముఖం నిండా పసుపు రాసుకొని, పావలా కాసు అంత బొట్టు పెట్టుకొని అవన్నీ పాడతా దండం పెట్టేది.

ఎంత చేసినా ఏం ప్రయోజనం లేదు.

అమ్మోర్లకి నా మీద దయతప్పిందా...!?అనుకుంది.

కొన్నాళ్ళకి ఇలా కాదని కృష్ణపట్నంలో వాళ్ళ అమ్మ వైపు బంధువులు కొంతమంది వ్యవసాయం చేస్తున్నారని, అక్కడైతే కనీసం చెయ్యడానికి ఏదో పని దొరుకుతుందని, ఒకానొక రోజు కొండకింద కులదేవత పైడమ్మ తల్లికి దండం పెట్టుకొని కుటుంబంతో సహా వెళ్లిపోదాం అని బయల్దేరింది. ఆ పోక అలా పోయింది మళ్ళీ కొన్నేళ్లదాకా ఊర్లో అడుగు పెట్టలేదు.

యలమంచిలి స్టేషన్ లో రైల్ టిక్కెట్లు తీసుకోడానికి ఆగినప్పుడు గైరమ్మకి చిన్నప్పటి నుంచీ తెలిసిన బండియమ్మ కనిపించింది. చూడగానే పలకరించి "ఎక్కడికి వెళ్తున్నావే గైరమ్మా..." అంది

"అప్పా... ఎక్కడికి అంటే ఏం చెప్పనే. ఊర్లో పనులేం లేవు. ఏటకెళ్ళి ఆ బావు తెచ్చే రోపాయి, రెండురూపాయలతో ఇంతమంది బతకడం కష్టం అయిపోతుంది. అందికనే కిష్టపట్నంలో మా చినబావోలు ఉన్నారంటే, అక్కడయినా బతకడానికి అవుతుందేమో అని బయల్దేరిపోనాం" అంది గైరమ్మ.

"ఎల్తనావు గానొలే... నీ మొగోడు ఎప్పుడైనా కాడెత్తుకొని దున్నిన మనిషా? వలేసి చేపలు పట్టుకునీవోడు, ఆ పనులన్నీ చెయ్యగలడా? నా మాట విని నందికొండ వచ్చీ..." అంది బండియమ్మ.

గైరమ్మకి ఏం చెప్పాలో తెలీలేదు. మళ్ళీ బండియమ్మే "అలా ఆలోసిత్తావేమే?

అక్కడ కూడా పాటోడ్డమే.. నీ పెద్ద కొడుకు ఎలాగూ కత్తావబద్ద ఒట్టుకునేంత ఉన్నాడు కదా! ఆ బావుతో కలిసి ఎళ్తాడు. మెల్లిమెల్లిగా ఆడూ పాటొడడం నేర్చేసుకుంటాడు. నా మాట విను ఈ భూమ్మీద నికింత కంటే మంచి మార్గం ఏం లేదు" అని తెగేసి చెప్పేసింది.

గైరమ్మ ఇక మారు మాటాడకుండా నడికుడికి టిక్కెట్లు తీసేసుకుంది. నందికొండ వెళ్లాలంటే నడికుడిలోనే దిగాలి.

❖❖❖

డ్యామ్ కట్టడం పూర్తి అయిపోయిన తర్వాత అప్పటిదాకా అక్కడ కూలిపనులు చేసుకుంటున్న విశాఖపట్నం వాడోళ్ళంతా డ్యామ్ దగ్గరా, డ్యామ్ వెనకాల కొండల్లో మూలమూలలా సర్దేసుకున్నారు. తాత్కాలికంగా కట్టుకున్న గుడిసెలని 'బసలు' అని పిలవడం అప్పుడే మొదలైంది. వాళ్ళ సొంతూళ్లలో బతకడానికి కుదరని చాలా కుటుంబాలు పిల్లాజెల్లాతో సహా వచ్చేసి ఇక్కడ బసలు ఏసుకొని బతడం మొదలెట్టారు. ఎప్పుడన్నా పండక్కో పబ్బానికో ఊరెళ్లినప్పుడు

"ఆ దేశాన్ని పాటు(చేపల వేట) ఎలా ఉంటాది?" ఊర్లో జనాలు అడిగితే "గంజిలో అన్నం మెతుకుల్లా చేపలు చేత్తో దేవేసుకోవచ్చు" అని గొప్పలు పోయేవాళ్ళు. అది కొంచెం నిజమే కూడా... ఆ క్రిష్ణానదిలో చేప కీలకీలలాడతా ఉండేది. ఏసిన చేపల బరువుకి వలలు నీళ్ళల్లోంచి తేలిగ్గా పైకి వచ్చేవి కాదు. అయితే పుట్టినప్పటి నుంచీ మనకి అలవాటు అయిన ఒక ప్రాంతం నుంచీ హఠాత్తుగా వేరే ప్రాంతానికి వెళ్ళినప్పుడు అక్కడి వాతావరణానికీ, ఆహారపు అలవాట్లకి సర్దుకోడానికి కొత్తలో కొంత ఇబ్బంది తప్పదు. అది అమెరికాకి వలసపోయిన యూరోపియన్స్‌కి అయినా విశాఖపట్నం నుంచి నల్లగొండలో గుమ్మడానికి వలస వచ్చిన గైరమ్మకి అయినా తప్పదు.

గైరమ్మని తీసికొచ్చిన బండియమ్మ కొండానుకొని నది ఒడ్డునున్న వాళ్ళ బసల్లో, ఓ గుడిసె గైరమ్మ కుటుంబానికి ఏయించింది. బస అంటే తెచ్చుకున్న సామాన్లు పెట్టుకోడానికి ఓ చోటు అంతే. ఉండేది అంతా బయటే..

అలాగే గైరమ్మ దగ్గర పాటు ఒడుకోడానికి అంటే చేపలు పట్టుకోడానికి కావాల్సిన వలా తాళ్ళూ తెప్పా ఏమీ లేవు. అందుకని బండియమ్మ మొగుడు తాతబ్బాయి పొద్దున్న పుట్టు మీద వెళ్లి వచ్చేసాక, అతను నీళ్ళల్లోంచి ఎత్తుకొచ్చిన ఆ వలలు ఏసుకొని చేపలు పట్టుకొనేవాళ్ళు. దానికేమో చేపలు పడేవి కాదు. పుట్టు కూడా బండియమ్మ వాళ్లదే.

పైగా అక్కడ రాత్రైతే రాకాసుల్లా పట్టి పీడించే దోమలు ఒకవైపు. అలాగే ఆ కొండల్లో ఏ బండ ఎత్తినా చిన్నదో పెద్దదో ఓ తేలు. పొట్టిదో పొడుగుదో ఓ పాము తప్పకుండా ఉండేయి. అయి చూసి గైరమ్మ అల్లిపోయేది. బోరున వర్షాలు కురిసేవి. ఆ వానలో కొడుకుల్ని తన చేతుల కింద దాచి ఆ వర్షంలో చాలీచాలని పుట్టు నీడన తలదాచుకునేది అచ్చంగా పక్షి తన పిల్లల్ని దాచుకున్నట్టు. ఇవన్నీ చూసి గైరమ్మకి తనేదో శపించబడ్డ నేలలో తిరుగుతున్నట్టు అనిపించేది. కిరసనాయిలు దీపాలు తప్ప కరెంటు తెలీని కాలం అది. రోజూ దీపాలు విలిగించాక ఆ కొండల మధ్యలో ఆ నదిఒడ్డున అనంతంగా వ్యాపించిన ఆ చీకట్లో... గైరమ్మ నీటి ఒడ్డున కూర్చుని ఉత్తరానికి తిరిగి ఊళ్ళో వదిలిపెట్టి వచ్చేసిన దేవుళ్ళు అందరినీ పేరుపేరునా తలుస్తూ 'తనని ఓ కాపు ఖాయమని, తన బిడ్డలకి ఏం కాకుండా చూడమని వెయ్యి మొక్కులు మొక్కేది'.

సరిగ్గా అప్పుడే గైరమ్మ రెండో కొడుకు జగన్నాథాన్ని పిచ్చికుక్క కరిచేసింది. ఆ దెబ్బతో గైరమ్మ భయం ఇంకా ఎక్కువై పోయింది. గుండెలు బాదేసుకొని ఏడ్చేసింది. "నాకీ తిప్పలు ఏంటి దేవుడోయ్, నేను ఈ యములోకానికి ఎందుకొచ్చి పడిపోయాను బాబోయ్... నా బిడ్డలు నాకు దక్కేలా లేరు నాయనోయ్" అని రాగాలు తీస్తూ గుక్క పెట్టి ఏడుస్తానే ఉంది. కొండమీద తాండాలో ఎవరో నాటు వైద్యుడు ఉన్నాడంటే రోజూ కొడుకుని భుజం మీద ఏసుకొని తీసికెళ్ళి తీసుకొచ్చేది. అప్పుడు నిజంగా తను శపించబడిన నేలలో నడుస్తున్నట్టు నమ్మింది.

చూసీ చూసీ చిరాకేసి ఒకరోజు పొద్దున్న ఇంటిముందు గంజివారుస్తున్న బండియమ్మ దగ్గరికెళ్ళి "అప్పా..నేను ఇక్కడ బతకలేనే, పాటు ఏమో అలా ఉంది. పిల్లోడినేమో కుక్క కరిచేసి చచ్చిపోతాడేమో అని పాణం అల్లాడిపోతుంది. నేను ఊరు వెళ్ళిపోతానే... ఛార్జీలకి డబ్బులు ఇవ్వు. ఊర్లో కూలీ పనిచేసి అయినా నీ డబ్బులు నీకు ఎనక్కి పంపించేస్తాను" అని ఏడుస్తా చెప్పింది.

అన్నాళ్ళు గైరమ్మకి బండియమ్మ ధైర్యం చెప్తానే వచ్చింది. ఇప్పుడు పాపం తను తీసుకొచ్చిన మనిషి అలాగ బాధపడ్డం చూసి "ఏమే గైరమ్మ... ఇంతోటి దానికి బయపడి పోతావు ఏంటే? ఊర్లో బతకడానికి అవకే కదా ఇంత దూరం వచ్చింది. మళ్ళీ వెళ్ళిపోతే ఏం విలువ ఉంటాది. నన్ను నమ్మి ఇంతదూరం వచ్చావు కదా? ఇప్పుడు కూడా నా మాట విను. మీ ఆయన పాటు ఒడుకోడానికి ఇబ్బంది పడతన్నారు కదా? నాతో పద.. ఆ కొండ మీద తాండాలో లంబాడోడితో మాట్లాడి

పెట్టుబడి ఇప్పిస్తాను. వలా తాళ్ళూ కొనుక్కొని పాటు ఒడుకుందురు" అంది. గైరమ్మ మనసు కాస్త తేలిక అయింది. బండియమ్మ గైరమ్మని తీసికెళ్లి లంబాడీ సేటుతో మాట్లాడి ఓ పదిహేను వందలు పెట్టుబడి ఇప్పించింది. ఆ డబ్బులతో మొగుడు సోములుతో సాగర్ వచ్చి ఓ బద్దపుట్టు, ఓ నాలుగు నూలు వలమూటలు కొనుక్కొని డ్యామ్ వెనకాల పుట్టు నీళ్ళల్లో దించి సోములూ, పెద్దకొడుకు బలరాముడు కత్తావ లాగుతా ఉంటే గైరమ్మ మధ్యలో కూర్చొని ఆ కొండలనీ, ఆ నీళ్లనీ మొదటిసారి ఓ కొత్త ఉత్సాహంతో చూసింది.

వలా తాళ్ళూ తెప్పా అమిరిన తర్వాత కొన్నాళ్ళు పాటు బానే నడిచింది. అప్పుడే ముడి నారాయుడి జట్టు ఎక్కడో ఆ కొండల్లో ఓ మూలని పెద్దపెద్ద చేపలు తగిలెత్తున్నాయి, అందుకని భత్యం కట్టుకొని పెక్కి మీదకి వెళ్తున్నాం అంటే గైరమ్మ మొగుడినీ పెద్ద కొడుకుని కూడా వాళ్ళతో వెళ్లమంది. అక్కడికి వెళ్ళిన రెండురోజులు విపరీతమైన వాన. ఆ వానలో చేపలు పట్టడం మాట అటుంచి వండుకొని తినడానికి అయ్యేది కాదు. పట్టుకెళ్లిన భత్యం అయిపోతే చేపలు కాల్చుకొని తిన్నారు. అక్కడున్న మొగోళ్ళు అందరి మధ్యలోనూ చంటి పిల్లోడు బలరాముడు బిక్కుబిక్కుమంటా వుండేవాడు. పైగా ఆ జట్టు సరంగు నారాయడు కోపిష్టి ఎదవ. తిండి పెట్టమంటే అందరికీ గంజిలో చింతపండు వేసి పెట్టేవోడు. చిన్నపిల్లోడు బలరాముడు ఒకసారి పొయ్యి దగ్గర కూర్చొని పిసికిన చింతపండు పొయ్యిరాయి మీద పెట్టినదాన్ని బుగ్గిలో పడేశాడని, చేతి బలం అంతా చూపించి బలరాముడిని జెల్లకాయలు బాదేశాడు. బలరాముడు పిచ్చికోపం వచ్చేసింది. అప్పుడే పొయ్యిలో కాలీ కాలీ కొరివి తీసి మొఖం మీద బాదేద్దాం అనిపించి, బలం చాలదని ఆగిపోయాడు. వాతావరణం కాస్త తేలిక అవగానే జట్టు బయల్దేరిపోయింది. ఆ మూల నుంచి వాళ్ళ బసలు ఉన్న ఒడ్డుకి రాగానే బలరాముడు వాళ్ళ అమ్మ దగ్గరికి పరిగెత్తుకెళ్లిపోయి "అమ్మా... ఆ నారాయుడు మాకి సరిగ్గా అన్నం ఎట్టలేదా...

నేనేం చేయకపోయినా నన్ను పెద్దపెద్ద జెల్లకాయలు కొట్టేసాడా..." అని ఏడ్చుకుంటు చెప్పుకున్నాడు.

గైరమ్మ తల్లిమనసు చివుక్కుమంది. నారాయుడు ఉన్న దగ్గరికెళ్లి "ఏం మాయా... నీతో తీసికెళ్లినోళ్ళకి కాస్త రుసికరమైన తిండి అన్నా పెట్టకపోతే నువ్వేం సరంగు. పైగా పిల్లోడు అని కూడా చూడకుండా అంతంత దెబ్బలు కొట్టావు అంట. నీ పిల్లల్ని ఇలాగే కొట్టుకుంటావా?" అని నిలదీసింది.

"నేను కొట్టడం ఏంటే.. ఏదో చిన్న దెబ్బ ఏశాను" అని ఏదో సర్దబోయాడు నారాయడు.

పక్కనే ఉన్న బలరాముడు కోపంగా "నువ్వు నన్ను కొట్టలేదు రా లంజికొండకా.. అబద్ధాలు ఆడతున్నావ్" అన్నాడు. గైరమ్మ కొడుకుని తీసుకొని అక్కడి నుంచి వెళ్ళిపోయింది.

ఇంకోసారి ఇలాగే అదే నారాయుడితో ఇంకోచోటికి వెళ్లారు ఈ సారి గైరమ్మ కూడా వెళ్లింది. కోసుకొనే చేప ఇరగబడి తగిలేసింది. ఆ చేప అంతా కోసి ఆరబెట్టే పని గైరమ్మదే పొయ్యి మీద డికాషన్ పెట్టుకొని కత్తి పీట ముందు నుంచి లేవకుండా అలా కొస్తానే ఉంది. అంతా అయ్యి ఆ చేపలు అమ్మి డబ్బులు చేతికి వచ్చిన రోజు నారాయుడి దగ్గర డబ్బులు తీసుకురమ్మని మొగుడిని పంపించింది. అప్పుడు నారాయుడు గుడిసెలో ఇద్దరు, ముగ్గురుతో కూర్చొని సారా తాగుతున్నాడు. సోములు వెళ్లి డబ్బులు గురించి అడగానే అప్పటికే బాగా తాగేసి ఉన్న నారాయడు సోములు ఎఱ్రి ఎదవని చూసినట్టు చూసి ఆ పక్కనే ఉన్న పొడుగాటి కఱ్ఱ తీసుకొని వీపు మీద ఏసేసాడు. సోములుని అక్కడ నుంచి ఏడ్చుకుంటూ, తనని పంపించిన పెళ్ళాం మీద కోపంతో ఇంటికొచ్చి "లంజా.. నన్ను ఆ తాగుబోతు లంజికోడకల దగ్గిరకి పంపించి కొట్టిస్తావే" అని తన కోపం అంతా గైరమ్మ మీద తీర్చేసుకున్నాడు. కష్టపడిన దానికి ఫలితం దక్కకపోగా ఇంత దారుణంగా అవమానించడం గైరమ్మ తట్టుకోలేక పోయింది. అప్పుడే మనసులో నారాయుడికి శాపనాకారాం పెట్టేసింది. 'నా సొమ్ము తిన్న ఎదవ, తీసుకుని తీసుకుని చస్తాడు అని'

ఆశ్చర్యంగా కొన్నాళ్ళకి నారాయుడికి కాళ్ళూ చేతులూ పడిపోయాయి (మనలో మన మాట: నారాయుడు సోయిలేకుండా తాగి పడిపోయి ఉన్న ఓ రాత్రి బలరాముడు వెళ్లి కాళ్ళ మీద బండ ఎత్తి ఆడిసేసాడంట)

అప్పటికి గైరమ్మ గుమ్మడంలో కుదురుకుంది. అప్పటికే గైరమ్మ పెద్ద కూతురు మసేనమ్మ, రెండో కూతురు కాసులమ్మ పెళ్లికి ఎదిగి ఉన్నారు. కాసులమ్మ కాస్త రంగు ఎక్కువ. మసేనమ్మ నల్లగా ఉంటుంది. కాసులమ్మని చేసుకుంటాం అని దేవుడి చేట్టునున్న బంగారు పాలెం చోడిపిల్లోలు ఎదురొచ్చి అడిగారు. పెద్దపిల్లకి పెళ్లి అవకుండా రెండోకూతూరికి పెళ్లి చేస్తే ఏం బావుంటది. అందుకని గైరమ్మ మొగుడు సోములు చెల్లెలు సోములమ్మ కొడుకు, వరసకి మేనల్లుడు అయిన అంజిబాబుతో మసేనమ్మకి పెళ్లి నిశ్చయించేసి. రెండో కూతురికి పెళ్లికొడుకు

సిద్ధంగా ఉండడంతోటి. రెండు పెళ్లిళ్లు ఒకటే పందిరి కింద చేసేసారు. పూజారి ఒకడే, సన్నాయి మేళం కూడా ఒకటే.

కొన్నేళ్ళకీ గైరమ్మ కొత్తదనం పూర్తిగా పోగొట్టుకొని, ఉన్నచోట్లో జనాలతో సమ్మందాలు పెట్టుకొని బతకడం నేర్చుకుంది. పిల్లలు కూడా ఎదిగొచ్చారు. ఒక పుట్టు రెండు పుట్లు అయింది. ఇంకొన్నాళ్ళకి మూడో కొడుకు మసేనయ్య కూడా పెద్దోడు అవడంతో మూడో పుట్టు కూడా తిరగడం మొదలు అయ్యింది. ఈ మధ్యలోనే చుట్టకాల్చడం కూడా అలవాటు అయింది. తనే స్వయంగా పొగాకు చుట్టలు చుట్టుకొని, దాన్ని తిప్పి స్టయిల్‌గా నిప్పు నోట్లో పెట్టుకొని అడ్డపొగ కాల్చేది. అలాగే డికాషన్ కూడా అలవాటు అయింది. పొద్దున్న లేచి డికాషన్ తాగితే గానీ గైరమ్మకి రోజు మొదలవదు.

గైరమ్మ చుట్టుపక్కల జనాల దగ్గర పచ్చిచేపలు, ఎండుచేపలు కొని అమ్మడం మొదలెట్టింది. అందరి దగ్గరా కొన్న చేపలు గాడిదలకి ఎత్తుకొని, రోడ్డు దగ్గరికి తెచ్చి లారికి ఏసుకొని, దేవరకొండ పట్టుకెళ్లి అమ్ముకొని వచ్చేది. వచ్చేటప్పుడు దారిలో ఓ వందా రెండొందల సారా ప్యాకెట్లు కొనుక్కొచ్చేది. జాగ్రత్తగా అమ్మమని మొగుడు సోములుకీ, పిల్లలకీ చెప్తే అమ్మడం పక్కన పెట్టి వాళ్లే తాగేసేవోళ్లు.

ఆ రోజుల్లోనే గైరమ్మకి మండోదరి పరిచయం అయింది. ఉట్లపిల్లి తండాలో ఓ మొగుడు లేని లంబాడీ అడమనిషి, గైరమ్మ చేపలు అమ్ముకొని ఓ రాత్రి తిరిగొస్తా అలిసిపోయి మంచినీళ్ళ కోసం ఓ ఇంటి మంజూరు ముందునిల్చొని ఇంట్లో మనుషుల్ని కేకేసింది. లోపల నుంచి ఓ ఆడమనిషి ఓ పన్నిండేళ్ళ మొగకుర్రోడు వచ్చారు. గైరమ్మ దప్పికేసి నీళ్లు అడిగింది గానీ, ఆ లంబాడీ ఆడమనిషి కూచేబెట్టి అన్నం ఎట్టింది. అన్నం తింటా ఒకల బతుకు ఒకలు చెప్పుకున్నారు. మండోదరి భర్త చచ్చిపోయాడు. మరిది నేను ఏలుకుంటాను అన్నాడు. వాడికి అప్పటికే పెళ్లి అయింది. మండోదరి నా బిడ్డని నేను సాక్కుంటాను అని ఊరూరా తిరిగి పిన్నీసులు, దువ్వెనలు అమ్మడం మొదలెట్టింది. ఆడమనిషి అయినా మొగోడి కష్టం అంతా చేస్తాది. ఎప్పుడో ఇద్దరు తింగరి ఎదవలు దారి కాసి పాడుచెయ్యబోతే పిచ్చల మీద తన్నేసి ఒకడిని, పీక కోసేసి ఇంకొకడిని చంపేసిందంట. ఓకేలాంటి గుణాలు ఉన్న మనుషులు స్నేహితులు కాకపోవచ్చు గానీ ఓకేలాంటి కష్టాలు ఉన్నోళ్లు స్నేహితులు అవుతారు. గైరమ్మకి మండోదరికి దోస్తీ కుదిరింది. మండోదరి కొడుకు మోతిలాల్. అప్పుడప్పుడు గైరమ్మ కుటుంబం ఉన్న బసల దగ్గరికి వచ్చేవాళ్ళు తల్లీకొడుకులు. మోతిలాల్‌కి గైరమ్మ కొడుకలకి కూడా దోస్తీ కుదిరింది

బుల్లిరాజు అనే సేటు గైరమ్మ దగ్గర చేపలు కొనేవాడు. అతను మాచర్లలో ఉండేవాడు. గుమ్మడంలో ఓ పది పుట్లు మీద పెట్టుబడి పెట్టాడు. ఆ పుట్లు దగ్గర చేపలు కొని మాచర్ల తెచ్చి సేటుకి అమ్మేది. దానిలో కమిషన్ వచ్చేది. అప్పుడే అడిగాడు 'ఇక్కడ పక్కనే బుగ్గవాగు డ్యామ్ ఉంది గైరమ్మా..ఇక్కడికి వచ్చేయ్.. ఈపాటికే మీవొళ్ళు కొంతమంది ఉన్నారు" అన్నాడు. గైరమ్మ సంసారాన్నంతా లారీకి ఎత్తించి బుగ్గవాగు తరలించింది. ఆ తరలింపులో చిన్నోడు తప్పిపోయాడు. చిన్నోడు అంటే గైరమ్మ చిన్నకొడుకు మసేనయ్య పెంచుకునే కుక్క. లారిలోంచి దూకి ఎక్కడికో పరిగెట్టుకొని వెళ్ళిపోయి, ఎంతకీ రాలేదు. చిన్నా... చిన్నోడా.. అని ఎంత పిలిచినా, ఎంత వెతికినా ఎక్కడా కనిపించలేదు. వలసలో తప్పిపోయిన జ్ఞాపకాన్ని మసేనయ్య చచ్చిపోయే ముందుదాకా కలవరించాడు.

❖❖❖

ఇప్పుడు ఇండియా అంతా ఒక ప్రశ్నకి సమాధానం తెలుసుకోవాలని ఎదురుచూస్తూంది. WHo escaped KKR?

విప్లవ గ్రూపులన్నీ 'దీనితో మాకు సంబంధం లేదు' అని ప్రకటించాయి.

CBI, NIA, RAW ఇలా సెంట్రల్ ఇంటెలిజెన్స్ విభాగాలన్నీ ఇదే పనిమీద నిమగ్నమయ్యాయి.

నేషనల్ టీవీ ఛానెళ్ళల్లో ఇంటెలిజెన్స్ కి కూడా అందని కాన్సిరసి థియరీలు వినిపిస్తున్నాయి. డిబేట్స్‌లో టగ్ ఆఫ్ వార్ జరుగుతుంది. కుడివైపు బలం ఎక్కువైపోతుంది. ఎడమవైపు బలం లేదు. కానీ లాగుతుండగా ఎడమవైపు వాళ్ళు తాడు వదిలేసారంటే బలంగా లాగుతున్న వాళ్ళు వెల్లకిలా పడి నడుం విరగ్గొట్టుకుంటారు.

సెంటర్ ఈ విషయం మీద ఒక స్పెషల్ ఇన్వెస్టిగేషన్ టీమ్‌ని ఏర్పాటు చేసింది. నేరస్తులను 48 గంటల్లోగా పట్టుకుంటాం అని ఆ టీమ్ ప్రకటన విడుదల చేసింది.

దేశ వ్యాప్తంగా వివిధ రాష్ట్రాల్లో ఎన్నోచోట్ల ఎంతోమందిని అరెస్ట్ చేసి, జైళ్లలో పెడుతున్నారు. అంతకు ముందు నుంచే ఈ అరెస్టులు జరుగుతున్నాయి. ఉరుము, మెరుపు లేకుండా ఇళ్ళమీద దాడిచేసి, ఇంట్లో దొరికిన పుస్తకాలూ, లాప్ టాప్‌లూ, సెల్ ఫోన్లు లాంటి ఎలక్ట్రానిక్ డివైజ్ లు పట్టుకుపోతున్నారు.

వాటికి లెక్కాపత్రం లేదు. వాటిని తిరిగిచ్చే ఊసే లేదు. అవి నిషేదించబడిన పుస్తకాలు కూడా కాదు. మార్కెట్లో దొరికేవే. విచిత్రంగా ఆ ఎలక్ట్రానిక్ డివైజ్‌లలో ఓ పెద్ద కుట్ర తాలూకు వివరాలు దొరికాయి అని చెప్తున్నారు. కోర్ట్ లో చూపిస్తున్నారు కూడా. ఆ వివరాలు ఏంటో, అవి ఎలా వచ్చాయో మాకు తెలీదు అని నిందితులు ఎంత మొత్తుకున్నా ప్రయోజనం లేదు. అరెస్ట్ అయిన, అవుతున్న వాళ్లలో విద్యార్థులు, విద్యార్థి సంఘాల నాయకులు, రచయితలు, కవులూ , కళాకారులు, ఉపాధ్యాయులు, కార్యకర్తలు, ఆడామగా తేడా లేదు అందరికీ ఒకటే సెక్షన్124A.

వీళ్లందరిని అరెస్ట్ చేయడానికి వీళ్లంతా రోడ్ల మీదకొచ్చి బందులు, ధర్నాలు, రాస్తారోకోలు చేసి, బస్సులు, రైళ్లు తగలబెట్టినవాళ్ళు కాదు. షోషల్ మీడియాలో ప్రభుత్వానికి వ్యతిరేకంగా ఫెస్‌బుక్‌లో ఓ పోస్ట్ పెట్టినా, ట్విట్టర్‌లో ఓ ట్వీట్ చేసినా అరెస్ట్ చేసి జైల్లో వేస్తున్నారు. ఆఖరికి ఇంట్లో war and peace అనే నవల ఉన్నందుకు కూడా ఒకరిని అరెస్ట్ చేశారు.

కొంతమంది నాయకులు ఈ సెడిషన్ చట్టాన్ని ఛాలెంజ్ చేస్తూ హైకోర్టులో పిటిషన్ వేశారు, '1860లో బ్రిటిష్ వాళ్ళు వాళ్ళ అధికారాన్ని నిలబెట్టుకోవడం కోసం, వాళ్ళకి వ్యతిరేకంగా ఉద్యమాలు చేసేవాళ్ళని అణచివేయ్యడానికి ఈ చట్టాన్ని సృష్టించారు. భారతదేశం లాంటి ప్రజాస్వామ్య దేశంలో దాని అవసరం ఏముంది? అసలు దాన్ని దేశద్రోహం అని ఎందుకు అంటున్నారు? ప్రభుత్వానికి వ్యతిరేకంగా చేసేది రాజద్రోహం అవుతుంది. దేశద్రోహం కాదు. అన్నది వాళ్ళ వాదన.

ఈలోగా నేరస్తుల ఆచూకీ తెలిసినట్టు. ఆ స్పెషల్ ఇన్వెస్టిగేషన్ టీమ్ ప్రకటించింది.

మీడియాతో మాట్లాడుతూ Till now all we got is just a name. this whole thing lead by a man. His name is mairavana. This is not an actual name.. Thats a code name. All we can say is..He is the boss of a crime cindicate. Which deals all the big contract killings and kidnaps.. in all over the country and in the abroad also. He operates secretly. We are still investigating. will reveal his identity in shortly.

❖❖❖

ఈ కథ మళ్ళీ అక్కడి నుంచే చెప్పుకోవాలి.

పలనాటి ఎలమంద పులిగోరు పథకం మైలపిల్లి మైరావుడి మెడలోకి చేరిన దగ్గర్నుంచీ చెప్పుకోవాలి.

ముందు పలనాటి ఎలమంద గురించి చెప్పుకోవాలి.

ఈ వీరుని గురించి చరిత్రలో ఎక్కడా ప్రస్తావించబడలేదు. ఉన్నదల్లా ఒక పాట.

1921లో కడలూరు జైల్లో బాపిరాజు అనే కుర్రాడు ఎలమందని కలిసాడు.

ఆ కుర్రాడిది భీమవరం. ప్రభుత్వ వ్యతిరేక నిరసనలు చేస్తున్నందుకు గానూ బ్రిటీష్ ప్రభుత్వం ఆ కుర్రాడిని అరెస్ట్ చేసి జైల్లో పెట్టింది. ఆ కుర్రాడికి హస్తసాముద్రికం, జ్యోతిష్యం తెలుసు. అందువల్ల జైలు అధికారులు అతని దగ్గరికి వచ్చి జాతకం చూపించుకునేవాళ్ళు, శకునాలు అడిగి తెలుసుకునేవాళ్ళు. ఆశ్చర్యంగా అతను చెప్పినవి నిజం అయ్యేవి, అందుకు గానూ ఆ అధికారులు ఆ కుర్రాడికి ఓ ఫౌంటెన్ పెన్ను, ఇంకు, కొన్ని తెల్లకాగితాలు ఇచ్చేవారు. బొమ్మలు వేసుకోవడానికి. ఆ కుర్రాడు జైల్లో ఉన్న మిగతా ఖైదీల స్కెచ్చులు వేస్తూ ఉండేవాడు. ప్రమోద్ కుమార్ చటోపాధ్యాయ్ అనే ప్రముఖ బెంగాలీ చిత్రకారుడి శిష్యుడు అతను. అతనితో తమ మొఖాలు గీయించుకోవడానికి నేరస్తులు ఎంతో ఆసక్తిగా వచ్చేవాళ్ళు. వాళ్లలో ఒకడు ఎలమంద. 1879 రంప పితూరీలో ద్వారబంధాల చంద్రయ్య నాయకత్వంలో బ్రిటీషువాళ్ళకి వ్యతిరేకంగా పోరాడి అరెస్ట్ అయ్యాడు.

రక్తాన్ని మరిగించే, రొమాంచితమైన ఎలమంద పోరాట గాథని విన్న బాపిరాజు అతని చెయ్యి చూసి చెప్పాడు.

"మీ ఆయుష్షు రేఖ చాలా పొడుగ్గా ఉంది. చాలాకాలం బతుకుతారు మీరు" ఎలమంద గట్టిగా నవ్వేశాడు. "నీకు జాతకం చెప్పడం రాదు" అన్నాడు.

బాపిరాజుకి అది అవమానం అనిపించింది. "అదేంటి?"

"ఇంకొన్ని రోజుల్లో నాకు ఉరిశిక్ష వెయ్యబోతున్నారు" అన్నాడు.

బాపిరాజు అన్నాడు "నేను చెప్పినదానికి అర్థం అది కాదు. మీరు చనిపోయినా కూడా బతికే ఉంటారు. వీరులకు మరణం ఉండదు" అని ఆవేశంగా అన్నాడు. కొన్నిరోజుల తర్వాత ఎలమందని ఓ తెల్లవారుజామున ఉరితీశారు. కొన్నాళ్ళకి బాపిరాజు జైలు నుంచి విడుదల అయ్యాడు. కానీ వచ్చిన తర్వాత అతని మనసు

నిండా పలనాటి ఎలమంద నిండుకున్నాడు. ఆ వీరుని కథని నేను గానం చేస్తానని "ఓ పలనాటి ఎలమందా.. కలవరిస్తావా జైలు కొట్లల్లో" అనే పాట రాసాడు. తన గోనగన్నారెడ్డి నవలలో కథానాయకుడి పాత్ర ఎలమందని పోలి ఉంటుంది. ఆ తర్వాత ఎప్పుడో నరుడు అనే నవల రాస్తూ అందులో కథానాయకుడికి ఎలమంద అనే పేరు పెట్టాడు.

అయితే ఎలమంద మెడలో ఓ పులిగోరు ఉండేది. అది అతను ఒత్తిచేతుల్తో పోరాడి మట్టుపెట్టిన పులిది. తన వీరత్వానికి గుర్తుగా దాన్ని తాడుకట్టి మెడలో వేసుకున్నాడు. ఎలమంద చనిపోయిన తర్వాత ఆ పులిగోరు చాలామంది మెడల్లోకి వెళ్ళింది. ఒకరు దానికి వెండి తొడుగు వేయించారు. ఒకరు దాన్ని బంగారు గోలుసుకు తగిలించారు. ఎవరు వేసుకున్నా ప్రభుత్వానికి వ్యతిరేకంగా ఎదో ఒకటి చేస్తూ దొరికిపోయి, చంపబడ్డారు. మైరావుడి మెడలోకి రావడానికి ముందు కూడా అది ఒక నక్సలైట్ మెడలో ఉంది. అతను కడుపు నొప్పి వస్తున్నట్టు నటించి, గట్టిగా మూలుగుతూ నేలమీద దొర్లుతూ ఉంటే అతన్ని చూడ్డానికి తలుపులు తెరిచి లోపలికి వచ్చిన ముసలి కానిస్టేబుల్ డొక్కలో తన్ని జైలు నుంచి తప్పించుకొని పారిపోయి వస్తూ ఒక వంతెన దగ్గర నీళ్లలోకి దిగాడు. ప్రవాహం వేగం ఎక్కువగా ఉండడం వల్ల పైకి రాలేక మునిగి చచ్చిపోయాడు. ఆ శవం బుగ్గవాగు చెరువులోకి కొట్టుకొచ్చింది. ఆ శవం మెడలో పులిగోరు పథకం మైరావుడు తన మెడలో వేసుకున్నాడు.

❖❖❖

మైరావుడిని చిన్నప్పుడు అళ్ళమ్మ గైరమ్మ బడికి పంపిస్తే, బళ్ళో మాస్టారు ఎదో పొరపాటుకి కొడితే మైరావుడు కూడా తిరిగి కొట్టేసి వచ్చి అళ్ళమ్మ గైరమ్మకి తెలిస్తే కొడతాది అని బియ్యం పెట్టెలో దాక్కున్నాడంట. ఆ తర్వాత మళ్ళీ బడికి ఏళ్లలేదు అంటారు కానీ అది అబద్ధం మైరావుడు ఆ తర్వాత బడికి వెళ్ళాడు.

మైరావుడు చదవడం, రాయడం నేర్చుకున్నాడు. ఇంకా చెప్పాలంటే మైరావుడిని బళ్ళో మేష్టారు బాగా మెచ్చుకొనేవాడంట. ఓసారి ఆటలపోటీలో పరుగుపందెంలో ఫస్ట్ వచ్చినందుకు అళ్ళ మేష్టారు అతనికి ఓ పుస్తకం బహుమతిగా ఇచ్చారంట. అది తెన్నేటి సూరి 'చంఘీజ్ ఖాన్'.

ఆ పుస్తకం మైరావుడికి తెగ నచ్చేసింది. ఎంత నచ్చేసింది అంటే ఆ తర్వాత నుంచీ తనే చంఘీజ్ ఖాన్ అన్నట్టుగా భావించేవాడు. అది పూర్తిగా చదివేసి వాళ్ళ

మాస్టర్ దగ్గరికి వచ్చి

"ప్రపంచం ఎంత ఉంటుంది సార్?" అని అడిగాడు.

"ఎందుకూ?" అన్నాడు మాస్టారు.

"చంఘిజ్ ఖాన్ ముండొంతుల ప్రపంచాన్ని జయించాడని పుస్తకంలో ఉంది సార్, ప్రపంచం ఎంత ఉంటుందో చూద్దాం అనీ" అన్నాడు అమాయకంగా.

మాస్టారు రాయల్ అట్లాసు పుస్తకం తెరిచి చూపిస్తూ "ఇది ఇండియా అంటే మన దేశం, మన మీద చైనా, దాని పైన రష్యా ఈ రెండింటి మధ్యలో ఉందే ఇది మంగోలియా. ఇది గోబీ ఎడారి. ఇక్కడ పుట్టాడు చెంఘీజ్ ఖాన్. అతని సామ్రాజ్యం మధ్య ఆసియాలోని స్టెప్పీల్లో మొదలై మెల్లిమెల్లిగా మధ్య ఐరోపా నుంచి, జపాన్ సముద్రం వరకూ, ఉత్తరాన సైబీరియా, తూర్పు, దక్షిణాల్లో భారతదేశం, ఇండోచైనా, ఇరానియన్ పీఠభూమి వరకూ, పడమరన లెవెంట్, అరేబియాల వరకూ విస్తరించింది" అని వివరంగా చెప్పారు మేష్టారు. విన్న మైరావుడి బుర్ర తిరిగిపోయింది.

ఆ పుస్తకాన్ని మళ్ళీ మళ్ళీ చదివాడు. ఒక్కో అధ్యాయాన్ని, ఒక్కో పాత్రని, ఒక్కో సంఘటనని ఔపోసన పెట్టేసాడు. అక్షరం పొల్లుపోకుండా అప్పజెప్పేలా పుస్తకం అంతా మెదడులోకి ఎక్కించేసుకున్నాడు. ఈ వేడి ఇలా ఉండగానే అతని ఆసక్తిని గమనించి వాళ్ళ మేష్టారు 'స్పార్టకస్' పుస్తకం ఇచ్చాడు. ఆ పుస్తకంతో మైరావుడు ఇంకా పిచ్చెక్కిపోయాడు. ఈసారి మళ్ళీ మాస్టర్‌ని అడిగి రోమన్ సామ్రాజ్యం ఎంత ఉండేదో చూసాడు. ఆ పుస్తకాల్లోని కథానాయకులు తన పూర్వజన్మలు అని అనుకునేవాడు. కేవలం ఇరవై డేరాలలాంటి గుడిసెలు ఉన్న తండాలో పుట్టిన ఒక సంచార జాతి నాయకుడు ప్రపంచంలో మూడువంతుల భూభాగాన్ని జయించడం ఏంటి?, ఒక బానిస తనలాంటి బానిసలతో కలిసి తిరుగుబాటు చేసి అజేయమైన రోమన్ సామ్రాజ్యాన్ని వొణికించడం ఏంటి? ఇవన్నీ అతనిలో ఆలోచనలు రేకెత్తించాయి. ఆ ఆలోచనలు అతన్ని నిద్రపోనివ్వలేదు. తను, తన కుటుంబం, తన అక్కచెల్లెళ్ళు వీళ్లంతా ఆ పుస్తకంలోని పాత్రల్లా, తను వాళ్ళ మధ్య నుంచే పైకి లేచే కథానాయకుడిలా అనుకోడం మొదలుపెట్టాడు. ఆ పుస్తకాలు అతనికి ఒక విషయం స్పష్టంగా చెప్పాయి 'మనల్ని ఉద్ధరించడానికి కొందరు చెప్తున్నట్టు దేవుడు అవతారం ఎత్తి రాడు. మనల్ని మనమే ఉద్ధరించుకోవాలి'. సరిగ్గా అప్పుడే గైరమ్మ తన కుటుంబాన్ని బుగ్గవాగు చెరువు దగ్గరికి తరలించాలనుకుంది.

మైరావుడు బడికి వెళ్లడం అలా ఆగిపోయింది. కానీ వాళ్ళ మాస్టారు ఇచ్చిన పుస్తకాలు మాత్రం తనతోనే ఉంచుకున్నాడు.

బుగ్గవాగు చెరువుకి రావడం మైరావుడి జీవితంలో ఓ ముఖ్య అధ్యాయం. ఒకరోజు మైరావుడు వాళ్ళ నాన్న సోములుతో కలిసి వలలెయ్యడానికి పుట్టుమీద వెళ్ళాడు. ఆ రోజు వాళ్ళు వెళ్లిన దుర్గి తొట్టిలో, వలలు వేసిసరికి పొద్దయిపోయింది. తిరిగి వెనక్కి పుట్టు లాక్కుని రావడం అంటే అనవసరపు శ్రమ అని ఆ మూలనే తిరగేశారు. ఆ మూల బుగ్గమల్లేశ్వరస్వామి గుడి శిథిలాలు ఉన్నాయి. అక్కడ నీళ్లలో ఒక లింగం ఉంది. ఆ లింగం పానవట్టం లోంచి ఎవరు ఎత్తితే వాళ్ళు అనుకున్నది సిద్ధిస్తుందని అక్కడ బాతులు మేపుకొనే యానాది పోతురాజు చెప్పాడు. మరుసటి రోజు తెల్లరుజామున ఒక్కడే వెళ్లి ఆ శివలింగాన్ని ఎత్తాడు. ఎత్తుతూ మనసులో ఒకటే కోరుకున్నాడు "తను చెంఘీజ్ ఖాన్ అంత గొప్పవాడు కావాలి."

ఆ రోజురాత్రికి అగ్గిలాంటి జ్వరం కాసేసింది. ముట్టుకుంటే ఒళ్ళు కాలిపోతుంది. ఆ జ్వరం మూడు పొగుళ్లు, మూడు రాత్రుళ్ళు ఉంది. గైరమ్మ భయపడిపోయింది. తన కొడుకు తనకు దక్కడు అనుకుంది. జ్వరం నిద్రలో మైరావుడికి ఏవేవో భ్రమలు కలిగాయి. గాల్లో తెలుతున్నట్టు, గోడల మీద నడుస్తున్నట్టు. తన పుస్తకాల్లో చదివినవి తన కళ్ళ ముందే జరుగుతున్నట్టు, రాత్రి చీకట్లో మెలకువచ్చి కళ్ళుతెరిచి చూస్తే, శివుడు బిక్షపాత్ర పట్టుకొని మంజూరులో నించొని తననే చూస్తున్నట్టు, తనతో ఏదో చెప్పినట్టు "చిన్న రాయినెత్తి పెద్ద కొండని అడుగుతున్నావ్... ఎంత ఆశ!.

పిండి కొద్దీ రొట్టె, ఎంత కష్టానికి అంత ఫలితం. నువ్వకున్నది నెరవేరాలంటే ఈ ప్రయత్నం చాలదు. ఆశయాలు నెరవేరడానికి భూమ్మీద ఉన్న గణితసూత్రం ఒక్కటే 'కొన్ని కావాలంటే, కొన్ని వదులుకోవాలి'

నీదీ అన్నది వదులుకుంటే, నువ్వనుకున్నది నెరవేరుతుంది. వదులుకోవడానికి సిద్ధమా?"

మూడోనాడు తెల్లారికి ఒళ్ళు చల్లబడింది, చెమటలు పట్టాయి, జ్వరం తగ్గింది. కానీ ఆ తర్వాత నుంచీ మైరావుడులో ముందు ఉన్న సరదా అంతా పోయింది. అంత ఉసారుగా ఉండేవాడు కాదు. ఎవరితోనూ పెద్దగా మాటాడేవాడు కాదు.

గైరమ్మ కుటుంబం కొత్త చోటుకి వచ్చేసరికి అక్కడ అప్పటికే వీళ్ళలాంటి

మరో కుటుంబం ఉంది కోరు అప్పన్న కుటుంబం అది. అప్పన్నకి నలుగురు మొగోళ్ళు ముగ్గురు ఆడపిల్లలు. గైరమ్మని అప్పన్న చెల్లి.. అన్నాడు. అప్పన్నని గైరమ్మ 'మా అన్న' అనుకుంది. మెల్లిగా ఈ రెండు కుటుంబాలు కలిసి బుగ్గవాగు చెరువులో చేపలు పట్టుకోవడం మొదలెట్టాయి. కొన్నాళ్ళకి ఈ కుటుంబాలతో పల్లెటి రాజారావు కుటుంబం వచ్చి చేరింది. వాళ్ళది ఐదుగురు మొగపిల్లలు, ఇద్దరు ఆడపిల్లలు ఉన్న కుటుంబం. ఎవరొచ్చినా ఆ కులమే, ఆ జనమే, ఆ ఇంటిపేర్లే సూరాడ, కారే, కోవిరి, చోడిపిల్లి, మైలపిల్లి, ఎరిపిల్లి, ఒరిపిల్లి, వాసుపిల్లి, గరికిన, గనగళ్ల, పల్లేటి, చేపల, పేర్ల ఇదీ.. వరస.

ఆ మూడు కుటుంబాలు వాళ్లలో వాళ్ళు వరసలు కలుపుకొని పెళ్లిళ్లు చేసుకొని, పిల్లల్ని కని చిక్కుడు పాదులా అల్లుకుపోయి ఎవరికి ఎవరూ పరాయి వాళ్ళు కాకుండా బుగ్గవాగు చెరువు ఒడ్డున ఒక ఊరు వృద్ధి చెందింది.

గైరమ్మ ఊరు మొత్తానికి పేదరాసి పెద్దమ్మ అయింది. ఊళ్ళో ఎవరికి ఏ కష్టం వచ్చినా తనే దగ్గరుండి చూసేది. ఎంతోమంది ఆడపిల్లలకి తన చేత్తో పురుడు పోసింది. జ్వరం వచ్చినా, జబ్బు వచ్చినా తన పిల్లలే అన్నట్టు సేవ చేసేది.

అందరి దగ్గరా ఎండుచేపలు జోక్కొని దుర్గిలో ఉండే గుర్రబ్బండి అంజయ్య బండికెత్తుకొని మాచర్ల పట్టికెళ్లి, అక్కడ దేవరకొండ వెళ్లే లారీల్లోకి ఎక్కించి, దేవరకొండలో శేటుకి చేపలు అమ్మి, ఆ డబ్బులతో ఊర్లో జనాలు పురమాయించిన సామాన్లు చింతపండు, కారం, బీడికట్టలు, పాత బట్టలు తెచ్చేది. ఎవరి డబ్బులు వాళ్ళకి లెక్క చూసి ఇచ్చేసేది. ఊరుకీ రోడ్డుకి దూరం అయిపోతుంది, నడిచెల్లాల్సి వస్తుంది. ఊరుకి రోడ్డు రావాలి, ఊర్లోకి బడి చెప్పడానికి మాస్టారు రావాలి అని చదువొచ్చిన మేనల్లుడు భూలోకయ్యతో అర్జీలు రాయించి ఆఫీసుల చుట్టూ కాళ్ళు అరిగేలా తిరిగింది. కానీ పని కాలేదు.

దీనితోపాటూ చెరువు మీద పెత్తనం రాజకీయ నాయకులు చేతుల్లోకి పోయింది. ఒకప్పుడు చేరువుని రెండుమూడేళ్ళకి వేలం వేసేవాళ్ళు. ఎవరు ఎక్కువకి పాడుకుంటే వాళ్ళు చెరువులో చేప పిల్లలు వేసి, చేపలు పట్టించి అమ్ముకునేవాళ్ళు, ఎప్పుడైతే మాచర్ల ఎమ్మెల్యే కళ్ళు చెరువు మీద పడ్డాయో చెరువు ఎమ్మెల్యే మనుషుల చేతుల్లోకి వెళ్ళిపోయింది. వాళ్ళు ఎంతకు పాడుకుంటే అంతకి. చేపల రేట్లు కూడా మిగతా చోట్లకి కంటే చాలా తక్కువ ఉండేవి. రొయ్యలు, పాంప్రెట్ లాంటి డిమాండ్

బాగా ఉన్న వాటికి మిగతా చోట్ల ఇచ్చే రేట్లకీ బుగ్గవాగులో ఇచ్చే రేట్లకి చాలా తేడా ఉండేది. వర్షాకాలంలో వచ్చే సోలకం గాలులకీ ఎదురు కత్తావ ఏస్తూ రెక్కలు విరిగిపోయేలా మొగుడూ పెళ్ళాం, తల్లీపిల్లా కలిసి పాటొడినా చేసిన అప్పులు తీరేవి కాదు. కష్టాలు ఒడ్డెక్కేవి కాదు.

వీటి మధ్య ఆడపిల్లల పెళ్లిళ్లు చెయ్యడం, మొగకుర్రోళ్లని చదివించుకోవడం అయ్యేది కాదు. బుగ్గవాగు జనాలు ఈ బాధలన్నీ పడుతూనే బతుకులు వెళ్లదీస్తున్నారు. వీటన్నింటి మధ్యా వాళ్ళకి తాత్కాలిక మత్తు, ఆనందం 'దేవుడే'. ఎన్ని శ్రమలకి గురిచేసినా, ఎన్ని శోధనలు పెట్టినా యెహోవా తన బిడ్డల్ని మర్చిపోడనీ అందికే ఇన్ని కష్టాలు పడుతున్నా మనకి తిండికి, గుడ్డకి ఇబ్బంది లేదని వాళ్లలో వాళ్ళు సమాధాన పడేవాళ్ళు. బుగ్గవాగు జనం ముందు గ్రామదేవతల భక్తులే, హిందూ మతంతో సంబంధం లేని అనాదికాలంనాటి మాతృదేవతారాధన అది. ఇక్కడ రామచంద్ర ప్రభువులూ, క్రిష్ణ పరమాత్మల కంటే ముందు అమ్మలు ఉంటారు. పోలేరమ్మ, నూకాలమ్మ, ముత్యాలమ్మ, మసేనమ్మ, సత్తియమ్మ... పసుపు కుంకుమలు తప్ప కాషాయరంగులేని పూజా విధానం అది.

ఆ అమ్మలని తిట్టొచ్చు, పొగడొచ్చు, నిలదీయొచ్చు, మనకి నచ్చినట్టు నమ్మొచ్చు.

వాడ బలిజల ప్రతి ఇంట్లోనూ ఒక మూలని దేవుడి కోసం కేటాయిస్తారు. దాన్ని పేడతో అలికి "దేవుడి మూల" అంటారు. అక్కడ గోడకి దేవుడి పటాలు, కింద అగరొత్తులు, – అరటిపళ్ళు,సాంబ్రాణి, గుగ్గిలం, కుంకుమ భరిణెలు పెట్టి ఉంటాయి. కొన్ని కుటుంబాలకి కలిపి ఒక "పెద్దిల్లు" ఉంటుంది. ఆ కుటుంబాలలో వ్యక్తులు ఎక్కడికైనా ప్రయాణమైనా, ఏవన్నా మొక్కుకోవాలన్నా ఆ ఇంటికొచ్చి దండం పెట్టుకుని మొక్కుకుంటారు. కులంలో వయసయిపోయిన ముసలోళ్లు కొంతమందిని భక్తుళ్ళు, దాసుళ్ళు అంటారు. ఇంట్లో ఆరోగ్య సమస్యలున్నా, ఆర్థిక ఇబ్బందులున్నా ఈ భక్తుడిని పిలిపించి దండం పెట్టిస్తారు. ఆ ముసలోడు దేవుడికి దండం పెట్టడం అలా ఉంచి అమ్మోరుని అడ్డమైన తిట్లూ తిడతాడు. బాగా కోపం వస్తే 'లంజమ్మోరు' అని కూడా అంటారు. ఆ భక్తుడు తన ఇలా మొదలుపెడతాడు.

"అమ్మా... రాజ బంగారు తల్లీ,
బండీ మాంకాలమ్మతల్లీ,
పొలివేరులో పైడమ్మ తల్లీ

ఇదిగో.. నీ బిడ్డడూ ఏ పనికి ఎల్లినా,

ఎదుర్రావడం తప్ప కలిసి రాడం నేదు..."అని గృహస్తు సమస్యలన్నీ ఏకరువు పెడతాడు.

ఇంట్లో వాళ్లు "ఈ అమ్మోరు మాకు ఏం చెయ్యడం లేదు. గట్టిగ అడుగాయ్" అని ఫిర్యాదు చేస్తే ఆ ముసలోడు లాయర్‌లా వకాల్తా పుచ్చుకొని అమ్మోరుని వాటి విషయమై నిలదీస్తాడు. చివరగాగా ఈ తతంగం నేలని చరిచి దండం పెట్టడంతో ముగుస్తుంది. అది అయ్యాక ఆ భక్తుడికి ఫీజ్ కింద ఓ వందరూపాయలూ, కాయ(క్వార్టర్) బ్రాందీ ఇవ్వాలి.

బుగ్గవాగు జనం మూడొంతులు దేవుల్లోకి దిగేశారు. అంటే మతం మారారు అందుకు కారణం గైరమ్మే.

గైరమ్మ గొప్ప భక్తురాలు. దేశాన్నుంచి వచ్చేసిన కొత్తలో తను కొలిచిన దేవుళ్ళు తనకి తోడు రాలేదని వాళ్ళ మీద కాస్త నమ్మకం సడలినా పూర్తిగా వదిలిపెట్టెయ్యలేదు. అది ఎప్పటిదాకా... ఆమె చిన్నకొడుకు మసేనయ్య లారీ కింద పడి చచ్చిపోయే దాకా.

సినిమా చూడ్డానికని మాచర్ల వెళ్లి తిరిగొస్తా ఆత్మకూరు దగ్గర రోడ్డు దాటుతుండగా లారీ గుద్దేసింది. విషయం తెలిసిన గైరమ్మ గుండెలు బాదుకుంటూ వచ్చేసరికి మసేనయ్య కొనప్రాణంతో ఉన్నాడు. వెంటనే మాచర్ల తీసికెళ్తే డాక్టరు "ఇక్కడవదు. గుంటూరు తీసుకుపొమ్మన్నాడు" అప్పుడుకప్పుడు జీపు మాట్లాడుకొని ఎక్కించబోతుండగా మసేనయ్య ఊపిరిసాపిరి లేకుండా వేలాడిపోయాడు. మాచర్ల ఊరిబయటే మసేనయ్యని కప్పెట్టేశారు. తన చిన్నకొడుకుని బతికించమని, తన వరాలతండ్రిని బతికించమని దేశాన్ని ఊరూరా పొలిమేరల్లో ఉన్న అమ్మోరులందరినీ ఏడుకుంది. అమ్మోర్లు దయ చూపలేదు. మసేనయ్య చచ్చిపోయిన ఎన్నో ఏళ్ళు గైరమ్మ ఆ చోటుకి ఒక్కర్తే వచ్చి తన కొడుకుని తలుచుకొని "ఈపాటికి నీకు పెళ్లి చేసేదాన్ని కాదయ్యా.. మీ అక్క కూతురు రమణమ్మని ఎవరకో ఇచ్చి చేస్తున్నాం... నువ్వుంటే నీకే ఇచ్చి చేసేదాన్ని కాదూ..

ఇప్పుడు నీకు పిల్లలు పుట్టేవాళ్ళు కాదూ... నేను నానమ్మని అయ్యేదాన్ని కాదూ.." అలా ఎన్నెన్నో తలుచుకొని ఏడ్చేది. కొన్నాళ్ళకి అక్కడ రైల్వే లైను రావడంతో వెళ్లడం మానేసింది.

ఈ అమ్మోర్లుకి నా మీద దయలేదని నిశ్చయించేసుకొని ఒకరోజు మాచర్లలో 'ఇండియన్ పెంతెకొస్తు చర్చి' పాస్టర్ దగ్గర బాప్టిజం తీసుకొని దేవుల్లోకి దిగేసింది. గైరమ్మతో పాటూ ఆయమ్మ మొగుడు, నలుగురు కూతుళ్ళు, ఇద్దరు కొడుకులు వాళ్ళ పిల్లలు అందరూ పవిత్రజలంలో మునిగి క్రైస్తవులుగా పైకి తేలారు. ఊర్లోకి పాస్టర్ రావడం ప్రార్థనలు జరగడం చూసి కొన్నాళ్ళకి మిగతావాళ్ళు కూడా వాళ్ళ అమ్మోర్లని ఇళ్ళల్లోంచి విసిరేసి దేవుల్లోకి దిగిపోయారు.

అదే సమయంలో అన్నిచోట్లా అన్నల గురించి, వాళ్ళ కదలికల గురించి కబుర్లు రావడం మొదలెట్టాయి. "పలానా ఊళ్ళో అన్నలు వచ్చి ఆ ఊరి మోతుబరి దగ్గర భూములు లాక్కొని, పేద జనాలకి పంచిబెట్టేసారాంట", "పలానా ఊళ్ళో జనాల్ని ఇబ్బంది పెడుతున్నాడని ఆ ఊరి పంచాయతీ ప్రెసిడెంట్‌ని గన్నుతో కాల్చేశారంట" లాంటివి. గైరమ్మకి ఇవన్నీ విని ఎక్కడైనా అన్నలు ఆచూకీ దొరుకుతుందేమో!, వాళ్ళతో చెప్పుకుంటే మన బాధలు తీరతాయేమో! అని కొన్నాళ్ళు వాళ్ళ గురించి తిరిగింది. అన్నలు దొరకలేదు గానీ కమ్యూనిస్టు కార్యకర్తలు 'అఖిల భారత రైతుకూలీల సంఘం' వాళ్ళు పరిచయం అయ్యారు. వాళ్ళకి బుగ్గవాగు చెరువు, తన ఊరూ, జనం, వాళ్ళ నేపథ్యం, దాని పరిస్థితి వివరించి చెప్పింది. వాళ్ళు ఒకరోజు వచ్చి టెంట్లు ఏసీ, ఊరిజనాలు అందరినీ పిలిచి మీటింగు పెట్టి పాటలు పాడి. ఊరి మధ్య సుత్తీకొడవలి గుర్తు ఉన్న ఎర్రజెండా పాతి వెళ్లిపోయారు. ఆ మీటింగులో మొదటిసారి మైరావుడు కొన్ని కొత్తపదాలు, కొత్తపేర్లు విన్నాడు. కామ్రేడ్, కమ్యూనిజం, పెట్టుబడిదారీ వ్యవస్థ, విప్లవం, మార్క్స్, లెనిన్, స్టాలిన్, రష్యా... లాంటివి.

ఆ మీటింగుకి వచ్చిన పెద్దవాళ్ళలో కొంతమంది నీటిఒడ్డుకి వచ్చి చూసారు. సాయంత్రపు ఆ ఆహ్లాదకరమైన వాతావరణాన్ని చూస్తూ వాళ్లలో అమరయ్య అనే పెద్దాయనకి పడవలో నీళ్ల మధ్యకి వెళ్లి రావాలనిపించి, వాళ్ళతోనే వచ్చిన కుర్రాళ్లలో మైరావుడు ఉన్నాడు. ఆ పెద్దాయన వాళ్ళవైపు తిరిగి "కామ్రేడ్స్ నన్ను కాస్త పడవలో ఎక్కించుకొని కాస్త అలా తిప్పి తీసుకొస్తారా" అని చాలా రిక్వెస్టింగ్‌గా అడిగాడు. వాళ్ళని కామ్రేడ్స్ అని పిలవడం ఆ కుర్రాళ్ళకి బాగా అనిపించింది. మైరావుడు నేను తీసికెళ్తానని వచ్చి ఒడ్డునున్న పుట్టు తిరగేసి, నీళ్లలోకి దించి, ఆ పెద్దాయన్ని చెయ్యిచ్చి లోపలికి ఎక్కించుకున్నాడు. నీళ్లలో అలా వెలుతూ ఉంటే గాలికి ఆ పెద్దాయన బట్టతల మీద వెంట్రుకలు చెదిరి ఆడుతున్నాయి. మీటింగులో ఆ పెద్దాయన మాట్లాడింది విన్న మైరావుడు ఉన్నట్టుండి అడిగాడు "సార్... మీరూ

మీటింగులో చెప్పారు కదా కమ్యూనిజం. అంటే ఏంటండీ? అదొస్తే అందరూ సమానం అయిపోతారా?"

కామ్రేడ్ అమరయ్య ముచ్చట పడ్డారు "కామ్రేడ్... నీ ప్రశ్నకి సులువైన చిన్న సమాధానం కావాలా, వివరంగా పెద్ద సమాధానం కావాలా?"

"వివరంగానే చెప్పండి" అన్నాడు.

"వివరంగా చెప్పడానికి ఇప్పుడు మనకి అంత సమయం లేదు గానీ వీలయినంత సులువుగా చెప్తాను"

మానవ మస్తిష్కంలో ఉన్నట్టుండి హఠాత్తుగా తటాలున మెరిసే ఒక ఆలోచన. ఒక ఐడియా. మానవ చరిత్రలో ఎలాంటి పెనుమార్పులను తీసుకురాగలదో చెప్పేదే ఈ కథ. ఈ కథ ఐడియాది.

కమ్యూనిజం అనేది ఒక ఐడియా. ఆ ఐడియా మొదట కార్ల్ మార్క్స్ అనేవాడికి వచ్చింది.

ఆ ఐడియా ఏంటంటే 'ఈ భూమ్మీద అసలు మనిషికి స్వంత ఆస్తి అన్నదే లేకుండా, మనుషులందరూ సమానంగా పనిచేసి వచ్చిన లాభాన్ని అందరూ సమానంగా పంచుకోవచ్చు కదా! అందరూ కలిసి ఒకచోట సంతోషంగా ఉండొచ్చు కదా! ఒక సమిష్టి జీవనం. కమ్యూనల్ లివింగ్' అదే కమ్యూనిజం అంటే... మనిషి ప్రపంచాన్ని మార్చగలడా? అని ఎవరైనా అడిగితే, మాసిన గెడ్డంతో పిచ్చివాడిలా కనిపించే మార్క్స్ అనే ఒక్కడి బుర్రలో పుట్టిన ఒక ఆలోచన, ఒక ఐడియా సగం ప్రపంచాన్ని మార్చేసింది" దాని గురించి వివరంగా తెలియాలంటే నా దగ్గర పుస్తకం ఉంది. వెళ్ళేటప్పుడు నీకు ఇస్తాను. చదువుకో, అన్నట్టు నీకు చదవడం వచ్చా కామ్రేడ్?"

❖❖❖

మైరావుడు ఒకరోజు కనిపించకుండా పోయాడు. మైరావుడు అంతకుముందు అలా చాలాసార్లు కనిపించకుండా పోయాడు. చిన్నప్పుడు నర్సాపురంలో ఉండగా వాళ్ళమ్మ తలలో పేలు చూస్తూ "ఏంట్రా..పిల్లోడా నీ తలలో ఇన్ని పేలు" అంటూ గట్టిగా జుట్టు గుంజేసరికి కోపం వచ్చి పక్కనే ఉన్న కొండెక్కిపోయి మరుసటి రోజు తెల్లరుజామున వచ్చాడు. అమ్మ తిట్టినప్పుడల్లా అలిగిపోవడం మైరావుడికి అలవాటు. గైరమ్మ ఎక్కడెక్కడో వెతికేది. మైరావుడు ఎప్పటికో తిరిగొచ్చేవాడు. ఈసారి

వెళ్లిపోయినప్పుడు కూడా గైరమ్మ చాలా వెతికింది. పేద మునగాల, దేవరకొండ, జెండాపెండ.. ఎక్కడా కనిపించలేదు. ఇక వెతకడం అనవసరం అని, వచ్చేరోజు ఆడే వస్తాడని గైరమ్మ ఎదురుచూస్తూ ఉండిపోయింది. ఇది రెండో ఎదురుచూపు. చిన్నప్పటి నుంచీ తన తండ్రి వస్తాడని ఎదురుచూసింది. అందుకని ఆకలి... అని ఇంటి ముందుకొచ్చిన బిచ్చగాళ్లనీ, సాధుసన్యాసులని కాదనకుండా కూర్చోబెట్టి అన్నం పెట్టేది. ఎవరైనా కుర్రోడు ఏందుకిలాగా? అనడిగితే "దేవుడు మన ఇంటికి ఈ రూపాల్లోనే వస్తాడురా.. మనలో మంచితనం ఏమాత్రం ఉందొ చూడ్డానికి" అనేది. కానీ మనసులో మాత్రం తన తండ్రి వచ్చాడేమో అనే చూసేది. ఆ తర్వాత మళ్ళీ అలా కొడుకు కోసం ఎదురుచూసింది. ఏ రోజైనా వస్తాడేమో అని రోజూ అన్నం వండుతూ ఓ పిడికెడు బియ్యం ఎక్కువే పెట్టేది. రోజూ రాత్రి పడుకునే ముందు కన్నీటి ప్రార్థనలో కొడుకు క్షేమంగా ఇంటికి తిరిగి రావాలని కోరుకునేది. కొన్ని ఏళ్ళు అలా గడిచిపోయాయి.

❖❖❖

మైరావుడు ఇంట్లోంచి వెళ్లిపోడానికి ఓ కారణం చెప్తారు.

కొన్నాళ్ళు చినగాలమ్మతో యవ్వారం నడిపించాడు . చినగాలమ్మ అసలు పేరు అనసూర్య. ఆవిడ తోటికొడలు పెదగాలమ్మ కాబట్టి అనసూర్యని చినగాలమ్మ అని పిలిచేవాళ్ళు. చినగాలమ్మకి చాలా తొందరగానే పెళ్లి చేసేసారు. ఇరవై రెండేళ్లకే ముగ్గురు పిల్లల తల్లి. మొగుడు వారంలో మూడురోజులే పనిచేసేవాడు. ఇలా లాభంలేదని చినగాలమ్మే మొగోడిలా పుట్టెక్కి పాటొడేది. గుమ్మం బయట కాలేడితే నేను ఏ మొగోడికీ తక్కువ కాదు అన్నట్టు ఉండేది చినగాలమ్మ తీరు. పొడుగాటి మెండు పుట్టుని రెండుచేతులతో మెండుకుంటూ వెళ్తా ఉంటే చినగాలమ్మ అందం చూడ్డానికి రెండుకళ్ళూ చాలవు. అలాంటి చినగాలమ్మ మైరావుడి కంట్లో పడింది. పెళ్ళై పిల్లలున్న ఆడదానితో ఎందుకూ? అనుకున్నాడు. అయితే మైరావుడు అంటే చినగాలమ్మకి కూడా ఇష్టమే ఉక్కులాంటి శరీరం, అప్పుడప్పుడే వస్తున్న మీసాలు.. కానీ ఇంట్లో మొగుడిని ఎట్టుకొని ఇంకో మొగుడితో...

"రంకులంజ" అంటారని ఆగిపోయింది.

ఓ రోజు బుగ్గవాగు చెరువులో తుఫాను గాలి దిగేసి వలలు వేయడానికి వెళ్లి తిరిగి ఒడ్డుకు వెళ్లలేని ఓ సాయంత్రం మైరావుడిని, చినగాలమ్మని తుమ్ముచేట్టుమొండు మీద విధి ఓ చోటికి చేర్చింది. ఆ గాలీవానకి ఇంటికి వెళ్లడం కష్టం అని పుట్టు

తిరగేసుకొని ఓ గూటి కిందకి చేరారు. అలా ఓ వర్షం కురిసిన రాత్రి వాళ్ళు కలిశారు. ఆ రోజు తర్వాత ఎప్పుడు కుదిరితే అప్పుడు వాళ్ళిద్దరూ కలుసుకునేవాళ్ళు. ఒకరిని వదిలి ఒకరు ఉండలేని పరిస్థితి. మైరావుడు మొగుడినీ పిల్లల్నీ వదిలేసి తనతో వచ్చెయ్యమనేవాడు. "నీకు నా ప్రాణం అయినా ఇచ్చేస్తాను గానీ ఆ పని మాత్రం చెయ్యలేను" అనేది. మైరావుడు పోరగా పోరాగా లేచిపోడానికి ఒప్పుకుంది. గుమ్మడం వెళ్లి బసలు వేసుకున్న ఒక సంవత్సరం దసరారోజు పెదమునగాల ఏటిఒడ్డు అమ్మోరి గుడిదగ్గర జనాలు కిటకిటలాడుతున్నారు. చుట్టుపక్కల తండాల్లో ఉండే కుటుంబాలన్నీ వచ్చి అక్కడే ఏట తెగేసి, వండుకుని తింటున్నారు. అడుగేసి అడుగుతియ్యడానికి లేకుండా పొట్టేళ్ల రక్తం. ఆ హడావుడిలోనే మైరావుడు చినగాలమ్మ చెయ్యట్టుకొని తీసికెళ్లిపోయాడు. గుమ్మడం నుంచి తెడ్లు వేసుకునే తెప్పలో శ్రీశైలం వెళ్లిపోయారు. ఆ దారి అంతా ఎత్తైన కొండల మధ్య నుంచి, పచ్చటి అడవుల మధ్య నుంచి ఉండే సన్నటి నీటి ప్రవాహం. ఏదో ఒక తిప్ప మీదో, ఒడ్డుమీదో వండుకొని, తిని రోజంతా వంతులు వారీగా కత్తావ లాగి, రాత్రికి ఒడ్డుకు కాస్త దగ్గిరలో తెప్ప కట్టేసి, కసిగా ఒకరిని ఒకరు కలేసుకొని కుమ్మేసుకునేవాళ్ళు. మైరావుడికి అప్పటికి దాన్ని హనీమూన్ అనొచ్చు అని తెలీదు.

చోటు ఎంత చిన్నది అయితే గుట్టు అంత తొందరగా బయటికి తెలిసిపోద్ది. ముందు చినగాలమ్మ తప్పిపోయింది అనుకున్నారు. కానీ మైరావుడు కూడా కనిపించపోయేసరికి అనుమానం వచ్చింది. ఇలా మనిషి కనిపించట్లేదని ఎక్కడక్కడ ఉన్న వాళ్ళ మనుషులు అందరికీ కబురు చెప్పారు. శ్రీశైలంలో కూడా వాడోళ్లు ఉన్నారు. వాళ్ళు వీళ్ళని పట్టుకొని అవతలి వాళ్లకి అప్పజెప్పారు. పెద్దల ముందు పంచాయతీ పెట్టారు. కొడుకు చేసిన పనికి గైరమ్మ అవమానంతో ఎవరెన్ని మాటలు అంటున్నా ఎదురు ఏం చెప్పలేక తల దించేసుకొని ఉండిపోయింది. అప్పటికే మైరావుడిని స్తంభానికి కట్టేసి కొట్టారు. ఇలాంటి సందర్భాల్లో మగాడి కన్నా ఆడదానికి ఎక్కువ అవమానం జరుగుతుంది. చినగాలమ్మని కుక్కని కొట్టినట్టు కొట్టారు. మైరావుడు మళ్ళీ చినగాలమ్మని చూడలేదు. అన్నంలో విషంపెట్టి చంపేశారు.

మైరావుడు చేసిన తప్పుకి ఇరవై వేలు తప్పు కట్టమన్నారు. గైరమ్మ నెత్తికొట్టుకొని ఆ తప్పు డబ్బులు కట్టేసి మైరావుడిని తీసుకుపోయింది. అది జరిగిన తర్వాతే మైరావుడు ఇంట్లోంచి వెళ్ళిపోయాడు అంట. అప్పుడుకి మైరావుడి పద్దెనిమిదేళ్లు.

❖❖❖

ఓ చలికాలం ఉదయం పొగమంచులోంచి ఓ కుర్రాడు ఊరిలోకి వచ్చాడు. గైరమ్మ ఇంటిముందుకొచ్చి అమ్మా అని పిలిచాడు. గైరమ్మ ఏవలూ..? అని బయటికొచ్చి చూసింది. వచ్చిన కుర్రాడు నేను అమ్మా నీ కొడుకుని అన్నాడు. గైరమ్మ గుర్తుపట్టలేకపోయింది. చివరిసారిగా కొడుకుని చూసినప్పటి రూపం ఇంకా మనసులో ఉంది. తన కొడుకు ముక్కుపచ్చలారని లేతరూపం కళ్ళముందు ఉంది. ఇప్పుడు ఎదురుగా ఆరడుగుల ఆజానుబాహుడు, కళ్ళు లోతుగా చూస్తుంటే ఏవో మాయ చేసేలా, స్వరం కూడా మాట్లాడుతుంటే ఎంతో కొత్తగా గట్టిగా, పద్ధతిగా..

గైరమ్మ నమ్మలేదు "నువ్వు నా కొడుకువి కాదు" మైరావుడు అయోమయంలో పడిపోయాడు. "అమ్మా.. నేనే అమ్మా, నీ కొడుకుని..." అని ఎంత చెప్తున్నా నమ్మలేదు. చివరాకరికి చిన్నప్పుడు రాయి మీదపడి చిట్లిపోయిన ఎడమచేతి మధ్యవేలు చూపించాడు. వేలు చిట్లి మధ్యలో చీలిక పడిన గుర్తు. అప్పుడు గైరమ్మ నమ్మింది. వచ్చింది తన కొడుకే అని. కొడుకు తిరిగొచ్చిన ఆనందంలో గైరమ్మ ప్రభువుకి వేల వేల స్తోత్రాలు చెల్లించుకుంది. పాస్టర్ గారిని పిలిచి ప్రభువు మహిమని చెపుతూ ప్రార్థనలో సాక్ష్యం ఇచ్చింది. ఊరు ఊరంతా గైరమ్మతో పాటూ ప్రార్థన చేశారు.

వచ్చిన రెండుమూడురోజుల తర్వాత మైరావుడు గైరమ్మ దగ్గరికెళ్లి "నేను బారుమెట్ట మీద గుడిసె వేసుకొని, అక్కడే ఉండి పాటొడుకుంటాను అమ్మా..." అన్నమాటలు విని గైరమ్మ కళ్ళు తేలేసింది. ఇల్లూ, వాకిలి లేనట్టూ ఒక్కడివి మెట్ట మీద ఉంటానంటావేంటి? నీకు ఇప్పుడు పెళ్లి చేద్దాం అని కూడా అనుకుంటున్నాం, పెళ్ళైతేనన్నా ఇంటిదగ్గిరుంటావు. పైగా పోయి, పోయి బారుమెట్ట. రాత్రిపూట దెయ్యాలు అవీ తిరుగుతాయి. అక్కడ ఉంటానంటావేటి?" అని గైరమ్మ ఎన్ని రకాలుగా చెప్పినా మైరావుడు వినలేదు. ఒకరోజు తన సామాన్లు అన్నీ పట్టుకొని మెట్టమీదకి పోయి అడ్డంగా బలిసిపోయిన తూటుకు తుప్పలు కొట్టి, జాగా సాపు చేసుకొని, కర్రలు పాతి, మధ్యలో రాట నిలబెట్టికొని, జమ్ముగడ్డి కోసుకొచ్చి గుడిసె మీద వేసుకొని దీపం వెలిగించి అక్కడే ఉండడం మొదలెట్టాడు. మైరావుడు అందరిలాగే వలాతాళ్ళు, పుట్టూ, కత్తావలు చేసుకొని పాటొడ్డం మొదలెట్టాడు. పాటు పడటమే పాటొడ్డం. చేపలు పట్టడానికి వేటాడటం లాగే ఈ మాట కూడా ఎక్కువ వాడతారు.

అయితే పాటొడ్డానికి అందరిలాగా మైరావుడు చేపలు కొనుకునే సేట్లు దగ్గిర

పెట్టుబడి తీసుకోలేదు. అది కొంతమందికి ఆశ్చర్యం అనిపించింది. అన్నలు అందరూ చచ్చిపోతే వాళ్ళ డబ్బు మైరావుడికి దొరికేసింది అనుకున్నారు ఊరిజనాలు. పాటొడ్డానికి ముందుగా మాచర్లలో మేదరి శీను దగ్గర ఓ మాంచి దిట్టమైన గుండ్రటి బద్దపుట్టు ఒకటి తయారు చేయించాడు. రెండు వాటం అయిన కత్తావలు, రెండు కుదురైన పుట్టుకర్రలు. నాలుగు వలమూటలు. ఇయన్నీ ఏసుకొని మైరావుడు ఏటకి వెళ్తే, చేపలు ఎదురొచ్చి వలలో పడిపోయేవి. ఊర్లో జనాలు మైరావుడు పాటుకి కుల్లుకునేవాళ్ళు. పైగా చేపలు బాగా పడే జాగాలు అంజనం ఏసి చూసినట్టు పోయి అక్కడే వలలు ఏసీవోడు.

అన్నాళ్లు మైరావుడు అన్నలతో తిరిగాడు అని, పోలీసులు అన్నలని చంపేస్తున్నారని తిరిగొచ్చేసాడని ఊర్లో జనాలు మాట్లాడుకున్నారు. మైరావుడు రావడం ఊర్లో ఓ ఈ..డు కుర్రోలని ఆకట్టుకుంది. అందరూ మైరావుడు అన్నలతో తిరిగి ఎలా బతికాడో, ఏం చేసాడో తెలుసుకోవాలని మైరావుడి చుట్టూ కూడటం మొదలెట్టారు. మైరావుడు కూడా వాళ్ళ ఆసక్తిని కనిపెట్టి తను చేసిన సాహసాలను కథలు కథలుగా చెప్పేవాడు.మాములుగా అయితే ఈ కథల్ని పెద్దగా నమ్మేవాళ్ళు కాదుగాని వాళ్ళ అందరి నమ్మకాన్ని దోచుకోడానికి అన్నట్టు మైరావుడు ఒక వస్తువు చూపించాడు. మైరావుడు వస్తా వస్తా ఒక చిన్న సూట్కేస్‌లో ఓ రెండుజతల బట్టలు కొన్ని పుస్తకాలు తెచ్చుకున్నాడు. అందులో వార్ అండ్ పీస్ అనే ఓ లావాటి పుస్తకం పేజీల మధ్యలో, పేజీలు కత్తిరించి అమర్చిన రివాల్వర్ ఉంది. దాన్ని చూడటంతోనే కుర్రాళ్లంతా వెర్రెక్కిపోయారు. మైరావుడు దాని గురించి ఎవరికీ చెప్పొదని ప్రమాణం చేయించుకునేవాడు.

ఊర్లో కుర్రాలందరూ మైరావుడిని హీరోలా చూసేవోళ్లు. దూరాభారాలు వెళ్లి వలలు వేసినరోజు రాత్రి ఆ మొండునో, ఆ మూలనో పడుకొని తెల్లారి లేచి వలలు ఎత్తుకొని వొడ్డుకొచ్చేయ్యాడాన్ని 'పండాట' అంటారు. అలా వెళతాం అని తెలిసి ముందుగానే క్యారెజీలు కట్టుకొని, దుప్పట్లు బొంతలు పట్టుకునే వెళ్తారు. పండాటలో రాత్రి పడుకునే ముందు కథలూ, కబుర్లూ చెప్పుకొని పడుకుంటారు. పండాటలో మైరావుడు ఉన్నాడంటే మద్దిరాత్రి దాకా కథలే కథలు. తన అజ్ఞాత జీవితపు సాహసయాత్రలని అద్భుతమైన కథలుగా చెప్పేవాడు. వింటున్న కుర్రోళ్ళు నోళ్లు వెళ్ళబెట్టేసేవోళ్లు. ఏ కథనైనా నమ్మశక్యంగా ఎలా చెప్పాలో మార్క్వెజ్ అనే మహాశయుడు ఎలా వివరిస్తాడు అంటే 'ఆకాశంలో ఏనుగులు ఎగురుతున్నాయి అంటే జనాలు నమ్మరు. కానీ ఆకాశంలో 502 ఏనుగులు ఎగురుతున్నాయి అంటే

జనాలు నమ్ముతారు' అంటాడు. మైరావుడు కథల్లో 502 లాంటి డిటైల్స్‌కి కుర్రాళ్ళు పడిపోయేవాళ్ళు.

"అప్పుడూ చుట్టూ పోలీసులు కాసేశార్రా.. ఎటు పక్కనుంచీ తప్పించుకోలేం, కూంబింగ్ అంటారు దాన్ని. ఆ పిల్లకి అప్పటికే రొమ్ము మీద గుండెల్లో బులెట్టు దిగిపోయింది. ఆ పిల్లని ఒదల్లేకపోయాను గానీ అక్కడే ఉంటే నేనూ చచ్చిపోతాను. ఇక ఆ శవాన్ని అక్కడే వదిలేసి పరిగెట్టాను. పోలీసులు కాల్చేస్తున్నారు. దూరంగా మా వొళ్ళు చచ్చిపోతున్నారు. నా అదృష్టం ఏమోగానీ నా తలమీద నుంచీ, పక్కలోంచి 9MM బులెట్లు వెళ్లిపోతున్నాయి గానీ నాకు ఒక్కటీ తగల్లేదు. వెళ్లి వెళ్లి నేనో చీకటి గుహలో దూరేసాను. బయటన చాలాసేపు కాల్పులు జరిగాయి, కాసేపటికి మాటలు వినపడుతున్నాయి. అవి వినపడిన అంతసేపు లోపలే ఉన్నాను. వినపడ్డం ఆగిపోయిన తర్వాత కూడా చాలాసేపు లోపలే ఉన్నాను. నాకేం కనిపించట్లేదు. అలా ఎన్ని గంటలు ఉన్నానో నాకే తెలీదు. ఇక బయటిని ఎవరూ లేరని నమ్మకం కుదిరిన తర్వాత అగ్గిపుల్ల గీశాను" ఇలా ఉండేది మైరావుడి కథనం.

కళ్ళముందు సినిమా చూపించేసేవాడు. ఆ దెబ్బకి కుర్రాళ్ళు గింగిరాలు తిరిగిపోయేవాళ్ళు.

అలాగే వాళ్ళకొచ్చే ధర్మసందేహాలు కూడా తీర్చేవాడు.

"రుచిలో సముద్రం చేప బాగుంటాదా?, నదిలో చేప బాగుంటాదా?" అని అడిగితే,

'రంభ బాగుంటాదా, రాశీ బాగుంటాదా? అని అడిగితే ఏం చెప్తాము రా.. వస్తే ఇద్దరూ బానే ఉంటారు. దేనికైనా అలవాటు పడాలి. బాగోడం అంటే అలవాటు పడటమే. సముద్రంచేపలు ఉప్పునీటిలో పెరుగుతాయి కాబట్టి ఆ చేపముక్కల్లో ఉప్పు ఎక్కువ ఉంటాది. అలాగే కొవ్వు కూడా ఎక్కువ ఉంటాది. అందుకని ఆ చేపల పులుసు ఒకరకంగా ఉంటాది. నదిలో చేప మంచినీటిలో ఉంటాది కాబట్టి చప్పగా ఉంటాది. దీని పులుసు ఒకరకంగా ఉంటాది. ఏది అలవాటు ఉన్నోడికి అది నచ్చుతాది. దేనికైనా చింతపండు రసం ప్రధానం. ఇప్పుడు సొరచేపలు వేపుడు తింటే అదిరిపోద్ది, ముక్క గట్టిగా చిన్నపాకు ఉండలా ఉంటాది. మన ఊర్లో వాళ్ళకి అది నచ్చుతాది. ఇక్కడ ఉన్నోళ్లకి పాంప్లెట్ నచ్చుతాది. పాంప్లెట్ ఎలా వండుకున్నా బాగుంటాది. ముక్క బూరు లాగా మెత్తగా ఉంటది"

విన్న కుర్రోళ్ళు 'నువ్వు గ్రేటు మాయా..' అన్నట్టు చూసేవాళ్ళు.

మైరావుడు డబ్బులు వడ్డీకి అప్పులు ఇచ్చేవాడు. ఊళ్ళో అందరికీ అప్పులు కావాలి. అప్పు చెయ్యకుండా పాటొద్దం కష్టం. అందువల్ల ఊర్లో అందరూ ఏదో విధంగా మైరావుడికి అప్పు ఉండేవాళ్ళు. అప్పులు తీర్చడానికి ఇబ్బంది పడే జనాలని మైరావుడు ఇబ్బంది పెట్టేవాడు కాదు. కొంచెం ఆలస్యం అయినా ఇచ్చెయ్యమనేవాడు తప్ప తిట్టడం, కొట్టడం లాంటివి చేసేవాడు కాదు. అలా ఊరి జనాల్లో మెజారిటీ ప్రజల అభిమానం సంపాదించుకున్నాడు.

❖❖❖

ఎండాకాలం, వడగాడ్పు ఈ చెవి నుంచి ఆ చెవికి కొడుతుంది. ఎండిన పొరంతుప్పల తెల్లముళ్లు రాకాసి కోరల్లా కనిపిస్తున్నాయి. భూమి పగుళ్ల నుంచి వేడిఆవిర్లు వస్తున్నట్టుగా భ్రమ కలుగుతుంది. బుగ్గవాగు నీటి ఒడ్డున తిరగేసిన పుట్ల తారు ఆ వేడికి కరిగి జారుతుంది. ఒడ్డున చచ్చిన చేప ఏమైనా దొరుకుతుందేమో అని కుక్క గాలిస్తుంది. ఉదయం ఏట్లోంచి చేపలు తెచ్చిన మొగోళ్ళు, మొగోలు తెచ్చిన చేపలు కూరొండి, కోసి, ఎండబెట్టిన ఆడోళ్ళు అలవాటు ప్రకారం ఇంట్లో చెమటలు పడుతున్నా నిద్రపోతున్నారు. అలాంటి వెచ్చటికాలంలో ఓ బైరాగి కాళ్ళకి చెప్పులు లేకుండా నడుచుకుంటూ, గైరమ్మ ఇంటిముందుకి వచ్చి, జమ్ముకప్పిన పందిరి నీడలో నించొని బొంయ్.... అని శంఖం ఊదాడు. ఆ చప్పుడు చుట్టుపక్కల మారుమోగిపోయింది. మధ్యాహ్నం నిద్రలో ఉన్న గైరమ్మ హఠాత్తుగా వినిపించిన ఆ శబ్దానికి భయపడిపోయి బయటికొచ్చి చూసింది. ఎదురుగా జడలు కట్టిన గెడ్డాలూ, మీసాలూ.. నుదుటిన బండగా గీసిన అడ్డనామాలు. మొలకి అడ్డపంచ తప్ప వేరే ఆచ్ఛాదనం లేదు. గైరమ్మ మతం మార్చుకున్న, ఇంటికి ఎవరొచ్చినా కాదనకుండా అన్నంపెట్టే అలవాటు "పాపం ఎవరో పిచ్చిబైరాగోడు" అనుకుంది. ఇంతలో ఆ బైరాగి "అమ్మా గైరితల్లి...నా కడగొట్టు కూతురా.." అన్నాడు. గైరమ్మకి ఆ మాటలు విని ఒళ్ళు గగుర్పొడిచింది. కాసేపు ఏమీ అర్థం కాలేదు. ఎదురుగా ఉన్న మనిషి ఎవరో జ్ఞాపకం వస్తుంది గానీ,

మళ్ళీ ఆ బైరాగే "అమ్మా నేనమ్మా నీ నాన్నని..." అన్నాడు. గైరమ్మకి ఏడుపు తన్నుకొచ్చేసింది. చిన్నపిల్లగా ఉన్నప్పటినించీ తన తండ్రి ఏనాటికైనా వస్తాడని ఎదురుచూసింది. పెరిగి పెద్దది అయి, పెళ్లిచేసుకొని, పిల్లల్ని కని వాళ్ళకి పెళ్లిళ్లు చేసి వాళ్ళకి పిల్లలు పుడుతున్న ఈ మధ్యలో తండ్రి జ్ఞాపకం పోయింది. తండ్రి

ముఖమే మర్చిపోయింది. ఉన్నఊరుని, పెంచిన మనుషుల్ని వదిలిపెట్టి ఈ దేశానికి వచ్చేసి పూర్తిగా వేరుపడిపోయింది. అలాంటిది ఇన్నేళ్ళకి, వయసు లెక్క కూడా మర్చిపోయింది గైరమ్మ అయినా గానీ చిన్నపిల్లలా ముందుకెళ్లి అయ్యా... అని పట్టుకొని బావురుమంది. కళ్ళల్లో కన్నీళ్లు ధారలుగా కారిపోతున్నాయి. అయ్యా.. ఇన్నాళ్లూ ఏమైపోయావ్ అయ్యా... అప్ప(అక్క)లని, నన్నూ వొదిలేసి ఎక్కడికి ఎల్లిపోయావ్... నువ్వు ఎల్లిన దగ్గర్నుంచి నీకోసం చూడని రోజు లేదు. గైరమ్మ ఏడుపులు విని చుట్టుపక్కల ఇళ్ళల్లోంచి జనాలు బయటికొస్తున్నారు. గైరమ్మ కూతుర్లు, మనవరాళ్లు వచ్చి 'వచ్చింది ఎవరని' గైరమ్మని పట్టుకొని అడుగుతున్నారు. గైరమ్మ ఏడుస్తూనే "మా అయ్య అమ్మా..నా నూకన్న నాన్న, మీ తాత, మీకు ముత్తాత" అని చెప్తుంది.

మొత్తం ఊరంతా అక్కడికి చేరిపోయింది. మెట్ట మీద మైరావుడికి కూడా ఆ కబురు వెళ్ళింది. మైరావుడు వచ్చేసరికి ఆ బైరాగి గైరమ్మ ఇంటి అరుగుమీద కూర్చొని ఉన్నాడు. గైరమ్మ ఇంకా ఆ మనిషిని పట్టుకొని ఏడుస్తూనే ఉంది. ఆయమ్మకి ఇదంతా కలలా ఉంది ఎవరైనా "నన్ను నిద్రలేపండర్రా.." అనాలనిపిస్తుంది. పక్కనే ఆయమ్మ మొగుడు సోములు కూడా ఆనందపడిపోతున్నాడు. ఎప్పుడో కుర్రోడిగా ఉన్నప్పుడు చూసాడు. తనకి పిల్లనిచ్చిన 'నూకన్న మాయ'ని ఇప్పుడు తను ముసలోడు అయిపోయిన తర్వాత కనిపించాడు.

"మాయా.. ఏమై పోయావ్.. నీ కూతుర్ని నాకిచ్చి పెళ్లిచేసి, నా ఇంటికి దేబెట్టడానికి కూడా లేకుండా పోయావ్... నాకేమీ పట్టదు అనుకుంటాది గానీ దాని దుఃఖం అంతా నేనెరుగుదును..." అని పక్కన కూర్చొని అతని జబ్బ పట్టుకొని ఆప్యాయంగా పలికాడు. ఇంతలో అమ్మోరిని నమ్ముకున్న గనగళ్ల దేవుడి జట్టు వచ్చి, ఆ సాములారి కాళ్ళు పళ్ళెంలోకడిగి, నీళ్ల నెత్తిన జల్లుకున్నారు.

ఆ బైరాగి అంటున్నాడు "గైరితల్లి... జీవితంలో పడరాని పాట్లు పడ్డాను. చావుతో సమానమైన రంగం నడక నడిచాను. దత్తు తెచ్చి పెంచుకున్నోడు మోసం చేస్తే ఉన్నదంతా పోగొట్టుకున్నాను, దేశం కాని దేశం కూలీపనికి అనివస్తే ఎవడో నాకేమీ కానోడు వచ్చి నన్ను గూబమీద కొట్టాడు. ఆ దెబ్బతో నాకు జీవితం మీద విరక్తి కలిగేసింది. దేశం మీదకి పోయాను, రామేశ్వరం నుంచీ కాశీ దాకా ఉన్న పుణ్యక్షేత్రాలు పన్నిండుసార్లు తిరిగాను. ఉన్నరోజు తిన్నాను లేనిరోజు పస్తు ఉన్నాను. నాలాంటి సాధువులు, బైరాగులు మంత్రాలు, తంత్రాలు తెలిసిన

అందరితోనూ తిరుగుతూ బతికాను. నేను ఎక్కడున్నా నిన్ను చూస్తానే ఉన్నాను. నేను దర్శించిన ప్రతిదేవుడికీ నా బుజ్జి గైరమ్మని కాపాడమే వేడుకున్నాను. నీకు తెలీదుగాని పూరీ జగన్నాథుని సన్నిధిలో నీ బిడ్డలకి పేరు పెట్టింది నేనే తల్లీ... ఇప్పుడు కూడా కాశీ నించి నడిచొచ్చాను. నా రోజులు దగ్గిర పడిపోయాయి. నీ పంచన చచ్చిపోదాం అని వచ్చాను" అన్నాడు.

మైరావుడు గుంపులో ఉండే ఇదంతా చూస్తున్నాడు.

"ఏంటి ఈ బైరాగోడు నాకు తాతా?" అనుకున్నాడు. అప్పుడే ఆ బైరాగి మైరావుడి వైపు తిరిగి "అదిగో నా మనవడు నేను పేరుపెట్టిన నా మనవడు. నా పేరు నిలబెట్టే మనవడు. సూరాడోడికి పుట్టినా మైలపిల్లి మైరావుడు ఈడు" అన్నాడు.

మైరావుడికి ఆ పేరు అలా వచ్చింది. ఆ పేరునే ఆ తర్వాత ఫైబర్ పుట్టు మీద రాసుకున్నాడు.

మైరావుడు వాళ్ళ తాత బతికి ఉన్నంతకాలం భక్తిగా చూసుకున్నాడు. తాతని విగ్రహం రాయిలాగా పుట్లో కూర్చోబెట్టుకొని ఏట్లో పాటుకి ఎళ్ళేవాడు. నూకన్న బైరాగి మైరావుడి గుడిసెలోనే వున్నాడు, ఆ మెట్టమీదే ఆమాసకి, పున్నానికి ముగ్గులు వేసి పూజలు చేసేవాడు. మైరావుడు తన తాత దగ్గిర చేతబడి నేర్చుకుంటున్నాడని ఊర్లో అనుకునేవాళ్ళు. ఆ సంవత్సరం సంక్రాంతిరోజు ఉత్తరాయణ పుణ్యకాలంలో ప్రాణాలు వదిలేస్తానని గైరమ్మకి చెప్పాడు ఆ బైరాగి నూకన్న. తన శరీరాన్ని పూడ్చొద్దు. కాల్చమన్నాడు. చెప్పిన ప్రకారం సంక్రాంతి రోజు చచ్చిపోయాడు. అతను చెప్పిన ప్రకారమే బుగ్గిచేసి బూడిదని బుగ్గవాగులో జల్లెసారు. ఆ తర్వాత నుంచీ జనాల్లో ఓ భయం, భక్తి ఏర్పడ్డాయి. మైరావుడు కూడా తాత రుద్రాక్షమాలలు మేడలో వేసుకొని తిరిగాడు. ఆడితో గొడవలు పడితే చేతబడి చేస్తాడని అందరికీ భయం పట్టుకుంది. మైరావుడు ఆ భయాన్ని తనకి అనుకూలంగా మార్చుకున్నాడు. ఊర్లో ఎవరికి దెయ్యం పట్టిందని తెలిసినా మైరావుడు వెళ్లి వదిలించేవాడు. భూమికి చెవి ఆనించి ఎక్కడ రాయి ఉంది, ఎక్కడ నీరు ఉందో చెప్పేవోడు. దేవుడిని నమ్ముకున్న నీకు ఈ సాతాను పనులు ఏంటని గైరమ్మ తిడతా ఉండేది.

❖❖❖

ఒకసారి గైరమ్మ ఏదో పనుండి దేశం వెళ్ళింది. అక్కడ పూడిమడక ఆదివారం సంతలో ఇంటిదగ్గర జనాలకి పట్టికెళ్లడానికి తేగలు కొంటుంటే గైరమ్మని చూసిన దేవుడమ్మ బాప్పా..అని పారొచ్చింది. దేవుడమ్మ గైరమ్మకి వరసకి మేనకోడలు

అవుతుంది. మా ఊరొచ్చి నా ఇంట్లో తినకపోతే బాగోదు అని ఇంటికి తీసికెళ్లి అన్నం వండి గుడ్లు పులుసు ఎట్టి కంచంలో ఏసీ కూచోబెట్టింది. గైరమ్మ సంబరపడిపోయింది. "నేనంటే నీకి ఎంత ఆశే దేవుడా" అని నవ్వి అన్నం కలుపుకుంది.

"అన్నం తింటా నీ మొగుడేదే?" అంది.

అదిగో ఆ మూలన పడున్నాడు. గమనిస్తే గానీ ఆ ఇంట్లో ఓ మూలన ఒక మగమనిషి శరీరం ఉన్న విషయం తెలీడం లేదు.

"నాలుగు రోజులబట్టి ఏటకెళ్ళ లేదు, ఈ మనిషి ఏం పనిచెయ్యడు బాప్పా... నేనే ఏదో కూలిపని చెయ్యాలి. కుర్రోళ్ళు ఏమో ఎదిగొస్తున్నారు" అంది దిగులుపడతా, గైరమ్మకి తన బతుకే గుర్తొచ్చింది. తినేసి చెయ్యి కడిగేసుకొని వెళ్ళిపోతా ఉంటే దేవుడమ్మ అంది "బాప్పా... నా కొడుకుల్ని నీతో నందికొండ తీసికెళ్లిపోతావా.. ఇక్కడ ఊరి మీద పడి కాలీగా తిరుగుతున్నారు. అక్కడ ఎవల దగ్గిరైనా రైతుకుర్రోళ్ల కింద ఎట్టేస్తే ఆ తర్వాత అళ్ళ బతుకు అళ్ళు బతుకుతారు" అంది.

గైరమ్మ "సరిలేయే.. రేపు కుర్రోళ్లని తీసుకొని నర్సాపారం.. రా, ఎల్లుండి తెల్లారి బండికి బయిలెల్లిపోతాను" అంది.

అలా గైరమ్మ దేవుడమ్మ ముగ్గురు కొడుకులు అప్పలరాజు, సత్తిబాబు, దానయ్యలని తీసుకొని బుగ్గవాగు వచ్చింది. వచ్చిన తర్వాత ఈ ముగ్గురినీ ఎవరి దగ్గర రైతులుగా పెట్టాలో అర్థం అవలేదు. పెద్దోడికి పదిహేనేళ్ళు, నడిపోడికి పదమూడు, చిన్నోడికి పన్నిండు. ఊర్లో ఉన్న సరంగులు అంతా లుంగీలు జాడించుకుంటా వచ్చి గైరమ్మ ఇంటిఅరుగు మీద ఒక్కో కుర్రోడికి సంవత్సారానికి ఎంత ఇస్తామో చెప్తూ బేరాలు ఆడుతున్నారు. మామూలుగానే అందరూ పెద్దోడు అప్పలరాజుని రైతుకుర్రోడిగా కావాలంటున్నారు. మిగతా ఇద్దరి సంగతి? అందులో ఒకడు ఇంకా గోదోడు. ఇదంతా చూసి చూసి మైరావుడు చప్పున లేచి ముగ్గురినీ నా దగ్గిరే ఎట్టుకుంటాను. వచ్చిందంతా వాళ్లదే అన్నాడు. అందరూ నోళ్లు ఏళ్లబెట్టి చూసారు. చెప్పినట్టుగానే ముగ్గురినీ తన ఎనకాల తీసుకుపోయాడు. మైరావుడి ఒక పుట్టు, మూడు పుట్లు అయింది. మైరావుడు బారుమెట్ట మీదే వాళ్ళు ఉండేవాళ్ళు. వాళ్ళు ఎదిగొచ్చాక పెళ్లిళ్లు చేసి పక్కనే ఉన్న దరిమెట్ట మీద వాళ్ళకి గుడిసెలు వేసి కాపరాలు పెట్టించాడు. మైరావుడి సొంత సైన్యంలో ఈ ముగ్గురే మొదటివాళ్ళు. ఆ తర్వాత కూడా కొంతమందిని దేశం నుంచి, అక్కడ నుంచి ఇక్కడ నుంచి రప్పించి పనిలో పెట్టుకొని వాళ్ళనీ అక్కడే పెట్టి అందరికీ ఇళ్ళు

కట్టించాడు. అదిగో అలా మైరావుడు సైన్యాన్ని కూడేసుకున్నాడు. తను బారుమెట్ట మీద మేడ కట్టుకున్నాడు.

❖❖❖

మైరావుడికి ఆడది అచ్చిరాలేదు. గైరమ్మ విశాఖపట్నం ఊర్లో రాంబిల్లిలో సూరాడోలుకి వరసైన గరికినోళ్ళ పిల్ల లోవకుమారితో మైరావుడికి పెళ్లి చేసింది. ఆ పిల్ల మైరావుడిని వదిలేసింది. ఎందుకూ? సందు దొరికినప్పుడల్లా మీద పడుతున్నాడనీ.. ఆ తర్వాత పూడిమడక చోడిపిలోళ్ళ పిల్లని రెండోపెళ్లి చేసుకున్నాడు. ఆ పిల్లని మైరావుడు వదిలేసాడు. ఎందుకూ? మీద చెయ్యి వెయ్యనిచ్చేది కాదంట.

మైరావుడు తన జీవితం స్త్రీ పాత్ర లేని నాటకమే అని నిర్ణయించేసుకొని బెమ్మచారిగా బతకు వెళ్లదీస్తున్నప్పుడు అతని జీవితంలోకి వచ్చింది సౌందర్య అలియాస్ షారోని. ఎవరో గొప్ప ఇంటి ఆడపిల్ల నదిలో దూకి ఆత్మహత్య చేసుకోబోతే కాపాడి ఇంటికి తీసుకొచ్చాడు. తన వాళ్ళ ఆచూకీ తెలుసుకొని కబురుచేసి వాళ్ళవెంట పంపించేశాడు. కానీ ఏమైందో కొన్నాళ్ళకే తిరిగొచ్చేసింది. ఆ తర్వాత వాళ్ళ మనుషులు కూడా ఎవరూ రాలేదు. మైరావుడు తన కోసమే పుట్టింది అనుకున్నాడు ఆ అమ్మాయి. ఊరి అందరిముందూ మూడోపెళ్లి చేసుకొని ఇంటికి తీసుకొచ్చుకున్నాడు. మైరావుడి జమ్ముగుడిసెకి మకుటంలేని మహారాణి షారోని. ఏ పనీ చెయ్యనిచ్చేవాడు కాదు. తెల్లని ఒంటిరంగు, లేత గులాబీరంగు పాదాలు చూస్తే ముద్దుపెట్టుకోవాలని అనిపించేది. వాటి అందం గురించి చెప్పాలంటే కొంటొల పాటు గురించి చెప్పాలి. కొదుర్లు అనే సూదిముక్కు చేపలు, కొందరు కొంగమూతులు అని కూడా అంటారు. అవి పడే సీజన్ ఒకటి ఉంటుంది. అవి మామూలు వలలకి పడవు. సన్నగా వేలెడంత ఉండేవాటిని సన్నటి కళ్ళు ఉండే కొంటొల వేసి లాగాలి. తౌడులో ఇసుక కలిపి ఒడ్డున కూర్చొని మెల్లిగా కొంచెం కొంచెం నీళ్లలోకి జారవిడుస్తూ ఉంటే అది వ్యాపించిన మేర నీళ్ళమీద అద్దంలా తెట్టు తేలుతుంది. సన్నటి కొదుర్లు ఆ తౌడు తినడానికి బిలబిలలాడుతూ వచ్చేస్తాయి. అప్పుడు జాగ్రత్తగా ఇద్దరు మనుషులు కొంటొల పట్టుకొని నీళ్లలోకి దిగి మెల్లిగా కొంటొలకి కట్టిన ఒక్కొక్క కర్రని వదులుతూ ఆ తెట్టు చుట్టూ వలని నీళ్లలో ముంచి ఒడ్డుకు లాగుకు వస్తారు. అప్పటిదాకా ఆదమరచి తౌడు తింటున్న చేపలు వెనక నుంచి వల అనే ప్రమాదం ముంచుకు వస్తుందని తెలియగానే చేపలన్నీ వెనక్కి పరిగెడతాయి. అలా వెళ్ళి వలలో పడిపోతాయి. గట్టున కూర్చొని తౌడు జల్లే మనిషి కూడా ఆఖరున చేపల్ని బెదిరిస్తూ నీళ్లలోకి తరమాలి. షారోనికి ఈ పని చాలా ఇష్టం. అయితే ఒడ్డున బండ మీద

కూర్చొని నీళ్లలో కాళ్ళు పెట్టి తొడు జల్లుతున్నప్పుడు చేపలు షారోని అరిపాదాలని ముక్కులతో గుచ్చుతూ కితకితలు పెట్టేవి అంట. అది ఆ పాదాల అందం. తన భార్య అందాన్ని మైరావుడు రాత్రి తన గుడిసెలో దీపం పెట్టి చూసేవాడు. బొంతమీద నగ్నంగా పడుకొని సిగ్గుతో ముఖం చేతుల్లో దాచుకొని చేతిలో దీపం పట్టుకొని తనని పరిశోధిస్తున్న మగాడిని వెళ్ల సందులోంచి చూసి నవ్వుకునేది.

మైరావుడికి మాయలుమంత్రాలు వచ్చు అని, పశువులు, పిట్టల మాటలు అర్థం అవుతాయని ఊర్లోవాళ్ళు అనుకునే మాటలు విని, షారోనికి ఆశ్చర్యం అనిపించేది. ఒకరోజు రాత్రి పడుకున్నప్పుడు వాళ్ళ జమ్ముగడ్డి పాక ముంజూరులో పిచ్చికలు గూడుకట్టుకున్నాయి. అవి అప్పుడు కిచకిచమని అరుస్తున్నాయి. మైరావుడి కేసి తిరిగి "అవి మాట్లాడుకుంటున్నాయి" అని అడిగింది షారోని. అప్పుడు మైరావుడు కనుబొమలు ఎగరేసి షారోని వైపు చూసి, దగ్గరికి లాక్కొని "అంటే వాటి గూడు చాలా చిన్నది ఉంటుంది కదా, పడుకునేటప్పుడు ఇరుకు అవుతుంది కదా అందుకని, పక్కకి జరుగు, జరుగు" అంటున్నాయి అన్నమాట. షారోని తెల్లని పలువరస కనిపించేలా ఓ మెత్తటి నవ్వు నవ్వింది.

షారోనిని తలుచుకున్నప్పుడల్లా మైరావుడి మనసు ముసరుపట్టిన ఆకాశం అయ్యేది. దిగులు, బాధ, సంతోషం కలగలిసి మనసును మెలిపెట్టేవి.

అసలు మోతిలాల్ అనే లంజికొడుకు నా జీవితంలో లేకపోయుంటే అలా జరిగేదే కాదేమో! అనుకుంటాడు.

❖❖❖

మోతిలాల్ తన బత్తాయి తోటలో సారా కాస్తున్నాడు. పక్కనే మైరావుడు కూడా ఉన్నాడు. బిందె మీద బిందె అతికించి, పైనున్న బిందెకి బొక్కెట్టి ఒక పైపు దానికి గుచ్చి, పైపు చివర సీసా పెట్టి లోపలి నుంచి చుక్కలు చుక్కలుగా సారా ఊట ఆ సీసాలో పడుతూ ఉంటే, కబుర్లు ఆడుకుంటూ అది ఎప్పుడు నిండుతాదా? అని అలా చూస్తా ఉన్నారు. ఎప్పటిలాగే ఆ సంవత్సరం కూడా మైరావుడి జట్టు గుమ్మడం వచ్చి ఏటి ఒడ్డున బసలు వేసుకున్నారు. మైరావుడు రైతుకుర్రోళ్లకి కాలీగా ఒకటీ, మైరావుడికీ అతని పెళ్ళాం షారోనికీ ఒకటీ టార్పాలిన్ గుడిసెలు వేసుకున్నారు. ఈసారి మైరావుడు ఓ గుర్రాన్ని వెంట తెచ్చుకున్నాడు. ఆ కొండల్లో, గుట్టల్లో తిరగాలంటే గుర్రం అనువైనది అని ఆ ఏర్పాటు చేసుకున్నాడు. ఉదయం, సాయంత్రం వలలు వేసి, ఎత్తుకుంటూ రాత్రిపూట అడవిలో వేటకెల్తూ, ఏ కుందేల్లో,

కౌజుపిట్టలో దొరికితే వాటిని ఉప్పుకారం పెట్టి వేయించుకొని మధ్యాహ్నం పూట మోతిలాల్ తోటలో సీక్రెట్‌గా కాస్తున్న సారా బట్టి దగ్గర ఇద్దరూ చెరో రెండు ఔన్సులు తాగి ఎంజాయ్ చేస్తున్నారు. ఆ రోజు కూడా అలాంటిదే.

మోతిలాల్ తోటపక్కనుంచే దారి. కాస్త తలెత్తి చూస్తే దారిన ఎవరు పోతున్నారో కనిపిస్తుంది. అలాగే చూసిన మోతిలాల్‌కి సైకిల్ మీద పోతున్న ఓ ఆడమనిషి కనిపించింది. ఏం మాట్లాడకుండా మోతిలాల్ లేచి వెళ్ళాడు. మైరావుడు అది చూసి "ఎక్కడికెళ్తున్నాడు ఈడు?" అనుకున్నాడు గానీ అడగలేదు. అదేం పట్టించుకోకుండా ముందున్న ఆకులో పిట్టమాంసం తింటున్నాడు. కాసేపటికి ఎవరో ఆడమనిషి తిడుతూ అరుస్తున్న మాటలు, దానితో పాటే మోతిలాల్ లంబాడీ భాషలో అంటున్న మాటలు వినిపించి మైరావుడు లేచెల్లి చూసాడు. మోతిలాల్ ఓ ఆడమనిషిని చెయ్యిపట్టుకొని లాక్కోస్తున్నాడు. ఆ ఆడమనిషి రానని గింజుకుంటూ లంబాడీ భాషలో ఏదో తిడుతుంది. ఆ ఆడమనిషికి సుమారుగా ఓ ఇరవై రెండేళ్లు ఉండొచ్చు, కాస్త అందంగానే ఉంది. మైరావుడికి ఏం జరుగుతుందో అర్థం కాక తిక్కరేగి "ఏంట్రా... ఇది?" అన్నాడు. మోతిలాల్ "ఈ లంజ ఊర్లో కుర్రాళ్లందరితో పడుకుంటదంట గానీ నాతో పడుకోదంట. ఈ రోజు దొరికిందిది వదిలేదేలే.."

ఆ మాటకి ఇంకా చిరాకేసి

"ఎహెయ్... ఎవరు ఈ మనిషి?" అంటూ అరిచాడు.

"రోజూ తాండాకి వస్తుంటది, అంగన్వాడీ టీచర్. మా కుర్రాలందరూ దీని గురించి చెప్పుకుంటారు. దీనితో ఏమేం చేసింది" అన్నాడు.

ఆ ఆడమనిషి మోతిలాల్ మీద ఉమ్ముతూ బూతులు తిడుతుంది. మైరావుడికి అప్పుడుదాకా తాగిందంతా తలకెక్కి, తలతిరుగుతున్నట్టు అవుతుంది, దానికి తోడు మోతిలాల్ చేస్తున్న పనికి చిరాకు రెట్టింపై అతని చేతిలో ఉన్న ఆ అమ్మాయి చేతిని వదిలించడానికి ముందుకొచ్చి "ఏయ్.. వదిలేయ్ ఆ మనిషిని, దారినపోయే ఆడమనిషి మీద ఏంటీ పనులు" అంటూ ఆ చెయ్యి విడిపించడానికి పట్టుకొని లాగుతుంటే మోతిలాల్ మొండికేస్తూ ఇంకా బలంగా పట్టుకుంటున్నాడు. ఆ ఆడమనిషి ఇప్పుడు ఇంకా తిడుతుంది. అబ్బా ఈ లఫ్డికొడుకు ఇలా తయారు అయ్యాడేంటిరా, రెండు దెబ్బలు ఏసీ బుద్ధి చేప్దామంటే, ఈడు చిన్నప్పటి నేస్తగాడు.

ఇక లాభం లేదని కాలర్ పట్టుకొని లాగి ముఖానికి ముఖం ఆనించి, కళ్ళల్లోకి

చూస్తూ "నా మాటవిను. మృగాలు మాత్రమే ఇలా చేస్తాయి. నువ్వు మనిషివి అనుకుంటున్నాను. మృగాల్ని మనం ఏం చేస్తామో నీకు తెలుసు కదా! వదిలేయ్.." ఎంత నెమ్మదిగా చెప్పాడంటే భయంతో మోతిలాల్ చేతిబిగువు సడలిపోయింది.

ఆ ఆడమనిషి దొరికిందే అవకాశంగా చెయ్యి విదిలించుకొని కళ్ళు తుడుచుకుంటూ అక్కడినుంచి పారిపోయింది. ఇక్కడ ఆ మనిషి గురించి కొంచెం చెప్పుకోవాలి. శిరీష ఉట్లపిల్లి తండాలో అప్పుడు అంగన్వాడీ టీచర్‌గా చేస్తుంది. తానూ లంబాడీనే. అందువల్ల ఊర్లో అందరికీ బాగా పరిచయం. చిన్నపిల్లలకి పోషకాహారం, గర్భిణీ స్త్రీలకి బలమైన తిండి ఇవన్నీ ఆమె చూస్తుంది. అప్పుడు మోతిలాల్ రెండోపెళ్ళాం రేణుక రెండోసారి కడుపుతో ఉంది. ఆవిడని చూడ్డానికి ఇంటికొచ్చినప్పుడు, మోతిలాల్ శిరీషని చూసాడు. అప్పుడే కన్నుపడింది. ఆ తర్వాత తండాలో రామ్ నాయక్ అనే కుర్రాడితో, ఆ అమ్మాయికి ఏదో లింకు ఉందని విన్నాడు. ఆ దెబ్బతో శిరీష ఎలాంటిదో ఒక అంచనాకి వచ్చేశాడు. "అవకాశం వచ్చినరోజు చెప్తా" అనుకున్నాడు. అది ఆ రోజు అయింది.

క్రూరమృగం నోటినుంచి కొద్దిలో తప్పించుకున్న సాధుజంతువులా వేగంగా అడుగులేసుకుంటూ అక్కడినుంచి వెళ్ళిపోయింది ఆ మహిళ. అయితే అలాంటి సమయాల్లో జంతువులకి అనిపించని, మనుషులకి మాత్రమే వచ్చే ఆలోచన, ప్రతీకారం.

❖❖❖

మైరావుడు, మోతిలాల్ బాల్యస్నేహితులు వాళ్ళమ్మలు గైరమ్మ, మండోదరి స్నేహితురాళ్లు అవడంతో వాళ్ల మధ్య కూడా దోస్తీ ఏర్పడింది. గైరమ్మ కుటుంబం గుమ్మడం వదిలిపెట్టి పోయేంతవరకూ ఇద్దరూ గుమ్మడం కొండల్లో రెగ్గాయలు ఏరుకొని తినడం, నదిలో ఈదడం, రాత్రి పూట అడవిలో వేటకెళ్లి కుందేళ్లు కొట్టుకురావడం చేసేవాళ్ళు. ఒకసారి ఈతకొడుతూ బాగా లోతు ఉన్న వొంతరలో పడి మోతిలాల్ మునిగిపోతోతుంటే మైరావుడు కాపాడాడు. అప్పటినుంచీ వాళ్ళమధ్య స్నేహం ఇంకా పెరిగింది. ఎర్రగా, తెల్లగా పాలిపోయినట్టుండే మోతిలాల్, నల్లగా ఉండే మైరావుడు ఆ వయసులో పక్కపక్కనే చూడ్డానికి భలే ఉండేవాళ్ళు. ఇద్దరూ ఒక గురువు దగ్గరే తుపాకీతో పిట్టల్ని కొట్టడం నేర్చుకున్నారు. భుజం మీద నాటు తుపాకీ వేసుకొని ఓ చెంచు వేటగాడు గుమ్మడం వచ్చేవాడు. పుట్టులో ఆ మూలల్లో ఉన్న కొండల్లో మెట్టల్లోకి వెళ్లి కౌజు పిట్టల్ని కొట్టుకొని వచ్చేవాడు. అతను వచ్చాడంటే

తండాలో, గుడిసెల్లో ఉన్న కుర్రోళ్ళందరికీ సరదా... వాళ్లలో ఈ జంట కూడా ఉంది. అతన్ని పుట్టిలో ఎక్కించుకొని తిప్పే పని మైరావుడు చేసేవాడు. మోతిలాల్ ఇంట్లో మందుగుండు నింపి, పేల్చే, ఓ మజిల్ లోడింగ్ తుపాకీ ఉండేది. దాంతో వాళ్ళ నాన్న వేటాడేవాడు. వాళ్ళ నాన్న చనిపోయిన తర్వాత అది మోతిలాల్ చేతికి వచ్చింది. దాంట్లో ఇనపముక్కలు పెట్టి కాలుస్తూ పిట్టల్ని కొట్టేవాడు. ఆ తుపాకీ పట్టుకొని ఆ చెంచు వేటగాడి దగ్గరికి వెళ్లి 'షూటింగ్' నేర్పించమన్నారు.

అతను ముందు ఒప్పుకోకపోయినా కుర్రోళ్ళ మొఖం చూసి సరే అన్నాడు. అతని పర్యవేక్షణలో ఇద్దరూ కర్ణార్జునుల్లా పోటాపోటీగా నేర్చుకున్నారు. చీకట్లో చూసి కూడా గురితప్పకుండా కాల్చేలా ఆరితేరారు.

ఇదే సమయంలో గైరమ్మ కుటుంబాన్ని బుగ్గవాగు తరలించడంతో వాళ్ళు దూరం అయ్యారు. మైరావుడు చాలా ఏళ్ల తర్వాత మళ్ళీ తిరిగొచ్చినప్పుడు మునుపటి స్నేహం మళ్ళీ చిగురించింది. ఈసారి ఇద్దరు మీసాలు మేలితిరిగిన మొనగాళ్ళు. మైరావుడు గుమ్మడంలో ఉన్నంతకాలం ఆ దోస్తులు ఎప్పుడూ ఏదో ఒకటి చేస్తానే ఉండేవాళ్ళు. అందులో రాత్రి వేటకి వెళ్లడం ఒకటి. అప్పటికి మోతిలాల్‌కి మొదటి పెళ్లే అయ్యింది. ముగ్గురు ఆడపిల్లలు పుట్టారు. రెండోపెళ్లి చేసుకుందాం అనుకుంటున్నాడు. పాయ్ తండాలో చుట్టాల ఇంట్లో ఓ పిల్ల ఉందంటే, చూడ్డానికి మైరావుడిని కూడా వెంట తీసికెళ్లాడు మోతిలాల్. పిల్లని చూసి ఇద్దరు మిత్రులూ నోళ్లు తెరిచారు. చరిత్రలో చాలా యుద్ధాలు ఆడదాని కోసం జరిగాయంటే "అంతగొప్ప అందగత్తెలా..!" అనుకునేవాడు మైరావుడు. ఆరోజు పెళ్ళిచూపుల్లో రేణుకాభాయిని చూసి "అస్సలు తప్పులేదు. కాలం మారి ప్రజాస్వామ్యం అయిపోయింది గానీ లేకపోతే నేనూ యుద్ధం చేసి ఈ నాయాళ్ళందరినీ ఏసేసి దీన్ని ఎత్తుకుపోయి ఉండేవాడిని కదా!" అని మనసులో అనుకున్నాడు.

ఆ అమ్మాయిలో చాలా ఆకర్షించేవి ఆ గాజుకళ్ళు, లేత గులాబీ రేకుల్లాంటి పెదాలు, ఆతర్వాత ఆ ఎదఎత్తులు. స్పెయిన్ పచ్చికబీళ్ల నుంచి అరేబియన్ ఏడారుల మీదుగా ఆఫ్ఘనిస్తాన్ పర్వతలోయలను దాటుకుని భారతదేశానికి మధ్యయుగాల్లో దిగుమతి అయిన మేలైన సంకర జాతి గుర్రంలా ఉంది. మైరావుడు మోతిలాల్ వైపు చూసి "ఈ నాయాలు ఎంత సుఖపడబోతున్నాడు" అనుకున్నాడు. అప్పుడే మోతిలాల్ కూడా మైరావుడి వైపు చూసాడు.

"నీకు ఏమాత్రం ఇష్టం లేకపోయినా చెప్పు, నేను చేసేసుకుంటాను" అని

లోపల అనుకున్నాడు. మోతిలాల్ నవ్వి "నాకిష్టమే దోస్త్" అన్నాడు. అలా మోతిలాల్ రెండోపెళ్లి జరిగింది. పెళ్లి అయిన రోజు రాత్రి పెళ్లికూతురు ఇంట్లో శోభనానికి ముందు పెద్దవాళ్ళందరికీ మందుపార్టీ. అందులో ఇద్దరూ మిత్రులూ నాటుసారా, కోడికూర తెగ తాగి, తిని డాన్సులు వేశారు. మోతిలాల్ ఆగట్లేదు. చిరంజీవి పాటలకు డాన్సులే డాన్సులు. "నడక కలిసిన నవరాత్రి, సిగ్గుపడితే శివరాత్రి" లాంటి పాటలు.

చెమటలతో చొక్కా తడిసిపోయింది. "ఓపికంతా ఇక్కడే అవగొడితే లోపల ఏనేం చేస్తావ్" అని మైరావుడు మోతిలాల్ ని భుజం చరిచి పంపించేసి, తను పడుకునే దగ్గరికి పోయాడు. మధ్యరాత్రి నిద్రలో ఎవరో భుజం పట్టి కదుపుతుంటే కళ్ళు తెరిచి చూసాడు. ఎదురుగా మోతిలాల్ "ఏంటీ?"అన్నట్టు చూసాడు.

వెనకాలే రమ్మన్నట్టు సైగ చేసి ముందుకు నడిచాడు. "వీడు ఎక్కడికి పిలుస్తున్నాడు" అని వెనకాలే వెళ్లిన మైరావుడు పెళ్లికూతురు ఉన్న గది కనిపించే సరికి అర్థం కానట్టు మోతిలాల్ వైపు చూసాడు. మోతిలాల్ చెయ్యి పట్టుకొని లోపలికి లాక్కెళ్లాడు. లోపల అటు తిరిగి కూర్చుని ఉన్న పెళ్లికూతురు రేణుకాభాయి. మీద జాకెట్ లేదు. నగ్నంగా ఉన్న వీపు సాపుగా తెల్లటి పాలరాతిలా మెరుస్తుంది.

మోతిలాల్ చెవి దగ్గరికి వచ్చి రహస్యం చెప్తున్నట్టు "నేను అడిగాను. నువ్వు నచ్చినావ్ అంట, నీకూ నచ్చిందని నాకు తెలుసు. పోతావా దోస్త్". కాసేపు మనసులో ఆశ కలిగింది. అవకాశం ఉన్నప్పుడు తీసుకోవడంలో తప్పు లేదు అనిపించింది.

వెంటనే ఆ చోటు గుర్తొచ్చి, సిగ్గూ, మొహమాటం, కొంత జుగుప్స కూడా కలిగి "నాకు ఇష్టం లేదు" అని అక్కడి నుంచి వెళ్ళిపోయాడు.

❖❖❖

కొన్నిరోజులకి మళ్ళీ ఇద్దరు మిత్రులూ ముందులా కలిసిపోయి, అడవిలో రాత్రిళ్ళు వేటకెళ్లడం, కుందేళ్లు పిట్టల్లాంటివి కొట్టుకురావడం చేస్తూ సీక్రెట్‌గా నల్లజింకని, ఎలా ఉంటుందో చూద్దాం అని నెమలినీ, అనుకోకుండా ఒకరోజు అడవిపందిని కొట్టారు. నెమలిని కొట్టినరోజు మోతిలాల్ "అసలు నెమలిని చంపడం నేరం ఎందుకు అవుతుంది దోస్తు" అని అడిగాడు. "అది మన జాతీయ పక్షి" అన్నాడు మైరావుడు. "దానివల్ల జాతికి లాభం ఏంది?" అడిగాడు మోతిలాల్. మైరావుడు నవ్వి ఊరుకున్నాడు. అడవిపందిని కొట్టిన తెల్లారి దాని మాంసం

వాటాలేసి అమ్మేసి, మిగిలిన మాంసంలో తన వాటా ఒక దాకలో పెట్టుకొని గుర్రం ఎక్కి వాళ్ళ బసల దగ్గరికి వెళ్ళిపోయాడు మైరావుడు. ఆ రోజే మోతిలాల్ రెండోపెళ్ళాం రేణుక బిడ్డని కంది. ఆడపిల్ల. మోతిలాల్‌కి అప్పటికే ఇంటినిండా అరడజనుమంది ఆడపిల్లలు ఉన్నారు. ఇంకొకతి ఎందుకూ? మోతబరువు అని మోతిలాల్ ఆ పిల్లని నోట్లో వడ్లగింజ ఏసి చంపేయ్యిబోతా ఉంటే, సరిగ్గా అప్పుడే మైరావుడు వచ్చి ఆపాడు. రేణుకాభాయి మైరావుడికి కబురు పంపింది. బసలో మత్తుగా నిద్రలో ఉన్న మైరావుడి దగ్గరికి రేణుకభాయి ఒక ఆడపిల్లతో వెంటనే రమ్మని కబురంపింది. ఉన్నపళంగా గుర్రం ఏసుకొని గుట్ట మీద తండాకి వచ్చేశాడు.

మోతిలాల్ ప్రవర్తనతో 'ఈడిలో నానాటికి మనిషి లక్షణాలు పోతున్నాయి ఏంట్రా?' అనుకున్నాడు.

"పిల్లలు లేక ఏడ్చేవాళ్ళు చాలామంది ఉన్నారు. నీకు బరువైతే వాళ్ళకి ఇచ్చెయ్, దేనికీ లోటు లేకుండా పెంచుకుంటారు" అని చెప్పి, అప్పటికీ ఒప్పుకోకపోతే ఎంతోకొంత డబ్బులు ఇప్పిస్తానని చెప్పి, మైరావుడే విశాఖపట్నం ఊర్లో తనకి మేనల్లుడు వరసయ్యే వెంకటేశులుతో ఫోన్‌లో మాట్లాడి, పలానా రోజున వచ్చి పిల్లని తీసుకెళ్ళడానికి నిర్ణయించాడు. ఎటి ఒడ్డునున్న బసల్లో ఈ విషయం తెలిసి, జనాలందరూ మైరావుడు చేసిన ఈ గొప్పపనికి చాలా సంతోషపడి, అందరూ ఆ పసిపిల్లని చూడ్డానికి వెళ్ళేవాళ్ళు. పిల్ల మొఖం చూసి "పెంచుకోబోయేవాళ్ళ ఇంట్లో సిరి తాండవిస్తాదని" జాతకాలు చెప్పారు. ఇలా జనాలు, వస్తూ పోతూ ఉండటంతో అందరూ దీనిగురించే మాట్లాడుకోడం మొదలుపెట్టారు. ఇదంతా చూస్తున్న అంగన్వాడీ టీచర్ శిరీషకి ఇది సరైన సమయం అనిపించింది.

"ఉట్లపిల్లి తాండాలో పిల్లలని అమ్ముకుంటున్నారు" అని పోలీసులకి చేరేసింది.

పోలీసులు జీపులో వచ్చి తండాలో ఉన్న మోతిలాల్‌ని, ఎటిఒడ్డున బసలో ఉన్న మైరావుడిని అరెస్టు తీసుకెళ్ళిపోయారు. తీసుకెళ్ళి నల్గొండ జైల్లో పెట్టారు. ఈ జైల్లో పెట్టడం, మైరావుడి జీవితాన్ని ఒక గొప్పమలుపు తిప్పింది. జైల్లో ఉండగా చూడ్డానికి వాడజనం తెగ వెళ్తాఉండేవాళ్ళు. అందరూ ఏడుస్తా మైరావుడు తొందరగా బయటికి వచ్చేయ్యాలని యేసయ్య ప్రార్థన చేస్తున్నామని చెప్పేవాళ్ళు.

వచ్చినవాళ్ళలో మైరావుడి రైతుకుర్రాళ్ళు చెప్పారు "పోలీసులకి ఈ విషయం చెప్పింది ఆ అంగన్వాడీ టీచరే" అని. "ఆ లంజని ఆ రోజు కాపాడినందుకు నాకు ఇలాంటి సన్మానం చేసిందా?" అనుకున్నాడు. "కోర్ట్ దగ్గరికి తీసుకురండి దాన్ని"

అని చెప్పి వెళ్ళిపోయాడు. కోర్ట్‌లో కేసు పిలవడానికి ముందు కొంచెం సమయం ఉంటుంది. మాట్లాడుకుంటే అప్పుడు లూజ్ వదులుతారు. అటూ ఇటూ తిరగడానికి, మైరావుడు కుర్రాళ్ళు ఒక వ్యాన్ లో వచ్చారు. మైరావుడు ఆ వ్యాన్ దగ్గరికి వెళ్లి డోర్ తెరిచి లోపలికి వెళ్ళాడు. లోపల ఏడుస్తూ శిరీష కనిపించింది. కోపంతో పళ్ళు కరిచి, నొసలు ముడిచి "లంజికూతురా.." అని చాచి చెంపమీద ఒకటి కొట్టాడు.

జైలు నుంచి విడుదల అయి వచ్చాక మైరావుడి జీవితంలో వెంటవెంటనే చాలాకష్టాలు వచ్చాయి. మైరావుడి కూతురు సాంబ్రాణి పొగ ఊపిరితిత్తుల్లోకి వెళ్లి ఊపిరి ఆడక చచ్చిపోయింది. మైరావుడి భార్య షారోని నా బిడ్డని తెచ్చి ఇచ్చేదాక నేను అన్నం నీళ్లు ముట్టను అని కూర్చుంటే, మైరావుడికి ఒక ఆలోచన వచ్చింది. పోలీసులు మోతిలాల్ కూతుర్ని తీసుకెళ్లి ఒక చైల్డ్ కేర్ హోమ్‌లో ఉంచారు. ఆ పిల్లనే దొంగతనంగా తీసుకొద్దాం అని వెళ్ళాడు. తీసుకొచ్చాడు కూడా కానీ చిన్న తిరకాసు జరిగి వేరే పిల్లని తీసుకొచ్చాడు. సర్లే తన భార్యకి ఉన్నపళంగా ఒక బిడ్డ కావాలి. ఎవరైతేనేం అనుకున్నాడు. మైరావుడి భార్య కూడా ఆనందంగా ఆ బిడ్డని గుండెలకు హత్తుకొని పాలిచ్చింది. 'మన్నా' అని పేరు పెట్టి ఆ పిల్లని ముద్దుగా పెంచుకోవడం మొదలుపెట్టారు. కొన్నాళ్ళకి మైరావుడి భార్య షారోను మళ్ళీ గర్భవతి అయింది, కాన్పు సమయంలో బిడ్డ అడ్డం తిరిగి తల్లీబిడ్డ ఇద్దరూ చనిపోయారు. ప్రాణంగా ప్రేమించిన భార్య, తన జీవితాన్ని ప్రతిరోజు పండగ చేసిన భార్య చెప్పాపెట్టకుండా మాయం అయిపోయింది. మైరావుడి జీవితం హఠాత్తుగా చీకటి అయిపోయింది. అయినా చేసేదేం లేక ఆ పిల్లని అలా చూసుకుంటూనే ఉన్నారు. మైరావుడు ఆ పిల్లతో ఒంటరిగా మిగిలిపోయాడు. ఆ పిల్ల గుక్కపెట్టి ఏడుస్తా ఉంటే, ఏం చెయ్యాలో తెలిక బయటికి విసిరేద్దాం అనిపించేది. ఒకసారి ఇక అన్నీ నశించి అదే పని చేసాడు. అదృష్టంకొద్దీ అప్పుడే అక్కడున్న ఎస్తేరమ్మ ఆ బిడ్డని పట్టుకుంది. మైరావుడిని అర్థం కాని మూగభాషలో ఏదేదో అరిచి వెళ్ళిపోయింది. ఎస్తేరమ్మకి మాటలు రావు, కొంచెం వెర్రి కూడా ఉందంటారు. వయసుకు వచ్చినా ఎవరూ పెళ్లిచేసుకోడానికి ఎవరూ ముందుకు రాలేదు తమలాగే పెద్ద కుటుంబం అయిన పల్లేటి రాజారావు చిన్నకూతురు. ఇక అప్పటి నుంచీ ఆ చిన్నపిల్లని ఎస్తేరమ్మే సాకింది. పదిహేనేళ్లు వచ్చేదాకా మెట్టమీద మైరావుడి మేడలో ఆ పిల్ల చంటిపిల్లలా పెరిగింది.

ఆ పిల్ల అన్నీ తిక్కతిక్కగా చేసేది, గట్టిగట్టిగా అరిచేది, గెంతులేసేది.

చిన్నచిన్నవాటికి ఏడ్చేసేది. మైరావుడికి పిచ్చికోపం తెప్పించేది. మైరావుడి ఆగ్రహం నుంచి మన్నాని ఎస్తేరమ్మా, మిగతా ఆడవాళ్లు దూరంగా ఉంచేవాళ్ళు. పోగాపోగా మైరావుడు కూడా అలవాటు పడ్డాడు. ఆ పిల్లని కన్నకూతురు లాగే చూసుకున్నాడు. ఎంత పెద్దది అయినా, ఆ పిల్ల మైరావుడి ఒళ్ళో కూర్చొనే అన్నం తినేది.

అప్పుడే మైరావుడు ఒకరోజు వల ఎత్తుతుంటే ఒక కొత్త చేప కనిపించింది. అది పాంప్రెట్‌కి పెదనాన కూతురులాగా ఉన్నా చైనావాడిలాగా చిన్న కళ్ళు, చిలకపచ్చరంగు ఒళ్ళుతో, దాని రూపు మైరావుడికి నచ్చలేదు. తప్పించి నీళ్లలోకి విసిరేశాడు. ఎంత పాత్రలో వేస్తే ఆ పాత్ర పరిమాణాన్ని మించి ఎదిగిపోయిన మత్స్యావతారం కథలాగా అయింది అప్పుడు.

ఆ ఎదవ లండీకూతురు చేప బుగ్గవాగు చెరువులో క్యాన్సర్ లాగా పాకింది. అప్పటిదాకా అది బుగ్గవాగు చెరువులో లేదు, దాన్ని జిలేబీ అంటారు. కొంతమంది గోరక అంటారు.

దాన్ని పులుసుపెట్టుకుంటే చప్పగా ఉంటది, వేయించుకొని తింటే పర్లేదు అన్నట్టు ఉంటది. ఆ చేప పాంప్రెట్‌లాగా పలకలాగా ఉంటది. ఎదగడం రెండుచేతులు పట్టనంత వెడల్పు పెరుగుతుంది. వీపు మీద ముళ్ళు రాకాశి గోళ్లలాగా అంగుళం వెడల్పు ఉంటాయి. అది వచ్చినప్పటి నుంచీ బుగ్గవాగులో వేరే చేపలు తగ్గిపోయాయి. ఈ చేప ఆకారం భీకరంగా ఉంటుంది గానీ రేటు మాత్రం కిలో ఇరవై రూపాయలే. దాన్ని వల్ల పాటు బాగా దెబ్బకొట్టింది.

ఇలాంటి కష్టకాలంలోనే మైరావుడికి అదృష్టం కలిసొచ్చి, కౌలుకు తీసుకున్న పొలం దున్నుతుండగా లంకెబిందెలు దొరికాయి. అసలుకి ఆ రోజు ఆ పొలంలో ఏం దొరికిందో ఎవరికీ తెలీదు. ఆమాటకొస్తే అది మైరావుడికి గట్టుమీదున్న సైదులుకి దొరికిందంటారు. నా పొలంలో దొరికింది కాబట్టి నాదే అని దాన్ని పట్టుకొని వెళ్ళిపోతా ఉంటే, మైరావుడికి ఏ జన్మలోనో ఋణపడి ఉన్న పాము ఒకటి సైదులుకి కాటేసిందంట. లేదూ మైరావుడే మెడలో కాశీ తువ్వాలతో పీకబిగించి చంపేశాడు అంటారు. ఏది ఏమైనా ఆ దొరికినదాన్ని నరసరావుపేటలో ఎవడో బాగా డబ్బున్న కంసాలోడికి అమ్మేసి, మైరావుడు లక్షాధికారి అయిపోయాడు. ఆ డబ్బుతో మెట్ట మీద తన జమ్ముగడ్డిగుడిసెని తీయించేసి, అక్కడ చుట్టుపక్కల క్వారీల్లో దొరికే నాపరాళ్లతో, రాయి మీద రాయి పేర్చి కట్టే పద్ధతిలో చిన్నపాటి కోటలా కట్టుకొని, దరిమెట్ట మీద తన రైతుకుర్రోళ్ళు ఉండడానికి పక్కా ఇళ్లు

కట్టించాడు. తిరగడానికి ఓ మహీంద్రా జీపు కొన్నాడు. ఓ తెల్లగుర్రం కూడా కొన్నాడు. మెడలోకి బంగారు గొలుసులు, కుడిచేతి వేళ్ళకి ఉంగరాలూ చేరాయి.

అయితే తన హఠాత్భాగ్యానికి కారణంగా మైరావుడు చిన్నప్పుడు వాళ్ళమ్మ గైరమ్మ చెప్పిన కథనే జోడించి చెప్పేవాడు. రంగం నుంచి వస్తా మా తాత పోగొట్టుకున్నదే మళ్ళీ దొరికింది అనేది ఆ కథ.

అలాగే దాన్ని అమ్మడానికి తను చేసిన సాహస కార్యాన్ని సినిమా స్టోరిలా చెప్పేవాడు "కంసాలోడికి దగ్గరికి పట్టికెళ్తే అడు నన్ను మోసం, దాన్ని కొట్టేద్దాం అనుకున్నాడు. నేను అది కనిపెట్టేసి అక్కడి నుంచి వచ్చేసాను. ఆడు రౌడీలను పంపించాడు. వాళ్ళు ఓ పదిమంది వచ్చి నా మీద పడిపోయి, నన్ను కిందా మీదా గుద్దేశి జేబులో ఉన్న సింకం పట్టేకెళ్లిపోయారు. కొంచెం ముందుకెళ్లి చూసుకుంటే అందులో అది లేదు. ఆళ్ళు మళ్ళీ ఎనక్కి తిరగారు. అప్పుడు ఆళ్ళని కొట్టానురా.. కాశీ తువ్వాలులో రాయిచుట్టి ఒక్కొక్కడి తలలు పగలుగొట్టేసాను..." అది విని "ఏంటి నిజమే?" అని ఎవడు అడగలేదు.

డబ్బులు ఉన్నోడు ఎన్ని కథలు చెప్పినా వింటారు కదా!

మైరావుడు ఉన్నట్టుండి డబ్బున్నోడు అయిపోవడంతో అప్పటిదాకా మాములు మనిషిగా ఉన్న మైరావుడు జనాల దృష్టిలో జానపద కథానాయకుడు అయిపోయాడు. మైరావుడి జీవిత ఘట్టాలన్నీ చిత్రవిచిత్రమైన కథలై ప్రచారంలోకి వచ్చాయి. మైరావుడు తనతోపాటు ఊరిని కూడా మార్చాడు. పక్కా ఇళ్ళు కట్టుకోడానికి అందరికీ సాయం చేశాడు. రోడ్ దగ్గరి నుంచి ఊర్లోకి బాట బాగు చేయించి, సిమెంట్ రోడ్ వేయించాడు. చిన్నపిల్లలకి బడి కట్టించాడు.

డబ్బు రావడంతో మైరావుడు ఏవేవో పనుల మీద వారాల తరబడి బయటికి పోయి, తిరిగొచ్చేటప్పుడు కూతురికి చిత్రవిచిత్రమైన బొమ్మలూ, పక్షులూ, జంతువులు తీసుకొచ్చేవాడు. టర్కీకోళ్లు, మాట్లాడే చిలుకలు, కుందేళ్లు, బొచ్చుకుక్కలు, అరుదైన జాతికి చెందిన పిల్లులు... తన అదృష్టానికి మన్నా కూడా ఓ కారణం అని నమ్మాడు.

అయినా కూడా ఆ పిల్లతో విసుగొచ్చేసి, ఎన్నోసార్లు నిద్రపోతూఉండగా తలగడతో ఊపిరి తొక్కిపెట్టి చంపేద్దాం అని చూసాడు, కానీ చేయలేకపోయాడు. తలగడ చేతుల్లోకి తీసుకోగానే హఠాత్తుగా శక్తి మొత్తం నశించినట్టు అయ్యేది. ఎదురుగా తన భార్య నిలబడి తను చేస్తున్నది చూస్తున్నట్టు అనిపించేది. ఇక

అక్కడి నుంచి వెళ్లిపోయేవాడు.

ఈడుకొచ్చిన ఆ పిల్లకి ఎలాగైనా పెళ్లిచేసి పంపించేద్దాం అని మైరావుడు చాలా సంబంధాలు వెతికాడు. కట్నం గట్టిగా ఇస్తానని ఆశపెట్టినా, అడుగుతున్నోడు మైరావుడైనా ఎవరూ చేసుకోడానికి ముందుకు రాలేదు. మైరావుడికి ఆ వెర్రిపిల్ల ఓ గుదిబండలా అనిపించేది. డబ్బు సౌకర్యాలను ఇచ్చింది గానీ స్వేచ్ఛ లేనప్పుడు ఎంత సౌకర్యంగా ఉండి ఏం లాభం?.

ఒకరోజు మన్నా ఉన్నట్టుండి గుండెల్లో భరించలేని నొప్పి వచ్చి కిందపడి కోడిపిల్లలా గిలగిలా కొట్టుకుంది. అందరూ కంగారుగా దగ్గరికి పెరిగెత్తారు. కాసేపటికి స్పృహతప్పి పోయింది. మైరావుడు ఆఘమేఘాల మీద మాచర్ల హాస్పిటల్‌కి తీసుకెళ్లాడు. అక్కడి నుంచి గుంటూరు, గుంటూరు నుంచి హైదరాబాద్. ఏం రోగమో, ఏంటో ఎవరికీ చెప్పలేదు. అలా రోజులు గడిచిపోయాయి, కొన్నాళ్ళకి మైరావుడు ఒక్కడే వచ్చాడు. అందరూ మన్నా ఏమైంది అని అడుగుతున్నారు. చచ్చిపోయిందా అని కొంతమంది శోకాలు పెట్టేశారు. అందరిని నోరుమూసుకోమని చెప్పి "బతికే ఉంది" అని ఒకే మాట. ఎక్కడ ఉంది? ఎలా ఉంది? ఎప్పుడు వస్తుంది? ఏం చెప్పలేదు.

కొలిమిలో కాల్చిన ఇనుము మీద సమ్మెట దెబ్బల్లా అన్ని కష్టాలు పడ్డ మైరావుడు ఒక్కసారిగా స్వతంత్రుడు అయిపోయాడు. ఇక అప్పుడు పోగొట్టుకోడానికి ఏంలేదు.

పోనీ పోనీ..పోతే పోనీ,

సతుల్, సుతుల్ హితుల్ పోనీ..

ఓ తెల్లారగట్ట మేడ మీద నించొని, చేతులు వెనక్కి కట్టుకొని ఎర్రటి సూర్యోదయాన్నీ చూస్తా ఉంటే, చెంఘీజ్‌ఖాన్‌లా విశాలమైన ప్రపంచం మీదకి దండయాత్రకి పోదాం అనిపించింది.

❖❖❖

మూడవ భాగం

మనం ఆ ఐతిహాసిక ప్రతినాయకుడైన మహిరావణుడి కథని సగంలోనే వదిలేసామే!

మైరావణ పథకం –

ఆ అఘాతం లాంటి గోతి చుట్టూ చేరి వానరసేన చూస్తూ ఉంది.

'తన కళ్ళు గప్పి తన స్వామిని ఎత్తుకుపోయాడు ఆ మాయావి. తాను ఉండగా తన స్వామికి ఏమీ కాదని ప్రగల్భాలు పలికాడు. ఇప్పుడు అందరి ముందూ అవమానమే అయింది' అని హనుమంతుడు

"ఇక నాకు మరణమే శరణం" అన్నాడు.

ఆ మాట విన్న సుగ్రీవుడు "కాదు హనుమా మేము అంతా చుట్టూ ఉండి కూడా రామలక్ష్మణులను కాపాడలేకపోయాం. వానరకులరాజుగా అందుకు నేను భాద్యుడ్ని" అన్నాడు.

అక్కడున్న విభీషణుడూ జరిగిందానికి తాను భాద్యుడిని అన్నాడు. అప్పుడు అందరిలోకి తెలివైన జాంబవంతుడు "ఎవరు భాద్యులు అనేది పక్కన పెడదాం. జరిగిందాని గురించి బాధపడటం విజ్ఞుల లక్షణం కాదు. జరగాల్సిన దానిగురించి

ఆలోచిద్దాం.. మనలో ఒకరు ఈ అఘాతపు లోతులో దూకి, ఆ మహిరావణుడి పాతాళ లంకకు వెళ్లి రామలక్ష్మణుల జాడ తెలుసుకోవాలి. వాళ్ళని రక్షించి తీసుకురావాలి.

హనుమా..కడలిని దాటి లంకను చేరి సీతామాత జాడను కనిపెట్టి రామప్రభువు తెలియజేసిన మహావీరుడివి ఈ కార్యం కూడా నీవే చేపట్టాలి. అతల, వితల, సుతల, రసాతలాలను దాటిన పిమ్మట పాతాలం వస్తుంది. కాలం మించిపోకముందే నువ్వు వెళ్లి రామలక్ష్మణ ప్రభువులను కాపాడి తీసుకురా.."

హనుమంతుడు అప్పటిదాకా ఉన్న బాధ నుండి ఉపశమనం పొంది, గుండెల నిండా ఊపిరి పీల్చుకుని, కర్తవ్య దీక్షాదక్షుడై, కార్యోన్ముఖుడై, మాయావి మహిరావణుడు తనని ఏమార్చి రామలక్ష్మణులను ఎత్తుకుపోయిన ఆ సొరంగమార్గంలోకి దూకాడు.

వాయువేగ, మనోవేగాల్లో హనుమంతుడు దేనితో పోటీ పడుతున్నాడో తెలీదు. అజ్ఞానం కన్నా అంధకారంగా ఉన్న సొరంగ మార్గాన అంతూ దరి తెలీకుండా పయనిస్తున్నాడు. ఏడు సముద్రాలు దాటి లంకను చేరి సీత జాడను కనిపెట్టిన ఆంజనేయుడు. ఇప్పుడు తన ప్రభువు శ్రీరామచంద్రుని కనిపెట్టడం కోసం పాతాళానికి వెళ్తున్నాడు.

అలా వెళ్లగా వెళ్లగా ఆ సొరంగం చివర సన్నటి వెలుగు కనిపించింది. దగ్గరికి వెళ్లగా అది జ్ఞానంలా మరింత ప్రకాశవంతం అయింది.

❖❖❖

హనుమంతుడు లంకలో దూరడానికి లంకిని అడ్డొచ్చింది. అలాగే పాతాల లంకలో దూరడానికి హనుమంతుడికి ఒకరు అడ్డొచ్చారు. అతని కొడుకు మకరధ్వజుడు.

హనుమంతుడికి కొడుకు ఉన్నాడా?
ఏమో! అంతా ఆ గాథాకారుల సృష్టి.
కొందరు అతనికి భార్య కూడా ఉందంటారు.

ఆ ఆజన్మ బ్రహ్మచారి తన గురువైన సూర్యభగవానుడి కూతురు సువర్చలను పెళ్లి చేసుకున్నాడు అంటారు.

అదే విధంగా ఆ అస్కలిత బ్రహ్మచారి ఒకసారి కొలనులో స్నానం చేస్తుంటే అతడి వజ్రశరీరం నుండి కారిన చెమట ఒక మొసలి తాగి గర్భం దాల్చిందట. ఆ మొసలికి పుట్టినవాడే మకరధ్వజుడు. హనుమంతుడి కొడుకు. పాతాల లంక ప్రవేశ ద్వారం దగ్గర కాపలావాడు. హనుమంతుడు ఈ వృత్తాంతం అంతా మకరధ్వజుడి నోటి నుంచే విని తనని లోనికి పోనివ్వమన్నాడు.

వచ్చిన వాడు సాక్షాత్తూ తన తండ్రి అయినా లోనికి వదిలేది లేదు అని తెగేసి చెప్పాడు. హనుమంతుడికి ఇక అతడితో పోరాడక తప్పలేదు. తండ్రీకొడుకుల పోరాటంలో హనుమంతుడే గెలిచాడు. మకరధ్వజుడిని అతని తోకతోనే కట్టేసి, సూక్ష్మవానర రూపాన్ని ధరించి నగరప్రవేశం చేసాడు. ఆ పట్టణంలో చెట్ల మీద నుంచి దూకుతూ రామలక్ష్మణుల ఆచూకీ వెతకడం మొదలుపెట్టాడు.

❖❖❖

మహిరావణుడి నగరప్రజలు చిన్న కోతిలా ఉన్న హనుమంతుడిని చూసి ఆశ్చర్యపోయి భయంతో నోటికి చెయ్యి అడ్డుపెట్టుకొని వాళ్లలో వాళ్లే ఏదో గుసగుసలాడుకున్నారు. హనుమంతుడు వారికి దగ్గరగా వెళ్లి వారి మాటలు విన్నాడు. వారి మాటల ద్వారా మహిరావణుడు తన అంతఃపుర చెరసాలలో రామలక్ష్మణులను బంధించి, తను ఉపాసించే శక్తికి వారిని బలివ్వబోతున్నట్టు హనుమంతుడు తెలుసుకున్నాడు. మరింత సూక్ష్మ రూపంలోకి మారి ఆ చెరసాలలో ప్రవేశించి రామలక్ష్మణులను చేరుకున్నాడు. స్పృహలో లేని రామలక్ష్మణులను అతిప్రయాసతో స్పృహలోకి రప్పించాడు. కళ్ళుతెరిచిన రామలక్ష్మణులు హనుమంతుడిని చూసి ఆశ్చర్యపోయారు. తాము పాతాలలోకంలో ఉన్నామని తెలిసి ఆ ఆశ్చర్యం ఇంకా ఎక్కువైంది. జరిగింది అంతా తెలుసుకొని, ఆ రావణుడిని సంహరించే ముందు ఈ మహిరావణుడిని మట్టుపెట్టాలని నిశ్చయించారు. అందుకు ఉపాయం?

❖❖❖

అంత ఎత్తున భీకరాకారంగా ఉన్న శక్తి విగ్రహానికి మహిరావణుడు ధూపదీప నైవేద్యాలను సమర్పించుకున్నాడు. ఆ విగ్రహం ముందు వధ్యశిల. దానికి ఆనించి ఉందో మారణఖడ్గం. ఎందరో మానవులను మహిరావణుడు అప్పటికే శక్తికి బలిచ్చి ఉన్నాడు. ఆ బలులకు సంతసించి శక్తి మహిరావణుడి ఏలుబడికి పాతాళంలో ఎదురులేకుండా ఆశీర్వదిస్తుంది. కానీ శక్తికి శ్రేష్ఠమైన క్షత్రియ మానవులని బలిస్తే ఇంకా సంతోషించి మరిన్ని వరాలు ఇస్తుంది. అందుకు ఇప్పుడు తన బందీలుగా

ఉన్న రామలక్ష్మణులను బలిచ్చి శక్తికి, సంతోషం కలిగిస్తాను అనుకున్నాడు మహిరావణుడు. రామలక్ష్మణులను అక్కడికి రప్పించాడు.

"ఓయీ..రామలక్ష్మణులారా.. లంకా నగరాన్ని కోతుల సైన్యంతో గెలుద్దాం అని వచ్చారు. ఎంత అమాయకత్వం. ఇప్పుడు ఇక్కడ నా రాజ్యంలో అనామకంగా చావబోతున్నారు. అదిగో... అటు చూడండి. పాతాల లంకేశ్వరి, శక్తి స్వరూపిణి ఆ అమ్మ ముందు మోకరిల్లండి" అన్నాడు.

రామలక్ష్మణులలో రాముడు పలికాడు "ఓ మాయావి... క్షత్రియ పుత్రులమైన మాకు ఒకరిముందు మోకరిల్లడం చాతకాదు. ఇప్పటిదాకా అందరూ మా ముందు మోకరిల్లారు తప్ప మేము ఎవ్వరిముందూ మోకరిల్లలేదు" అన్నాడు.

మహిరావణుడు కాసేపు ఆలోచించి "పాపం అయోధ్యారాకుమారులు, ఇలాంటివి తెలియకపోవడంలో ఆశ్చర్యం లేదు. నేను మోకరిల్లి చూపిస్తాను అలా చెయ్యండి" అని మహిరావణుడు ముందుకు వెళ్లి తలవంచి ఆ వధ్యశిలకు తలని ఆనించాడు. రామలక్ష్మణులు ఆ క్షణం కోసమే ఎదురుచూస్తున్నారు. అప్పుడే శక్తి విగ్రహం వెనుక దాక్కుని ఉన్న హనుమంతుడు వాయువేగంతో ముందుకు దూకి ఆ ఖడ్గాన్ని అందుకొని ఒక్క వేటుకి మహిరావణుడి తల నరికేశాడు.

మహిరావణుడి రాజ్యంలో ఎప్పుడైతే కోతులు కనిపిస్తాయో అప్పుడు మైరావణుడి ఆయువు మూడుతుందనేది జోస్యం.

మన కథలో ఆ కోతి అశోక్.

❖❖❖

తెల్లవారుజామున కోడికూసేవేళ బుగ్గవాగు రిజర్వాయర్ మధ్యలోని బారుమెట్ట మీదున్న మైరావుడి మేడమీద సెంట్రల్ ఫోర్సెస్ బాంబులతో దాడిచేసి పేల్చేశాయి.

కేంద్రం నియమించిన స్పెషల్ ఇన్వెస్టిగేషన్ టీమ్ ఈ విషయాన్ని ప్రెస్ మీట్ పెట్టి ఆ ఇన్వెస్టిగేషన్ టీమ్ లోని ఒక సీనియర్ ఆఫీసర్ మాట్లాడుతూ

A surgical strike happened inside our own nation. A threat to our nation has been upheaveled. The man who died in the attack is a ex maoist, he worked in KKR's group in the 90's. WHen peoples war is loosing its fame in the united andhra pradesh. After a point of time he disappeared from the scene. After a long time he appeared in this particular place. WHere he literally ruling it like a king. Police cannot enter into his territory. And he is been in touch with his former comred's in chattisgarh. They helped him to rise in his place, in return he is giving funds to their operations..it is went on for some years. and in this conspiracy also.. he had part. WE wanted to catch him, we wanted to present him before the country. WE wanted to make him confess their conspiracy's. మేం అతనితో నెగోషియేట్ చేసి, అతన్ని లొంగిపొమ్మని హెచ్చరించాం కానీ అతను తిరిగి మా పైనే దాడి చేసి మమ్మల్ని వెనక్కి వెళ్ళిపొమ్మని బెదిరించాడు.

రిపోర్టర్ల మధ్యలో ఉన్న మాహి అడిగింది "sir, how can a single man and a bunch of people can threaten our forces. Do you really want us to believe this story?"

అప్పటిదాకా మాట్లాడుతున్న ఆ ఆఫీసర్ కోపంగా చూసి "hello.. you dont know anything. You're not on the feild. The place is a mini russia.. they have advanced wepons. And the leader who is dead threatened us that 'he will explode nagarjuna sagar dam. Which is water tightened with floods"

"Sir... how you negotiated with him?"

Thats confidencial.. we cannot reveal such details. The meeting is over. అని ఆ ఆఫీసర్ లేచి వెళ్ళిపోబోతుంటే,

"Sir.. sir one last question. What about KKR? where is he now?"

"He is with his comrads in chattisgadh. Once we get permissions, we will attack there also.." అని చిన్నగా నవ్వుతూ లేచి వెళ్ళిపోయాడు.

దేశంలో అరెస్టులు ఇంకా పెరిగాయి. అసలు ప్రతిపక్షమూ, ప్రత్యామ్నాయమే లేకుండా అందరినీ లోపల వేసేస్తున్నారు. నాలుగు రాష్ట్రాల్లో ఎలక్షన్స్ జరుగుతున్నాయి. ఉత్తరప్రదేశ్, బీహార్, వెస్ట్ బెంగాల్, పంజాబ్. ఆ రాష్ట్రాల ఎన్నికల ప్రచారంలో జనాలని రెచ్చగొట్టడానికి ఇదే ముఖ్య అంశం అయింది.

తాము అధికారంలోకి వస్తే దేశద్రోహులు అందరినీ ఏరిపారేస్తాం అనీ, రామరాజ్యాన్ని స్థాపిస్తాం అని హామీలు ఇస్తున్నారు. హఠాత్తుగా దేశంలో ఇంతమంది దేశద్రోహులని చూసి జనాలు ఆశ్చర్యపోతున్నారు. దేశంలో ఒక పెద్ద వర్గం ఒకటి భారతదేశ రాజ్యాంగం నుంచి సెక్యూలర్ అనే పదాన్ని తొలగించాలని, దేశద్రోహులు అందరినీ బహిరంగంగా ఉరి తియ్యాలని, 80 శాతం ఉన్న మతాన్ని అధికారిక మతంగా ప్రకటించి, కుదిరితే రాష్ట్రాల అధికారాలని రద్దు చేసి, దేశం అంతటినీ ఒకటి చేసి, ఒకే దేశం, ఒకే మతం, ఒకటే ఎన్నికగా రాజ్యాంగాన్ని సవరించాలని ఎక్కడికక్కడ మీటింగులు, చర్చలు, సంతకాల సేకరణలు. ప్రభుత్వానికి మద్దతుగా ర్యాలీలు. ఇదంతా ఎందుకు అని అడిగిన వాళ్ళని కొరికి చంపేయ్యడం తప్ప అన్నీ చేస్తున్నారు. హఠాత్తుగా మనుషులు జాంబీలు అయిపోయారా అని భ్రమ కలుగుతుంది.

చనిపోయిన వ్యక్తి ఎవరు? అతని కథ ఏంటి? అన్నదాన్ని టీవీల్లో అద్భుతమైన కథలుగా ప్రచారం చేస్తున్నారు. అందుకోసం కొంతమంది సినిమా కథా రచయితలని కూడా సీక్రెట్‌గా హైర్ చేసుకున్నారు. ఒక ఛానెల్ తో ఒక ఛానెల్ పోటీ పడి మరీ చేస్తున్నాయి. ఆ వ్యక్తికి ఐ.ఎస్.ఐ నుంచి అల్ ఖైదా వరకూ అన్నింటితోనూ లింక్ ఉంది. దేశీ స్మగ్లర్ వీరప్పన్ నుంచి, ఇంటర్ నేషనల్ స్మగ్లర్ పాబ్లో ఎస్కోబార్ దాకా అందరితోనూ లింక్ ఉందంటున్నారు. దాన్ని ఆధారాలతో సహా చూపిస్తున్నారు. ఈ విషయాన్ని ఇంకా వేడెక్కించడానికి ప్రముఖ సినిమా హీరోయిన్ సంజనా రాథోడ్ మీడియా ముందుకొచ్చి ఆ వ్యక్తితో తనకు సంబంధం ఉందని, తనని ఒక డబ్బున్న వ్యాపారిగా చెప్పుకొని, పరిచయం చేసుకున్నాడని, తనని బ్లాక్ మెయిల్ చేసి వాడుకున్నాడనీ, అతను మృగం అనీ, సెక్సువల్లీ పర్వర్టెడ్ అనీ, తనని రహస్యంగా తీసుకెళ్లి ఇంట్లో పెట్టుకుని రోజుల తరబడి తన మీద అత్యాచారం చేసేవాడని తన కన్నీటి గాథని వినిపించింది. మీడియా ఈ కథని గంటకోసారి ప్రచారం చేసింది. అలాగే ఆ వ్యక్తికి సంబంధించిన చాలా రకాల ఐడెంటిటీలు బయటికి వచ్చాయి. కొంతకాలంగా ఒక ఇంగ్లీష్ దినపత్రికకి ప్రభుత్వాన్ని విమర్శిస్తూ ఆర్టికల్స్ రాస్తున్న రహస్య కాలమిస్ట్ శివమ్ ప్రసాద్ అతనేనని, హైదరాబాద్ బంజారాహిల్స్ రోడ్ నం. 36 లో 'అనార్కి' అనే బార్ ఓనర్ కూడా అతనే అనీ ఇలా రకరకాలుగా...

వాటిని నిజం అని సాక్ష్యం ఇస్తూ ఎంతోమంది టీవీల ముందుకొచ్చి మాట్లాడుతున్నారు.

అన్నివైపులా ఒక పెద్ద ధూళిమేఘం లేస్తుంది. ఆ ధూళి ముక్కుల్లోకి పోయి ఊపిరి ఆడనివ్వక ఉక్కిరిబిక్కిరి చేసేస్తోంది. ఎదురుగా ఉన్నది కనిపించనివ్వట్లేదు. అది అలా అలా పైపైకి లేస్తూనే ఉంది. అది అణగాలంటే వాన కురవాలి.

అసలు దీని అంతటికీ అశోక్ ఎలా కారణం అయ్యాడు?

❖❖❖

ఒక్కసారిగా కళ్ళకి వెలుగు తగిలి, సూదులు దిగినట్టు కళ్ళు నొప్పెట్టాయి. చాలాసేపు ముసుగులో ఉండి, చీకటికి కళ్ళు అలవాటు పడ్డాయి. ఆ చాలసేపట్లో బండి ఒక దగ్గర ఆగడం, బండిలోంచి దించడం, నడిపించుకొని వెళ్లి మరొకదాంట్లోకి ఎక్కించడం, అది కదిలిన తర్వాత అది బోట్ అని తెలియడం, కాసేపటికి మోటర్ సౌండ్, నీళ్ల మీద బోట్ వెళ్లడం, మరికాసేపటికి అది ఆగడం, మళ్ళీ బోట్‌లోంచి దించడం, మళ్ళీ ఎక్కడికో రాళ్ళ మీద నడిపించడం, ఇప్పుడు ఒక కుర్చీలో కూర్చోబెట్టడం. మొత్తానికి ఆఖరి మజిలీ చేరుకున్నట్టుంది. హఠాత్తుగా ముసుగు తొలగిపోయింది. చెయ్యి అడ్డుపెట్టుకొని మెల్లిగా వెలుగుకి అలవాటుపడుతూ చుట్టూ చూసాడు అశోక్. ఒక రాతిగోడల గది, చాలా నీట్‌గా, ఒక ఆఫీస్‌లా ఉంది. కింద నాపరాళ్లు. కాస్త దూరంగా నగిషీలు చెక్కిన ఒక చెక్క టేబుల్, దాని వెనుక ఒక అందమైన కుర్చీ, దాని వెనక గోడ మీద ఒక ఫుల్ ఇంపీరియర్ సైజ్ పెయింటింగ్, ఆ పెయింటింగ్‌లో లుంగీ కట్టుకుని కాలు మీద కాలేసుకొని కూర్చున్న మనిషి (మైరావుడా?). ఆ పెయింటింగ్ అటు, ఇటు షెల్ఫ్‌లు, షెల్ఫ్‌లు నిండా పుస్తకాలు. పెద్ద కిటికీల నుంచి ధారాళంగా వెలుతురు. మొత్తానికి చాలా కళాత్మకంగా ఉంది.

ఇవి చూస్తుండగానే వెనక నుంచి ఎవరో మెట్లు దిగుతున్న చప్పుడు అయింది. ఆ వెంటనే దిక్కులు అదిరేలా "వెల్కమ్..." అంటూ ఒక మనిషి వచ్చి నించున్నాడు. అదిరిపడి వెనక్కి తిరిగి చూసాడు. ఆ పెయింటింగ్‌లో ఉన్న మనిషే, తన అంచనాలకి ఏమాత్రం తగ్గకుండా ఉన్నాడు. జానపద కథానాయకుడు. అక్కడక్కడా నెరిసిన సాల్ట్ అండ్ పెప్పర్ జుట్టు. మంచి శరీరం. బిగుతైన చొక్కా, కింద కాలంకారీ పనితనం ఉన్న లుంగీ... మేడలో బంగారు ఆభరణాలు, చేప, పులిగోరు, సిలువ. వేళ్ళకి రంగురాళ్ల బంగారు ఉంగరాలు. ఆ గోడ మీద పెయింటింగ్ లో లాగే ఉన్నాడు.. పులులు, సింహాలు దారిలో వస్తుంటే భయపడి పారిపోతాం. అదే వాడి కొమ్ముల ఎద్దు ఒకటి ఎదురుగా వస్తుంటే తప్పుకొని దారి ఇస్తాం. మైరావుడు

వస్తుంటే అలాగే ఉంది. ఓ ఏనుగు నడిచొస్తున్నట్టు, ఓ ఎనుబోతు గంగడోలు ఆడిస్తా ముందుకు అడుగులు వేస్తున్నట్టు.

ఆడు లేచాకే కోడి కూస్తాది.
ఆడు బయలెల్లాకే
సూర్యుడి రథం కదులుతాది.
ఆడు నించుంటే, దాచ్చారం బిమేశ్వరుడు.
కూర్చుంటే, శ్రీశైల మల్లిఖార్జునుడు.
నడుస్తుంటే....
మాచర్ల చెన్నకేశవుడు.
ఆడు పదితలల రావణాసురుడి పిన్ని కొడుకు,
పాతాళ లంకేశ్వరుడు
సేపలు ఆడి మాటింటాయి
పిట్టలు ఆడి కూతకి బదులు ఇస్తాయి.
ఎవడు ఆడు?
ఓస్.. అది కూడా తెలీదా!
ఊరుకి తూర్పున మెట్ట,
అ.
మెట్టమీద మేడ.
అ.
మేడలో
మైలపిల్లి మైరావుడు.

మెల్లిగా వచ్చి ఎదురుగా నించొని, కళ్ళలోకి చూస్తూ "ప్రయాణం బాగా జరిగిందా?"అన్నాడు. అశోక్ వెంటనే తల విదుల్చుకొని ప్రశ్న అర్థం చేసుకొని "ఎలా జరుగుతుందో మీకు తెలుసు కదా!". ఆ వ్యక్తి నవ్వాడు.

అశోక్ మొహమాటపడుతూనే అడిగాడు "మైరావణుడు?" అదేనా నీ పేరు? అన్నట్టు.

ఆ వ్యక్తి మళ్ళీ నవ్వి " జగన్నాథరావ్" అని చెయ్యి ముందుకు చాచాడు మొదటిసారి కలిసి షేక్ హ్యాండ్ ఇస్తున్నట్టు. అశోక్ అతని చేతిని చూసి, నవ్వి తన చేతిని కూడా కలిపాడు. అతను ఆ నవ్వు అర్థం కాక తన చేతివైపు చూసుకున్నాడు.

బొటనవేలు, చూపుడువేలు కలిసే చోట, కాస్త పైన సుత్తి, కొడవలి, చిన్న నక్షత్రం పచ్చబొట్టు ఉంది. అశోక్ చేతి మనికట్టుకి కాస్త పైన ఓం, త్రిశూలం, డమరుకం ఉన్నాయి. అది గమనించి ఇద్దరూ ఒకేసారి నవ్వుకున్నారు. మైరావుడు పగలబడి నవ్వాడు. ఆ నవ్వు అతనికే ప్రత్యేకమైనది.

"నన్ను ఎందుకు పిలిచారు? Sorry, ఎందుకు తీసుకొచ్చారు?"

"Sorry చెప్దామని, మొన్న స్కూల్ దగ్గర మా వాళ్ళు మిమ్మల్ని బురదలోకి నెట్టి అవమానించారు. మీరు ఆ రోజే కొత్తగా ఛార్జ్ తీసుకున్నారంటగా. వచ్చిన రోజే మిమ్మల్ని అలా అవమానించడం నాకు చాలా బాధ అనిపించింది. అందుకు మావాళ్ళ తరఫున నేను క్షమాపణ అడుగుతున్నాను" నొచ్చుకుంటున్నట్టుగా అన్నాడు.

"ఏంటి మీకు పోలీసులు అంటే పడదా?"

"కాదు. నాకు మీ పోలీసులు అంటే జాలి. మీరు సింపుల్‌గా మీ రూల్స్ ఫాలో అవుతారు. లేదా మీపై ఆఫీసర్లు ఏం చెప్తే అది ఫాలో అవుతారు. వాళ్ళు వాళ్ళ పైనుండే వాడి ఆర్డర్స్. ఆ పైనుండే వాడి ఉద్దేశ్యం ఏంటో మీకు తెలీదు. మీరు మీ డ్యూటీ చేస్తున్నాం అనుకుంటారు. అయితే పోలీసులకి ఉన్న విచిత్రమైన సమస్య ఏంటంటే మీరు ఒంటి మీద యూనిఫామ్ వేసుకోగానే నెత్తికి కొమ్ములు మొలిచినట్టూ, కాళ్ళకి గిట్టలు వచ్చినట్టూ ఫీల్ అవుతారు. కానీ అన్నిసార్లు అవతలివైపు సాధుజంతువులే ఉండవు కదా! కొన్నిసార్లు నాలాంటి మధపుటేనుగులు కూడా ఉంటాయి"

"అయితే ఏం చెయ్యాలి? యూనిఫామ్ తీసేయాలా?""

"అవును. అందులో ఇబ్బంది ఏముంది? చాలా దేశాల్లో పోలీసులు యూనిఫాం వేసుకోరు"

అశోక్ అందుకు ఏం సమాధానం చెప్పలేదు."ఇందుకోసమే పిలిచారా? Sorry, తీసుకొచ్చారా?" తనని బలవంతంగా తీసుకొచ్చారని నొక్కి చెప్తున్నాడు.

మైరావుడు నవ్వేసి "మేం తీసుకొచ్చింది ఎంత నిజమో, మీ రావాలనుకున్నది కూడా అంతే నిజం కాదా! ఇవాళ మాకు చాలా ప్రత్యేకమైన రోజు. ఈ రోజు రాత్రి మా మెట్ట మీద పార్టీ ఉంది. మీరు మా గెస్ట్. రండి భోజనం చేద్దాం, అలాగే మీకు మా చోటు కూడా చూపిస్తాను" అంటూ ఆ గదికి ఒక వైపు ఉన్న తలుపు

దగ్గరికి నడిచాడు. వెనకే అశోక్ వెళ్ళాడు. వెల్తూ గోడమీద ఉన్న ఫోటోలు చూసి ఆగాడు. చాలాఫోటోల్లో మైరావుడు ఒక చిన్నపిల్లతో ఉన్నాడు. ఆ అమ్మాయిని ఒళ్ళోకూర్చోబెట్టుకొని అన్నం తినిపిస్తూ, ఒంగోని ఏనుగు ఆట ఆడుతూ..ఇలా చాలా, అన్నింటికంటే పెద్దఫోటోలో ఆ అమ్మాయి కళ్ళనిండా కాటుక పెట్టుకొని, నుదురుమీద పెద్ద కాటుక బొట్టు. రిబ్బన్లు గట్టిగా బిగించి కట్టిన జెడ. చంకన ఒక బుజ్జిమేకపిల్లని పట్టుకొని ఉంది. బలవంతంగా ఫోటో తీస్తుంటే కోపంగా చూస్తున్నట్టు ఉంది.

"నా కూతురు" అన్నాడు మైరావుడు.

"అర్థం అవుతుంది. ఎక్కడుంది ఇప్పుడు"

" నా ప్రాణం తను. ఒకచోట భద్రంగా దాచిపెట్టాను" అని అంటూ తలుపు తెరిచాడు. అశోక్ అహా..అన్నట్టు చూసాడు.

తలుపు తియ్యగానే కనపడిన దృశ్యం చూసి అశోక్ కళ్ళూ, నోరు ఒకేసారి తెరిచాడు. చుట్టూ కనుచూపు మేర నీళ్ళూ, నీళ్ల మధ్య ఒక దిబ్బ, నీళ్లలో రంగురంగుల పడవలు, పడవల్లో మనుషులు. ఆకాశంలో కొంగలబారులు. వాళ్ళు నీళ్ళ మధ్య రాళ్ళతో కట్టిన ఓ మేడలో వాళ్ళు ఉన్నారు. ఒక మిడీవల్ యూరోపియన్ క్యాజిల్‌లా ఉంది. పక్కనే జనాలతో సందడి సందడిగా ఉన్న ఉన్న ఇంకో దిబ్బ. అది దీనికంటే పెద్దది. అక్కడ జనాలు ఆడామగా పిల్లాజెల్లా అంతా ఏదో పండగ జరుగుతున్నట్టు తిరుగుతున్నారు. దానికీ దీనికీ మధ్య నీళ్లమీద కర్రవంతెన. మైరావుడు, అశోక్ ఆ కర్ర వంతెన మీదకి నడిచారు. భూమికి మూడు అడుగులు ఉన్న కొంతమంది చిన్నచిన్న పిల్లలు ఆ వంతెన మీద ఆడుకుంటూ మైరావుడి దగ్గరికి మేకపిల్లల్లా పరిగెత్తుకొచ్చారు. వాళ్లలో ఒక పిల్లాడిని హేయ్... అని గాల్లోకి ఎగరేసి ఎత్తుకొని ముద్దుపెట్టుకున్నాడు. మిగతా పిల్లలు కూడా నన్ను, నన్ను అన్నట్టు చేతులు చాచారు. రెండో చంకన ఇంకో పిల్లని ఎత్తుకున్నాడు. మైరావుడు వెనక్కి తిరిగి "వీళ్లంతా మన పిల్లలే, నా తమ్ముళ్ల కొడుకులు, కూతుళ్లు. ఈడి పేరు స్టీఫెన్.. స్టీఫెన్ హాకింగ్స్"అని ఎత్తుకున్న పిల్లవాడి పేరు చెప్పాడు.

"మంచి పిల్లవాడికి బతుకంతా అవిటివాడిగా బతికిన వ్యక్తి పేరు పెట్టారు ఏంటి?" అశోక్ వెటకారంగా అడిగాడు.

"మరి శ్రీనివాసరామానుజన్ పేరు పెట్టాలా?"

"హా పెట్టొచ్చుగా..మన భారతీయుడు"

"తన ప్రజ్ఞ అంతటికీ కాళీమాత ఆశీర్వాదమే కారణం అన్నాడు. నాకు ఆయన మీద కంటే స్టీఫెన్ హాకింగ్స్ మీదే గౌరవం ఎక్కువ. స్టీఫెన్ హాకింగ్స్ శరీరం అంతా చచ్చుబడినా దేవుడి ఉనికినే ఒప్పుకోలేదు. అందరూ అంటారు కాలో, చెయ్యో విరిగి మంచాన పడ్డప్పుడే దేవుడు గుర్తొస్తాడని. కానీ స్టీఫెన్ హాకింగ్స్ ఏనాడూ దేవుడి ముందు తలవంచలేదు. స్వర్గం అనేది అందమైన ఊహ అన్నాడు. వర్జిన్ పిల్లలని కనలేదు అన్నాడు. పిల్లాడిని కన్న మేరీ వర్జిన్ కాదు అన్నాడు" అంటూ తన జోక్‌కి తనే పెద్దగా నవ్వేశాడు.

అశోక్ కిందిపెదవి కొరుకుతూ అతని నవ్వుకి తలాడించాడు.

అశోక్ అంతా సైలెంట్‌గా గమనిస్తున్నాడు. మైరావుడు పిల్లలతో పిల్లాడిలా, పెద్దలతో పెద్దమనిషిలా నడుచుకునే పద్ధతి చిత్రంగా అనిపించింది. వాళ్ళు వచ్చిన మెట్ట మీద అన్నీ చిన్న చిన్న డాబా ఇళ్ళు. అన్నింటికీ మధ్యలో గుండ్రటి దిమ్మె దాని మీద పోల్‌కి రెపరెపలాడుతున్న ఎర్రజెండా, కాకపోతే సుత్తి కొడవలి బదులు చేప బొమ్మ ఉంది.

ఒక పెద్ద పందిరి కింద భోజనాల ఏర్పాట్లు. చేపల పులుసు, కారం కలసిన పుల్లటి చింతపండు వాసన గవదల దగ్గర నరాలు జిల్లు మనిపిస్తుంది.

కాసేపటికి గుమగుమలాడే మెత్తటి చేప ముక్కలతో ఎర్రటి చేపల పులుసుతో జనం అంతా విస్తట్లో సామూహిక భోజనాలు చేశారు. మైరావుడు చుట్టూ పిల్లల్ని కూర్చోబెట్టుకొని వాళ్లందరికీ చిన్నచిన్న ముద్దలు తినిపిస్తూ తను తిన్నాననిపించాడు. భోజనాలు అయిన తర్వాత అశోక్ నిబోట్‌లో ఎక్కించుకొని తీసికెళ్లి వాళ్ళు వ్యవసాయం చేస్తున్న పంటపొలాలు చూపించాడు. ఇదంతా ఒక సొసైటీ. ఇక్కడ పద్దెనిమిదేళ్ళు దాటిన అందరూ అందులో సభ్యులే. చేపలు పట్టడం, అమ్మడం. పంటలు పండించడం, వాటిని అమ్మడం సొసైటీ చూసుకుంటుంది. ఆరునెలలు చేపలు పట్టడం, రిజర్వాయర్‌లోకి నీళ్లు వదలగానే వ్యవసాయం చెయ్యడం. అంతా ఏం మాట్లాడకుండా మౌనంగా వింటున్న అశోక్ వైపు తిరిగి "కొత్తప్రపంచానికి స్వాగతం. ఇక్కడ అందరూ పనిచేస్తారు. వచ్చిన దాన్ని అందరూ సమంగా పంచుకొని తింటారు" అన్నాడు. "అంటే ఇదో సోవియట్ రష్యా...మీరు దానికి స్టాలినా?"

"కాదు. ఇది గోబీ ఎడారి. నేను జెంఘీజ్ ఖాన్" అంటూ మళ్ళీ పగలబడి తన సిగ్నిఫికెంట్ నవ్వు నవ్వాడు.

ఆ తర్వాత మైరావుడు తన షూటింగ్ టాలెంట్ ప్రదర్శించాడు. డబుల్ బ్యారల్ గన్నుతో ఆకాశంలో బాణం మొనలా ఎగిరెళ్తున్న కొంగలబారుని సరిగ్గా అన్నింటికీ ముందాల ఎగురుతున్న కొంగని గురిచూసి కొట్టాడు. కొంగలు మొత్తం చేదిరిపోయి, ఎగిరిపోయాయి. ఆ తర్వాత గాల్లోకి టాస్ వేసిన కాయిన్‌ని గాల్లో ఉండగానే షూట్ చేసాడు. తన ప్రతిభకి తనే మురుస్తూ మీసాలు మెలేసుకుంటున్న మైరావుడిని వింతగా చూస్తూ ఉన్నాడు అశోక్.

మెట్ట మీదకి తిరిగొచ్చేసరికి చీకటి పడింది. లైట్లు ఏం వెలిగించలేదు. జనాలు అందరూ దేనికోసమో ఎదురు చూస్తున్నట్టుగా ఉన్నారు. ఆ చికట్లోనే ఆ రాతిమేడ పైకి వెళ్లారు. పైన ఆకాశంలో చీకటి, కింద నీళ్లలో కూడా చీకటి. ఇందాకటి పిల్లల్లో స్టీఫెన్ ఒక లాంటర్న్ తీసుకొచ్చి ఇచ్చాడు. తన వెనకే ఉన్న అశోక్‌కి చెప్తున్నట్టు "ఈవాళ చనిపోయిన నా భార్యాపిల్లల జ్ఞాపకార్థం ప్రతిసంవత్సరం ఈ రోజున దీపాలు వెలిగించి గాల్లోకి వదిలి, వాళ్ళ స్మృతిలో ఆనందంగా గడుపుతాం" అని చెప్తూ ఆ లాంటర్న్ మధ్యలో ఒత్తు వెలిగించి, ఆ వెలుగుని మెల్లిగా గాల్లోకి వదిలాడు. అది గాల్లోకి అంత ఎత్తుకు వెళ్ళగానే, అప్పటిదాకా మెట్టచుట్టూ పడవల్లో ఎదురుచూస్తున్న జనాలు వాళ్ళ దగ్గరున్న లాంటర్న్‌లు వెలిగించి వదిలారు. మరికొన్ని దీపాలు చుట్టుపక్కల నుంచి గాల్లోకి లేచాయి. ఆ చీకటిలో అలా అన్ని దీపాలు గాల్లోకి వెళుతుంటే తెలీని ఏదో అనుభూతి కలుగుతుంది. మైరావుడి కళ్లలోంచి రెండు నీటిధారలు చెంపలు మీదుగా కిందికి జారాయి.

ఒక అరగంట తర్వాత జిగ్గుమని కరెంటు లైట్లు వెలిగాయి. అప్పటిదాకా ఉన్న చీకటి మొత్తం పోయి, మూలమూల్లోకి వెలుగొచ్చింది. సోలార్ ఎనర్జీ అది. ఇక ఇప్పుడు అసలు తంతు మొదలవుతుంది. మైరావుడు ఇచ్చే పార్టీ మాములుగా ఉండదు. ముగ్గురు అప్సరసల్లాంటి డాన్సర్లు, మామూలు మాటల్లో చెప్పుకోవాలంటే కత్తిలాంటి అమ్మాయిలు వచ్చారు.

దరిమెట్ట మధ్యలో ఏర్పాటు చేసిన వేదిక మీద ఆ ముగ్గురు అమ్మాయిలూ డాన్స్ ఆడుతుంటే, ఊరు ఊరంతా చుట్టూ చేరి చూస్తుంది. అప్పుడే మీసం మొలిచినోళ్ళ దగ్గర్నుంచి, మీసాలు మెలితిరిగినోళ్ళదాకా అందరూ ఎగబడి చూసారు. వాళ్ళు వెళ్లి ఆ అమ్మాయిల మీద పడిపోకుండా వేదిక చుట్టూ ముళ్ళకంపలు కట్టారు. మైరావుడు నవ్వుతూనే ఇదంతా చూస్తున్నాడు. కాస్త వయసులో ఉన్న కుర్రోళ్ళు ముచ్చటపడుతుంటే స్టేజ్ మీదకెళ్లి ఆ అమ్మాయిలతో కాలు కదపడానికి

నవ్వుతూనే పర్మిషన్ ఇస్తున్నాడు. తాగినోళ్లు అల్లరి చెయ్యకుండా కళ్ళతోనే కట్టడి చేస్తున్నాడు. అశోక్‌కి ఇదంతా వేరే లోకంలా ఉంది. అసలు తను ఇప్పుడు ఎక్కడ ఉన్నాడో అర్థం కావడం లేదు. ఇలాంటి పరిస్థితిలో ఆలోచనలతో బుర్ర పాడుచేసుకోవడం కంటే కాస్త దృష్టి పెట్టి చుట్టూ ఉన్న వాతావరణాన్ని ఆనందిస్తూనే, అర్థం చేసుకోవడం మంచిది అనుకున్నాడు. అందుకని తను కూడా నవ్వుతూనే ఆ అమ్మాయిల ఒంటి కదలికల్ని చూస్తూ జీడిపళ్ళతో చేసిన సారా సిప్ చేస్తూ ఎంజాయ్ చేస్తున్నాడు. ఆ ముగ్గురు డాన్సర్లలో ఒక అమ్మాయి మిగతా ఇద్దరికంటే కాస్త రంగు ఎక్కువ ఉండి, చూసేవాళ్ళందరిని ఊరిస్తూ తెలుగు సినిమా పాటల్లోని బూతులకి చాలా అర్థవంతంగా డాన్స్ చేస్తూ, హావభావాలతో రెచ్చగొడుతూ, మగాడిగా పుట్టిన ఎవడైనా ఆ రాత్రి ఆ అమ్మాయితో పడుకోకపోతే చచ్చిపోతానేమో! అనిపించేలా చేస్తుంది. అశోక్‌ది అదే పరిస్థితి.

అర్థరాత్రి దాటి రెండు అయ్యేదాకా అది నడిచింది. ఇక అప్పుడు మైరావుడు లేచి, అశోక్‌ని కూడా "ఇక నిద్రపోతే మంచిది" అని లేపాడు. రాతిమేడలో ఒక సౌకర్యవంతమైన గది. ఆ గది మధ్యలో ఒక పెద్ద పందిరి మంచం. అశోక్‌కి ఆ గదిలో పొడుకోడానికి ఏర్పాటు చేశారు. సారా మత్తులో మంచం మీద వాలి అలా జోగుతూ అటూ ఇటూ దొర్లుతుండగా, అడుగుల చప్పుడు కూడా వినిపించకుండా ఇందాక డాన్స్ చేసిన ఆ అమ్మాయి గదిలో మంచం దగ్గరికి వచ్చింది. మోకాళ్ళ దాకా ఉన్న ఫ్రాక్, పైన స్థనాల బిగుతుని చూపిస్తూ పైన ఒక టిషర్టు. అశోక్ ఆ అమ్మాయిని అక్కడ చూసి ఏమీ ఆశ్చర్యపోకుండా, ఈ ప్రత్యేక అతిథి సత్కారానికి మరింత ఆనందించి ఆ అమ్మాయిని దగ్గరికి లాక్కొని ఆ అమ్మాయి టిషర్ట్ తీసేసాడు. ఆ అమ్మాయి కూడా చాలా అలవాటు ఉన్నదానిలా అశోక్ చొక్కా బటన్స్ విప్పేసింది. ఆ అమ్మాయికి ఎడమకాలి మడమ పైనుంచి కుడిస్థనం దాకా ఒళ్ళంతా చుట్టుకున్నట్టు చాలా ప్రతిభావంతంగా వేసిన నాగుపాము టాటూ ఉంది. పైన టిషర్ట్ తీసేయ్యడంతో ఆ పాముకి జీవం వచ్చినట్టుగా అనిపించి. ఆ అమ్మాయిని ముట్టుకోవడానికి ఒక్క క్షణం భయం కలిగించింది. అదీ కొద్దిసేపే. కాసేపటి క్రితం స్టేజ్ మీద డాన్సులో ఎలాంటి చొరవ చూపించిందో, ఇక్కడా అదే చొరవ చూపించి ఆ అమ్మాయి. మగాడి కళ్ళలోకి కళ్ళుపెట్టి ఒకరకమైన కసిని ప్రదర్శిస్తూ మగాడి కోరికని రెచ్చగొట్టి, ఓపికని సవాలు చేస్తున్నట్టు ఉన్న ఆ యువతిలోని గడుసుదనం మగాడెవడికైనా కిక్ ఇస్తుంది. ఆ కిక్కుతో వరుసపెట్టి మూడుసార్లు సెక్స్ చేసి బాగా అలిసిపోయి ఏదో మంత్రం వేసినట్టుగా, మత్తు ఇంజెక్షన్ ఇచ్చినట్టు మొత్తం జ్ఞాన చక్షువులన్నింటికి

పవర్ ఆఫ్ చేసినట్టుగా గాఢ నిద్రలోకి వెళ్ళిపోయాడు. అంతా చీకటి, అంధకారం. గాఢాంధకారం, తిమిరాంధకరం. అంత దట్టమైన చీకటిలో ఉన్నట్టుండి ఒక వెలుగు, ఆ వెలుగులో ఒక మనిషి ముఖం. మైరావుడిది.

తనతో రహస్యంలా ఏదో చెప్తున్నాడు. "ఏడేడు సముద్రాల ఆవల మర్రిచెట్టు తొర్రలో ఉన్న చిలకలో మాంత్రికుడి ప్రాణరహస్యాన్ని కనుగొనడానికి వచ్చిన రాకుమారా.. నీకు నా ప్రాణరహాస్యం చెప్పనా... పురాణాలలో తపస్సు చేసి వరాలు పొందిన రాక్షసుడు లాంటి వాడిని నేను, నా అంతుతేల్చాలంటే దేవుడు దిగిరావాలి. With some specific qualities" అది చెప్పి మాయం అయిపోయాడు. మళ్ళీ చీకటి.

అశోక్ మెలకువ వచ్చి కళ్ళు తెరిచేసరికి మాచర్ల పోలీస్ క్వార్టర్స్‌లో తన ఇంట్లో మంచం మీద ఉన్నాడు.

❖❖❖

మైరావుడి దగ్గర నుంచి తిరిగొచ్చాక అశోక్ మైరావుడి గురించి ఉన్న మౌఖిక సాహిత్యం కాకుండా డాక్యుమెంటెడ్ హిస్టరీ ఏమన్నా దొరుకుతుందేమో అని పోలీస్ ఆర్కైవ్ శిథిలాల్లో వెతుకుడం మొదలుపెట్టాడు. 1990 దశకం నాటి నక్సల్స్ మూమెంట్‌కి సంబంధించిన ఫైల్స్ వెతుకుతుంటే, ఏవేవో కనపడుతున్నాయి తప్ప తనకి కావాల్సిన సమాచారం ఏమీ దొరకడం లేదు. దొరికిన వాటన్నింటినీ ఎదురుగా పెట్టుకొని గంటలు గంటలు ఒకదానితో ఒకటి కనెక్ట్ చెయ్యడానికి చూస్తున్నాడు కానీ అవన్నీ మైరావుడికి కనెక్ట్ కావడం లేదు. అలా చూస్తూ ఒక ఫోటో చేతిలోకి తీసుకొని చూడ్డం మొదలుపెట్టాడు.

ఒక గ్రూప్ ఫోటో.

కొంతమంది ప్రముఖ నక్సల్ నాయకుల మీటింగ్.

ఫోటోలో ఒక మూల రైఫిల్ పట్టుకొని ఉన్న ఓ ఇరవై ఏళ్ళ కుర్రాడు. కాస్త తదేకంగా ఆ ఫోటో వంకే చూసాక గుర్తొచ్చింది. ఆ ఫోటోలో యువకుడికి కాస్త క్లోజప్ లాంటి ఫోటో తను ఇంతకు ముందు చూసాడు. మైరావుడి ఇంట్లో.

ఆ ఫోటోలో ఉన్నవాళ్ల వివరాలు చూడటం మొదలుపెట్టాడు. కొందరు ప్రముఖ నాయకుల పేర్లు కనిపించాయి.

కె. కోదండరామయ్య
జీ. సత్యమూర్తి
ఎం. వి. రమణారెడ్డి
వరవరరావు
ఆర్కే

ఆ కుర్రాడి పేరు తక్కెళ్ల జగన్నాథం అలియాస్ జగన్.

ఒక తీగ దొరికింది. అది పట్టుకొని లాగుతూ వెళ్తే డొంక కాదు అడివంతా కంపించింది.

❖❖❖

అప్పుడు ఓ గాలి వీస్తుంది. వెచ్చటి వడగాలి. తూర్పు వైపున మొదలైన ఆ గాలి వీస్తూ వీస్తూ సుడిగాలిగా మారి ఆంధ్ర ప్రాంతానికి వచ్చింది. వచ్చి ఇక్కడ ఎంతోమంది పెత్తందారులకి చెమటలు పట్టిస్తుంది. కొంతమందిని ఉచ్చపోయిస్తుంది కూడా. ఆ గాలి బలంగా వీస్తున్న సమయంలో జరిగిన ఒక సంఘటన.

ఒక చిన్న టౌన్ అది. ఆ టౌన్‌లో ఓ రైస్ మిల్లు. ఆ మిల్లు యజమాని మహాభారతంలోని కిచకుడికి కలియుగావతారం. తన దగ్గర పనిచేస్తున్న పనివాళ్ళని బానిసల్లా చూసేవాడు కాదు. మగవాళ్ళని కొట్టేవాడు. ఆడవాళ్లని పాడుచేసి హింసించేవాడు. అతని హింసని భరించడం తప్ప అక్కడి పనివాళ్ళకి వేరే దారి కనిపించేది కాదు. పోలీసులు దగ్గరికి వెళ్తే తిరిగి వీళ్లనే ఏదో నేరం మోపి జైల్లో వేసి కొట్టేవాళ్ళు. ఒకసారి వాడు తన దగ్గర పనిచేస్తున్న వ్యక్తి తీసుకున్న అప్పు తిరిగి కట్టనందుకు అతని భార్యని కూతుర్ని తన మిల్లులోనే బంధించి, తల్లి కూతుర్ల మీద రోజుల తరబడి అత్యాచారం చేస్తూనే ఉన్నాడు.

ఆ మిల్లు ఎదురుగా ఉన్న ఎండిపోయిన చెట్టుమీద కాకి అతని అకృత్యాలన్నిటినీ గమనిస్తూనే ఉంది. ఈ దారుణాన్ని చూసి చలించిపోయిన కాకి ఆ సమాచారాన్ని ఆ సుడిగాలికి చేరవేసింది.

ఒకరాత్రి సుడిగాలి వచ్చినంత హఠాత్తుగా కొంతమంది అన్నలు ఏకే 47 రైఫిల్స్ తో ప్రత్యక్షం అయ్యారు వాడిముందు. అప్పుడు వివిధ ప్రాంతాల్లో పనిచేస్తున్న దళాల్లో బాగా ప్రాచుర్యం పొందింది కోదండరామయ్య దళం (ఆయన పూర్తిపేరు కోదండరామిరెడ్డి అని చాలా కొద్దిమందికే తెలుసు). అప్పుడు స్వయంగా ఆయనే

వచ్చాడు. మెడలో కాశీతువ్వాలు, మెలితిరిగిన తెల్లమీసాలు. తెల్ల చొక్కా, పంచె. మీద ఓ నల్ల లెదర్ జాకెట్టు. యాభై పైన ఉంటాయి.

ఆ మిల్లు ఓనర్ భయంతో గజగజ ఒణికిపోయాడు. వాడి రెక్కలు విరిచి, మోకాళ్ళ మీద కూర్చోబెట్టి వాడు పుట్టినప్పటి నుంచీ వాడికి అనుభవంలో లేని నొప్పి తెలిసేలా కోటింగ్ ఇచ్చారు. వాడు అరిచిన అరుపులు చాలా జంతువులని పోలి ఉన్నాయి. "తప్పైపోయింది. క్షమించి వదిలెయ్యమని, వదిలేస్తే బుద్ధిగా మసులుకుంటానని, ఇంకోసారి ఇలా ప్రవర్తించనని, ఒకవేళ మళ్ళీ అలా చేసినట్టు తెలిస్తే మీరే శిక్ష అయినా వెయ్యండని. పెళ్ళాం పిల్లలు ఉన్నోడినని, తను చచ్చిపోతే తన పెళ్ళాం ముండమోస్తుందని" బతిమాలుకున్నాడు.

అప్పటికి వాడిని వదిలిపెట్టి,

"ఆ తల్లికూతుర్లు ఇద్దరిని విడిచిపెట్టాలని, మళ్ళీ వాళ్ళని గాని వాళ్ళలాంటి వాళ్ళని గానీ ఇబ్బంది పెట్టినట్టు తెలియకూడదని, ఒకవేళ తెలిస్తే..."

వాడు ఆ మాట పూర్తి చెయ్యనివ్వకుండానే "రేపటి నుంచి చాలా బుద్ధిగా ఉంటానని, తనని వొదిలిపెట్టి తనకి పునర్జన్మ ప్రసాదించారని, అందుకు జీవితాంతం ఋణపడి ఉంటానని" కాళ్ళ మీద పడిపోయాడు. గాలిలా వచ్చినవాళ్ళు గాలిలా మాయం అయిపోయారు.

చెప్పినట్టుగానే మరుసటి రోజు ఆ తల్లీకూతుళ్ళని విడిచిపెట్టేసాడు. ఆ తర్వాత నుంచి పనివాళ్ళతో వీలయినంత సౌమ్యంగా నడుచుకోవడం మొదలుపెట్టాడు. అది చూసిన చాలామందికి 'అన్నల కోటింగ్ ఎఫెక్ట్' అని తెలుసు. అయితే భయం వల్ల వచ్చిన మార్పు శాశ్వతం కాదు. ఓ రెండునెళ్ల తర్వాత వాతావరణం మామూలుగానే ఉందని, ఇప్పుడు తనని గమనించేవాళ్ళు ఎవరూ లేరని, తన మీద ఎవరి నిఘా లేదని వాడికి వాడే మనసులో ఓ నిశ్చయానికి వచ్చాడు. ఇంకేముంది. మళ్ళీ పాత పద్ధతి మొదలు. అలా జరిగిన చాన్నాళ్ల దాకా ఎలాంటి బెదిరింపులు గాని ఆకస్మిక దాడులు గాని లేకపోవడం వాడి నమ్మకాన్ని ఇంకా బలపరిచింది. యజమానిలో ఈ మార్పు కొందరు ఆశ్చర్యాన్ని కలుగజేసింది. 'ఈడికి పోయే కాలం వచ్చింది రా' అనుకున్నారు.

ఓ రోజు చీకటి పడ్డాక వాడు మిల్లు నుంచి ఇంటికి బయల్దేరి వెళ్తున్నాడు. వెళ్ళేదారిలో ఓ మురికి కాలువ దాటాలి. దాటడానికి కర్రలతో మట్టితో ఓ చిన్న

'ఏర్పాటు' ఎవరో చేశారు. అప్పటికి చాలరోజులుగా ఆ ఏర్పాటుని వాడుకుంటున్నాడు. ఆ రోజు ఆ మురికి కాలువ దగ్గరికి వెళ్తుండగా ఓ ఊరపంది కుక్కలు తరుముతుంటే అతని ముందు పరిగేట్టుకొని వెళ్లి ఆ వంతెన మీదకి దూకింది. దూకిన పాటునే చెవుల్లో కర్ణభేరి పగిలిపోయేంత శబ్దంతో పెద్ద పేలుడు జరిగి, ఆ పంది రక్తమాంసాలు చుట్టుపక్కల చెల్లాచెదురు అయి, నేలంతా ముద్దలుముద్దలుగా అతుక్కుపోయాయి. ఇదంతా నిల్చున్న బొమ్మలా అయిపోయి చూస్తున్నవాడికి వెన్నులో సన్నగా వొణుకు మొదలు అయింది. జనాలు అక్కడికి చేరి, వాడిని ఇంటికి చేర్చారు. వెంట్రుకవాసిలో ఓ భయానకమైన చావుని తప్పించుకున్నందుకు వాడికి ఆనందం లేదు. తన చావు ఖాయం అని అర్థం అయిపోయింది. ఆ మరుసటిరోజు ఉదయం వాడి గదిలో ఫ్యాన్‌కి ఉరేసుకుని చచ్చిపోయాడు. "తను చేసిన పాపాలకి ప్రాయశ్చిత్తం లేదని అందుకే ఆత్మహత్య చేసుకుంటున్నానని" ఓ సూసైడ్ నోట్ రాసి పెట్టాడు.

తర్వాత ఇన్వెస్టిగేషన్‌లో పోలీసులు తీర్మానించిన విషయం అది ఆత్మహత్య కాదు హత్య అని.

అక్కడ ఆ బాంబు పెట్టింది. ఆ మిల్లు యజమానిని ఉరేసింది 'తక్కెళ్ల జగన్నాథం'

'తక్కెళ్ల జగన్నాథం' ఒరిజినల్ పేరు కాదు. నిజానికది ఉన్నవ లక్ష్మీనారాయణ అనే పెద్దాయన స్వతంత్రానికి ముందు జాతీయోద్యమం తొలినాళ్లలో రాసిన 'మాలపల్లి' నవలలో హీరో పేరు. 1922లో ఆయన రాయవేలూరు జైల్లో ఉండగా రాశారు. అప్పటి బ్రిటీష్ ప్రభుత్వం ఆ నవలని బ్యాన్ చేసింది.

ఆ తర్వాత జరిగిన వరస సంఘటన KKR గ్రూప్‌ని విచ్ఛిన్నం చేసాయి.

1994, ఏప్రిల్‌లో KKRని నాంపల్లి రైల్వే స్టేషన్లో అరెస్ట్ చేశారు. అతని ఆరోగ్యం సరిగ్గా లేకపోవడంతో ప్రభుత్వ ఆసుపత్రిలో జాయిన్ చేసి ఒక పోలీస్ కానిస్టేబుల్ ని అతనికి కాపలాగా ఉంచారు. KKR దళం సభ్యులు మారువేషాల్లో ఆ ఆసుపత్రిలో దూరి, ఆ కానిస్టేబుల్ ని కాల్చేసి, KKRని తప్పించి తీసుకుపోయారు.

ఆ తర్వాత KKR గ్రూప్ ఒక కలెక్టర్‌ని కిడ్నాప్ చేసింది. అదే సమయంలో ప్రభుత్వానికి సంబంధించిన ఒక ఆర్మ్స్ కన్సైన్‌మెంట్ నక్సలైట్లు దాడి చేసి ఎత్తుకుపోయారు. ఏ గ్రూప్ చేసిందో తెలీదు. KKR గ్రూపే చేసినట్టు అనుమానాలు

ఉన్నాయి. పోలీస్ దీన్ని హై అలెర్ట్ గా భావించి, అడవిలో ఆ గ్రూప్ ఆచూకీ తెలుసుకొని, కూంబింగ్ చేసి, అన్ని దిక్కుల నుంచీ ముట్టడించి ఆ కలెక్టర్ ని సేవ్ చేశారు. KKR ని గాయాలతో పట్టుబడ్డాడు. దళసభ్యులు చాలామంది చనిపోయారు. వాళ్లలో ఆ దళానికి అన్నం తీసుకొచ్చిన ఒక చిన్న ఆదివాసీ అమ్మాయి కూడా ఉంది. అయితే ఆయుధాలు దొరకలేదు. అరెస్ట్ అయి, జైలుకెళ్లి బయటికొచ్చిన KKR ఉద్యమాల నుంచీ బయటికొచ్చేసాడు. సాహిత్యం, రచనా వ్యాసంగంలో కాలం గడపడం మొదలుపెట్టాడు. అతడు రాసిన 'అడవిలో వెన్నెల' నవల బాగా పేరు తెచ్చింది. దేశ, విదేశీ భాషల్లో అనువాదం అయింది.

మరికొంత కాలానికి ఆంధ్రప్రాంతంలో అడవిలో సాయుధపోరాట ఉద్యమం అన్నది జనాల్లో ముందున్న పాపులారిటీని కోల్పోయింది. ఉద్యమం ఫోర్‌గ్రౌండ్ నుంచి బ్యాక్‌గ్రౌండ్‌కి వెళ్ళిపోయింది.

నక్సలైట్ ఉద్యమ చరిత్ర అంతా రీసెర్చ్ స్కాలర్‌లా చదివిన అశోక్‌కి ఇదంతా చివారఖరికి వచ్చి తనకే లింక్ అవుతుందని అనుకోలేదు. KKR ని తప్పిస్తూ అతని మనుషులు కాల్చి చంపిన కానిస్టేబుల్ ఎన్. రామచంద్ర, అశోక్ తండ్రి.

ఆ వానాకాలం ఉదయం అంబులెన్స్ లోంచి వాళ్ళ నాన్న శవాన్ని దించుతున్న దృశ్యం, ఇప్పటికీ ప్రతినెలా వెళ్లి చూసి వస్తున్న మెంటల్ హాస్పిటల్లో బెడ్ మీద వాళ్ళ అమ్మ ముఖం. తెలీకుండా కళ్ళలో నీళ్ళు తిరిగాయి.

అప్పటిదాకా ఆ ఇన్వెస్టిగేషన్ ప్రొఫెషనల్ గానే నడిచింది. ఇక అప్పుడు పర్సనల్ కూడా అయింది.

సో. అప్పుడు అక్కడ అడవిలో జరిగిన షూటౌట్‌లో తప్పించుకున్న జగన్నాథం ఉరఫ్ మైరావుడు తన స్వంత ఊరికి వచ్చి ఉంటాడు. వాడు ఊరొచ్చిన తర్వాత ఎక్జాక్ట్‌గా ఏం జరుగుంటుందో తెలియాలంటే అక్కడి మనిషి ఒకడు కావాలి. దానికోసం ఒంటికన్ను పేతురుని మాచర్ల రామా టాకీస్‌లో సినిమా చూస్తుండగా పోలీసులు రహస్యంగా కిడ్నాప్ చేసి తీసుకెళ్లి, అశోక్ ముందు నించోబెట్టారు.

పేతురుని ని చూసి "ఆ కన్ను ఎలా పోయింది" అని అడిగాడు అశోక్.

చిన్నప్పుడు కుర్రోళ్ళు అందరం చీపురుపుల్ల బాణాలు ఆట ఆడుకుంటూ ఉంటే నా ఫ్రెండ్ ఒకడు బాణం వేసాడు సార్ అది వచ్చి కంట్లో గుచ్చుకుంది. అశోక్‌కి దాని మీద ఇంట్రెస్ట్ లేనట్టు "సర్లే..అది పక్కనపెట్టు నువ్వు మీ మైరావుడి

గురించి నీకు తెలిసిందంతా చెప్తేనే, ఇప్పుడు ప్రాణాలతో ఇంటికి వెళ్తావు. లేకపోతే నీ శవాన్ని ఏం చెయ్యాలో మాకు బాగా తెలుసు. ఒంటి కన్ను పేతురు మైరావుడి గురించి చెప్పడానికి వెనకాడ లేదు. ఒక చక్కటి కథకుడిలా మొత్తం కళ్ళకు కట్టినట్టు చెప్పాడు.

❖❖❖

ఈ కథ పేరు నూటికి సర్దార్...

మాచర్ల రాజకీయ నాయకులకి బుగ్గవాగు జనాల అవసరం ఉండాలంటే వాళ్ళు చెప్పుకోదగ్గ ఓటు బ్యాంక్ అయ్యుండాలి. ఆ ఓటు బ్యాంకు ఒకోసారి గెలుపు ఓటములని నిర్ణయించేది కూడా అవుతుంది. మైరావుడు బుగ్గవాగు జనాలనందరిని వాళ్ల ఓట్లు మాచర్ల నియోజకవర్గానికి మార్పించుకోమన్నాడు. ఆ ఏడు అసెంబ్లీ ఎలక్షన్స్‌లో మాచర్ల నియోజకవర్గంలో రెడ్డి పార్టీ నుంచి శివారెడ్డి నిలబడ్డాడు. వాళ్ళ అన్న చెన్నకేశవరెడ్డి మూడుసార్లు వరసగా ఎమ్మెల్యేగా గెలిచాడు. కొంతకాలంక్రితం గుండెపోటుతో చనిపోయాడు. చెన్నకేసవరెడ్డికి ఇద్దరు కొడుకులు. మహేందర్ రెడ్డి, కృష్ణా రెడ్డి. తండ్రి తర్వాత కొడుకు నిలబడాలి. కానీ “ఒక్కసారి ఎమ్మెల్యే అయితరా..కొడకా”అని చిన్నాయన శివారెడ్డి అనేసరికి. తండ్రి తర్వాత ఆ కుర్చీ తనదే అనుకున్న మహేందర్రెడ్డి చిన్నాయన అడిగేసరికి సరేలేమ్మని ఒప్పుకున్నాడు. అయితే అప్పుడు ప్రతిపక్షంలో ఉన్న నాయుడు పార్టీ కూడా బలంగానే ఉంది. పైగా శివారెడ్డి చెన్నకేశవరెడ్డికి సొంతతమ్ముడు కాదు వాళ్ళ నాన్నకి రెండోపెళ్ళామ్ కొడుకు. ఈ విషయాన్ని ప్రస్తావిస్తా ప్రచారంలో ఎద్దేవా చెయ్యడం మొదలుపెట్టారు. పోటీ గట్టిగా ఉంది. ఎలక్షన్‌లో ఎవడు ఎక్కువ డబ్బులు పంచితే వాళ్ళు గెలుస్తారన్న నమ్మకం అప్పుడు లేదు. ఒక్క ఓటు తేడాతో కూడా గెలుపోటములు నిర్ణయించబడొచ్చు. పోటీ అలా ఉంది. ఇక్కడే మైరావుడు తన తెలివి చూపించాడు.

అచ్చు నూటికి సర్దార్ కథలో చెప్పినట్టే, ఒకడు ఊరికే చేతులు చరిచి నూరు దోమల్ని చంపి, నూరు దోమల్ని చంపిన మొనగాడిని కాబట్టి ‘నూటికి సర్దార్’ అని కత్తి మీద చెక్కించుకొన్నాడంట. ఎవడు అడ్డొచ్చినా నేను నూటికి సర్దార్ అని కత్తి చూపించే వాడంట. జనాలు వాడు నూరుమందిని చంపినవాడేమోనని వాడికి భయపడేవాళ్ళంట.

మైరావుడు బుగ్గవాగు జనాల్లో పద్దెనిమిదేళ్ళు నిండిన వాళ్లందరినీ ఓటు

హక్కు తీసుకోమన్నాడు. వాళ్లలో చాలామంది ఓట్లు విశాఖపట్నంలో వాళ్ళ సొంతఊర్లల్లో ఉన్నాయి. మైరావుడు ఇంకా కొత్తవాళ్ళని కూడా పిలిచి బుగ్గవాగులో ఉండడానికి చోటు చూపించి దేశాన్ని వాళ్ళ ఊర్లల్లో ఉన్న ఓట్లు కూడా ఆత్మకూరు పంచాయతీకి మార్పించాడు. తను ఎప్పుడు ఎవరికి చెప్తే వాళ్ళకి ఓటు వేసేలా వాళ్లందరినీ ఒప్పించాడు. అలా వచ్చిన ఓట్లు అన్నీ మైరావుడు మడిచి సంకనపెట్టుకొని అవకాశం కోసం చూస్తున్నాడు.

మైరావుడు బుగ్గాకు వచ్చేసరికి దానిమీద పాండవుల రాజ్యం నడుస్తుంది. పాండవులు అంటే ఆత్మకూరు గ్రామానికి చెందిన ఐదుగురు రెడ్లు. రాయపరెడ్డి, కేశవరెడ్డి, వీరనారాయణయ రెడ్డి ఉరఫ్ వీరారెడ్డి, మస్తాన్ రెడ్డి, జోసెఫ్ రెడ్డి. వీళ్ళలో పెద్దవాడు రాయపరెడ్డి. రాయపరెడ్డి కర్నూలు జిల్లాలో ఓ మోస్తరు భూస్వామి, అన్నలు అతని భూముల్లో జెండాలు పాతి పేదవాళ్ళకి పంచిబెట్టి, అతన్ని చంపుతాం అని బెదిరిస్తే బంధువులు ఉన్న ఆత్మకూరుకు వచ్చాడు. ఎమ్మెల్యే పరిచయంతో బుగ్గవాగు చెరువు మీద పెత్తనం, మిగతా నలుగుర్ని కలుపుకొని చేపలు కొనడం, అమ్మడం మొదలుపెట్టాడు రాయపరెడ్డి. అప్పుడే చేపల కాటా దగ్గర మైరావుడికి, ఆత్మకూరు రెడ్లకి గొడవ జరిగింది. సంవత్సరం మొదట్లో కాలవపాటులో చేపలు జోరుగా పడుతున్న కాలంలో, రోజుకి క్వింటాలకొద్దీ చేపలు జోకుతున్న కాలంలో ఓ రోజు మైరావుడు చేపలు తూకం వేసే తూకం రాళ్ళతో ఐదుకేజీల రాయి, అరకిలో బరువు తక్కువుందని కనిపెట్టాడు. చేపలు జోక్కునే గుమస్తాలని తన రైతుకుర్రోళ్లతో కలిసి చితక్కొట్టి పంపించాడు. వాళ్ళ మనుషుల్ని కొట్టడంతో రెడ్లకి కోపం వచ్చి మైరావుడిని పోలీసులకి చెప్పి అరెస్ట్ చేయించారు. మైరావుడు తన పలుకుబడితో మరుసటిరోజే బయటికొచ్చేసాడు. ఆ తర్వాత కూడా అలాగే చిన్నదానికి పెద్దదానికి పోలీసులు వచ్చి మైరావుడిని స్టేషన్‌కి తీసుకెళ్లేవాళ్ళు. 'దొంగతనంగా చేపలు బయట అమ్ముతున్నాడని ఒకసారి, గులుకుల మందు(అది నీళ్లలో జల్లితే ఎక్కడెక్కడ బండల కింద దాక్కున్న రెయ్య అంతా మువ్వార తిరుగక్కుంట ఒడ్డుకొచ్చి పడిపోతాయి. చేత్తో ఎత్తేసుకోడమే) ఏసి, బస్తాల కొద్దీ రొయ్యలు పట్టేసి బయట అమ్మేసాడని ఒకసారి'

ఆఖరిసారి పోలీసులు దొంగతనంగా సారా కాసి అమ్ముతున్నారు అని అరెస్ట్ చేయడానికి వచ్చి ఊళ్ళో మైరావుడు లేడని తెలుసుకొని మైరావుడు అమ్మ గైరమ్మని, మైరావుడు రెండో అక్క కూతురు మల్లీశ్వరిని ఇంకొంతమంది మొగోళ్లని జీపులో ఎక్కించుకొని పోయారు. ఆ రోజు సాయంత్రమే వాళ్ళని వదిలేశారు. ఆ రాత్రి

పోలీస్ స్టేషన్ మీద అన్నలు బాంబులు వేసి పేల్చేశారు అంటారు. అన్నలు కాదు తన తల్లినీ, మేనకోడలిని స్టేషన్‌కి తీసికెళ్లినందుకు మైరావుడే ఆ పని చేసాడు అంటారు. మైరావుడికి బాంబులు చుట్టడం వచ్చా? అంటే, మైరావుడికి తెలీని విద్యే లేదు.

రాయలసీమ తర్వాత ముఠా కక్షల్లో(factinonism) అంత ప్రాచుర్యం ఉన్నది గుంటూరులో పల్నాడు. కారంపూడి, గురజాల, రెంటచింతల, మాచర్ల దానికి పాపులర్. తొడకొట్టి సవాలు చెయ్యడం, ప్రతీకారం తీర్చుకుంటాం అని ప్రతిజ్ఞలు చెయ్యడం, వేటకొడవళ్ళతో నరుక్కోవడం, ఒకరి ఇంటిపై ఒకరు బాంబులు వేసుకోవడం, ఒకరి ఉసురు తీస్తానని ఇంకొకరు శపథం చెయ్యడం అక్కడ మధ్యయుగాల నుంచీ వస్తున్న సంప్రదాయానికి కొనసాగింపు. 11వ శతాబ్దంలో జరిగిన పలనాటి యుద్ధం అందుకు కేవలం ఒక సాంస్కృతిక నేపథ్యం మాత్రమే. రాష్ట్రంలో అప్పటికి ఉన్న రెడ్డి, నాయుడు రాజకీయ పరిస్థితితులు అలనాటి మలిదేవరాజు, నలగామరాజు వారసత్వపోటీని గుర్తుకు తెచ్చేవి.

అనుకున్నట్టుగానే మైరావుడు దగ్గర ఉన్న ఓట్ల కోసం నాయకులు రావడం మొదలుపెట్టారు. ముందు సర్పంచ్ కేండిడేట్‌లు, ఆ తర్వాత ఎమ్మెల్యే కేండిడేట్‌లే వచ్చారు. వాళ్లందరికీ మైరావుడు ఒకటే అడిగేవాడు. ఊరికి రోడ్డు వేయించాలి. బడి కట్టించాలి, చివరగా చెరువు పెత్తనం నాకే ఇవ్వాలి. శివారెడ్డి "ముందు గెలవనీ... తర్వాత నువ్వు ఎలా చెప్తే అలా కానియ్" అన్నాడు. మైరావుడు తన సపోర్ట్ శివారెడ్డికి అన్నాడు. జనాలంతా రెడ్డిపార్టీకి ఓటు వేశారు. శివారెడ్డి చాలాకష్టంగా వంద ఓట్ల తేడాతో గెలిచాడు. ఆ ఓట్లు మైరావుడువే అని అందరికీ తెలుసు. కానీ గెలిచిన తర్వాత శివారెడ్డి మాట నిలబెట్టుకోలేదు. "ఆసారికి కూడా ఆత్మకూరు రెడ్లే బుగ్గవాగు చెరువు పెత్తనం చేస్తారని, కావాలంటే చెరువు వేలంపాటలో పాడుకోమని" మైరావుడికి చెప్పాడు శివారెడ్డి. ఎంతకోపం వచ్చినా కళ్ళల్లో కనిపించనివ్వకపోవడం మైరావుడి ప్రత్యేకత. ఆ తర్వాత కొన్నిరోజులకి ఓ మిట్టమధ్యాహ్నాం ఎండలకి చెమట కారిపోతుండగా మాచర్ల చంద్రవంక కాలవపక్కన గ్రౌండ్లో ఓ భారీ సభలో స్టేజి మీద శివారెడ్డి మాట్లాడుతున్నాడు. ఇంతలో ఎక్కడి నుంచో ఓ టిఫిన్ క్యారెజి గాల్లో ఎగురుతూవచ్చి శివారెడ్డి మీదపడి లోపలున్న బాంబు పేలింది. మరుసటి రోజు పేపర్‌లో వార్త 'మాచర్ల ఎమ్మెల్యే శివారెడ్డి మీద పీపుల్స్ వార్ బాంబుదాడి' అయితే శివారెడ్డి చావలేదు. కానీ శరీరంలో ప్రాణాలు మాత్రమే మిగిలాయి. ఆ స్థితిలో అతని స్థానంలో ఎమ్మెల్యేగా అతని అన్న కొడుకు

మహేందర్ రెడ్డి ఎమ్మెల్యే అయ్యాడు. మహేందర్ రెడ్డి చిన్నాయన చేసిన తప్పు చెయ్యలేదు. బుగ్గవాగు చెరువు మైరావుడు చేతిలోకి వచ్చింది.

మైరావుడు తన చిన్ననాటి హీరో చెంఘీజ్ ఖాన్‌ని మర్చిపోలేదు. చెంఘీజ్ ఖాన్ గోబీ ఎడారిలోని మంగోల్ తండాలన్నీ ఏకం చేసినట్టు తను కూడా ఎక్కడెక్కడ ఉన్న వాడోళ్ళనంతా ఆమాటకొస్తే చేపలు పట్టుకుని బతికే మత్స్యకారులనంతా ఒక గొడుగు కిందకి తీసుకురావాలనుకున్నాడు. "దున్నేవాడిదే భూమి" లాగా "పట్టినోడిదే చేప" నినాదంతో ఓ సంఘాన్ని ఏర్పాటు చేయాలనుకున్నాడు. బుగ్గవాగు చెరువు తన చేతిలోకి వచ్చాక దాన్ని పోనివ్వదల్చుకోలేదు. స్టేట్‌లో ఏ పార్టీ అధికారంలో ఉన్నా, లోకల్‌లో ఎవడు ఎమ్మెల్యే అయినా బుగ్గవాగు చెరువు మీద పెత్తనం తనదే కావాలి. మైరావుడు తన మనుషులందరినీ అందుకు సిద్ధం చేసాడు. కుర్రోళ్ళందరికీ తుపాకీ కాల్చడం, గొడవ వచ్చినప్పుడు ఆయుధం లేకపోయినా ఒట్టిచేతుల్తో ఫైట్ చెయ్యడం లాంటివి తనే దగ్గిరుండి నేర్పించాడు. దరిమెట్ట మైరావుడి ప్రయివేట్ ఆర్మీ క్యాంప్ అయింది. రోజూ ఉదయం సాయంత్రం బారుమెట్ట మీద తన మెడపైన నించొని చుట్టూ డేగకళ్ళతో చూస్తుండేవాడు. ఆ సమయంలో అతని బుర్రలో ఏం నడుస్తుందో ఎవరికీ అంతుపట్టేది కాదు. నాగార్జున సాగర్ డ్యామ్ ముందూ, వెనకా ఉంటున్నవాళ్ళని, గుమ్మడంలో ఉంటున్నవాళ్ళని, అలాగే ప్రకాశం జిల్లా వాడ్రేవు, కర్నూలు, కడప, నెల్లూరు జిల్లాల్లో ఆ మాటకొస్తే రిజర్వాయర్లు, ఆనకట్టలు ఎక్కడున్నా అక్కడ చేపలు పట్టుకొని బతికే తన మనుషులందరినీ కూడేసి మీటింగులు పెట్టాడు. వాళ్ళ ఓట్లని స్థానిక పంచాయతీలకి మార్పించాడు. 'మనం బయటివాళ్ళుగా ఉన్నంత కాలం వీళ్ళు మనల్ని పట్టించుకోరు. వీళ్ళు మనల్ని పట్టించుకోవాలంటే మనం ఏదో ఒకటి అయ్యుండాలి. అది ఐదేళ్ళకి ఒకసారి వచ్చే ఓటు కావచ్చు'అని చెప్పేవాడు. గుమ్మడంలో జరిగిన పంచాయతీ ఎలక్షన్‌లో తన మనిషి చెల్లూరి బంగారయ్యని సర్పంచ్‌గా గెలిపించారు. ఒక నాన్ లోకల్ సర్పంచ్ అవడం అందరినీ ఆశ్చర్యపరిచింది. మెజారిటీ ఓట్లు వాడబలిజలవే ఉండడం అందుకు ఒక కారణం. మైరావుడు ఈ పనులన్నింటికి డబ్బులు ఇబ్బంది లేకుండా ఖర్చుపెట్టాడు. గుమ్మడంలో చేపలు అందరూ ఒకే మనిషికి అమ్మేలా అందరికీ లాభం వచ్చే రేట్లకి చేపలు కొనేలా నిర్ణయించాడు. తను చేస్తున్న పనికి పేరు ఏం పెట్టలేదు. అందుకని ఈ విషయం బయటతెలీలేదు. కానీ మత్స్యకారులందరిలోనూ మైరావుడి పాపులారిటీ బాగా పెరిగింది. మైరావుడి కత్తికి తిరుగు లేకుండా పోయింది.

మనుషులు ఎవ్వరూ ఆపలేని వాటిని ప్రకృతి ఆపుతుంది.

❖❖❖

అంతా విన్న అశోక్ ఎదురుగా ఉన్న ఒంటికన్ను పేతురుతో "ఇప్పుడు నిన్ను వదిలెస్తే నువ్వు వెళ్లి వాడికి చెప్తే" అన్నాడు.

"మీకు చెప్పిందంతా రహస్యం ఏం కాదు సార్, మీకు చెప్పానని తెలిసినా పెద్ద నష్టం ఏం లేదు"

అలా అన్న తర్వాత పేతురుని వెళ్ళిపొమ్మని చెప్పాడు. పేతురు వెల్తూ వెనక్కి తిరిగి "నాకు చిన్నప్పుడు ఆటలో బాణం వేసి కన్ను పోగొట్టింది మైరావుడే సార్. మీరు వాడిని ఏం చేసినా నాకు ఆనందమే" అని నవ్వాడు. ఇంకా చెప్తూ "వాడు రాకముందు మా కుటుంబమే ఊర్లో పెత్తనం చేసేది. వాడు వచ్చాక మమ్మల్ని అందర్నీ తొక్కేసాడు" అది విన్న అశోక్‌కి అర్థం అయినట్టు తలాడించాడు.

అప్పుడే అశోక్ ఫోన్ రింగ్ అయింది. అతని గాడ్ ఫాదర్ నుంచి ఫోన్ వచ్చింది. అశోక్‌కి గురువు లాంటి విజయ్ సలస్కర్ నుంచి ఫోన్. అశోక్ కంగారుగా ఫోన్ తీసుకొని ఎత్తాడు.

❖❖❖

ధూళిమేఘాన్ని అణిచే వాన పడింది.

వందమంది కౌరవుల్లో ఒక వికర్ణుడు న్యాయం మాట్లాడినట్టు. ప్రజలకి ప్రభుత్వ లోతుపాతులు తెలియజేయాల్సిన మీడియా అదే ప్రభుత్వం ఒళ్ళో కూర్చొని, స్పెషల్ ప్రోగ్రాములు పెట్టి మహోన్నత నాయకుడి గుణగణాలను భజన చేస్తుంటే, ఆ ఒక్క ఛానెల్ ప్రభుత్వ వైఖరిని ఎండగడుతూ, నాయకుల అవినీతిని చూపిస్తూ, ప్రభుత్వ పథకాల డొల్లతనాన్ని వివరిస్తూ ఒంటరిగా పోరాడుతుంది.

మొత్తం దేశం అంతా అడవిలా తగలబడుతుంటే, ఆ అగ్నికి అన్ని జీవులు అయోమయంగా పరిగెడుతుంటే,

ఒక వార్తకి. మొత్తం మంటలన్నీ ఆరిపోయాయి.

సింపుల్..నాలుగు రాష్ట్రాల్లో ఎలక్షన్స్ వస్తున్నాయి. మనదేశంలో ఎలక్షన్స్‌కి ముందే పాకిస్తాన్ మనం మీద దాడి చేస్తుంది. ఎలక్షన్స్‌కి ముందే చైనా మన మీద దురాక్రమణకి పాల్పడుతుంది. ఎలక్షన్స్ కి ముందే హిందువులకి, ముస్లింలకి మధ్య మతఘర్షణలు జరుగుతాయి. ఎలక్షన్స్‌కి ముందే ఏదో మసీదు కింద హిందూ

దేవాలయం ఉందని తెలుస్తుంది. అలాగే ఈసారి కూడా ఎలక్షన్స్‌కి ముందు సెడిషన్ చార్జెస్ మీద అరెస్ట్ అయిన వ్యక్తిని జైలు నుంచి తప్పించడం జరుగుతుంది. ఎవరో ఒక అజ్ఞాత వ్యక్తి ఇది చేశాడని అంటారు. ఆ వ్యక్తి మరో వీరప్పన్ అన్నట్టు మీడియాలో కథలు ప్రచారం చేస్తారు. సెంట్రల్ ఫోర్సెస్ ఒక సాహసోపేతమైన సర్జికల్ స్ట్రైక్ దేశం లోపల చేసి అతన్ని మట్టుపెట్టి దేశానికి రాబోయే ఒక పెద్ద ముప్పును తప్పించాం అని చెప్తారు. వినడానికి ఇదంతా చాలా బావుంది కదా! What if? this all a story..

KKRని జైల్ నుంచి ఎవరూ తప్పించలేదు. అనారోగ్యంతో ఆయన జైల్లోనే చనిపోయుంటే

దీనికి సాక్ష్యం ఏంటి?

KKR శవం.

ఒక అజ్ఞాత వ్యక్తి అందించిన వార్త ద్వారా ఈ విషయం తెలిసింది. అదే వ్యక్తి KKR శవాన్ని పూడ్చిపెట్టిన స్థలం ఆచూకీ చెప్పాడు. అక్కడికెళ్లి తవ్వి చూస్తే గుర్తుపట్టలేని స్థితిలో ఒక వ్యక్తి శవం కనపడింది. అది KKR శవం అని రుజువు చేసుకోడానికి KKR కుటుంబ సభ్యుల సహకారంతో DNA టెస్ట్ చేసాం. టెస్ట్ రిజల్ట్ లో అది KKR శవం అనే ప్రూవ్ అయింది. మరి KKR ని తప్పించారనే పేరుతో దేశంలో జరిగిన ఈ జగన్నాటకం

ఆయన్ని విడుదల చేయాల్సిందిగా దేశం లోపలా, బయటా వస్తున్న up-roarని చూసి, జైల్ అధికారులు ఈ విషయాన్ని బయటికి తెలియనివ్వలేదు. అదే సమయంలో ఆయన్ని జైల్ నుంచి తప్పించడానికి ప్లాన్ జరుగుతుందన్న రూమర్ వాడుకొని దేశంలో అలజడి సృష్టించి, దేశంలో మిగిలిన ఆ కొద్ది ఫ్రీ వాయిస్ అణచెయ్యాలని చాణక్య పథకం వేశారు. దీనికి చాలా పైనుంచి ఆజ్ఞలు, అనుమతులు వచ్చాయి.

తను చేసిన తప్పుకు పశ్చాత్తాపపడుతూ ఆ జైలు అధికారి విజయ్ సలస్కర్ ఇచ్చిన వీడియో కన్ఫెషన్ కూడా ఇచ్చారు. అని అది టెలికాస్ట్ చేశారు. ఆ వీడియోలో అతను KKR ఎలా చనిపోయాడో వివరించాడు. రాత్రి పడుకునే ముందు పాలు తాగబోతూ గ్లాస్ చేత్తో పట్టుకొని నోట్లో పోసుకోబోతుండగా చెయ్యి వొణికి పాలు మీదపడి ముక్కుల్లోకి పోయి, ఊపిరి తిత్తుల్లోకి జారి శ్వాస ఇబ్బంది అయింది.

ఊపిరి సలపక దగ్గుతో అలాగే ఉక్కిరిబిక్కిరి అయి చనిపోయాడు.

ఒక ఎనభై ఏళ్ల ముసలాయన. ఆరోగ్యం బాగాలేని స్థితిలో, తన ఆత్మీయులందరి మధ్య ఉండి తన జీవితాన్ని నెమరువేసుకుంటూ ఆనందంతోనో, బాధతోనో, అసంతృప్తితోనో చనిపోతే అర్థం ఉంది. కానీ ఇది అమానవీయం. ఇలాంటి చావు మరెవరికీ రాకూడదు. ఆయన చనిపోయిన రెండు రోజుల తర్వాత ఈ విషయం బయటికి తెలిసింది. ఈ రెండురోజుల్లో ఏం జరిగింది?

జైల్ నుంచి తప్పించారని పేరుతో ఓ బూటకపు ఎంక్వైరీ కమిటీ వేశారు, జనాలని రెచ్చగొట్టడానికి ఏవేవో పిట్టకథలు చెప్పారు. దాని తర్వాత చేసిన inside surgical strike అన్నింటికంటే దారుణం.

ఈ విషయంతో ఏమాత్రం సంబంధం లేని ఓ మాములు వ్యక్తిని అతి దారుణంగా చంపేశారు. అతను నక్సలైట్ అనడానికి ఏ ఆధారాలు లేవు, అతను KKR గ్రూప్‌లో పనిచేశాడని చెప్పడానికి కూడా ఏ ఆధారాలు లేవు. కేవలం అతను కమ్యూనిస్టు సిద్ధాంతాలని పాటించే వ్యక్తి అనేది తప్ప అతని గురించి ప్రసారం చేసిన ఏ కథా నిజం కాదు. అతను చనిపోయినందుకు దుఃఖిస్తున్న కొన్ని వందల కుటుంబాలు న్యాయం అడుగుతున్నాయి. ఇలాంటి పరిస్థితుల్లో మనం ఏం చెయ్యాలి? ఏం చెయ్యలేం. వీలయితే రవీంద్రనాథ్ ఠాగూర్ లాగే మనమూ ప్రార్థించడం తప్ప.

Into that heaven of freedom, my Father, let my country awake.

దేవతా వస్త్రాలు వేసుకొని రాజుగారు నడిబజారులో నడుస్తుంటే, అందరూ నడివీధిలోకి వచ్చిన రాజుగారికి సిగ్గులేదని గెలిచేసి, అసహ్యించుకొన్న చందం అయింది ఈ వార్త.

ఇదంతా మాహి వల్ల జరిగింది. మాహికి ఒక అజ్ఞాత వ్యక్తి నుంచి ఫోన్ వచ్చింది. అతనే KKR చావుకి సంబంధించిన సీక్రెట్ ఇన్ఫర్మేషన్ ఇచ్చాడు. ఆ అజ్ఞాత వ్యక్తి మైరావుడా? కావచ్చు. ఎందుకంటే చిన్నప్పుడు మైరావుడు రక్షించిన ఆ లంబాడీ అమ్మాయే మాహి.

పోలీసులు ఆ ఛానెల్ మీద దాడి చేసి, ఆ న్యూస్ ప్రెజెంటర్‌ని, ఛానెల్ యాజమాన్యాన్ని కూడా అరెస్ట్ చేసి తీసుకెళ్లారు.

❖❖❖

ఏదో నది పుష్కరాలకి వచ్చినట్టు బుగ్గవాగు చెరువు ఒడ్డంతా వందలాది మత్స్యకారుల ఏడుపుతో హోరెత్తిపోతుంది. మైరావుడు చచ్చిపోయాడు అని తెలిగానే రెండు రాష్ట్రాల నలుమూలల్లో ఎక్కడెక్కడున్న చేపలు పట్టుకునేవాళ్ళంతా వచ్చేసారు. 'మా బలరాముడుని అన్యాయంగా చంపేశారు. ఇప్పుడు మాకు దిక్కెవరు?' అని ఆడోళ్ళు నెత్తీనోరు కొట్టుకొని ఏడుస్తున్నారు. నీళ్ల మధ్య మెట్ట మీద బాంబు దాడిలో కూలిపోయిన మైరావుడి మేడని చూస్తూ కుటుంబ పెద్ద చచ్చిపోయినట్టు రాగాలు తీసి, గుండెలు బాదుకొని ఏడుస్తున్నారు. ఎందరో నీళ్లలో మైల స్నానాలు చేస్తున్నారు. ఎప్పుడో ఎన్టీఆర్ చనిపోయినప్పుడు అలా సంబంధం లేకపోయినా ఆయనపై అభిమానంతో అలా మైల స్నానాలు చేశారంట. ఇదంతా కవర్ చెయ్యడానికి మీడియా, జనాలని కంట్రోల్ చెయ్యడానికి పోలీసులు... వాళ్ళ మధ్యలోనే వాళ్ళ ఏడుపులు వింటూ అయోమయంగా తిరుగుతున్నాడు అశోక్. అయోమయం ఎందుకంటే చచ్చిపోయినోడిని అందరూ బలరాముడు అంటున్నారు. వాడి పేరు జగన్నాథం కదా?

రామాయణంలోని మైరావణుడి కథ ప్రాక్షిప్తం అనుకుంటే, ఆ ప్రాక్షిప్తంలో కూడా మూడు, నాలుగు వెర్షన్‌లు ఉన్నాయి. అందులో ఒక వెర్షన్‌లో అహిరావణ, మహిరావణులనే ఇద్దరు ఉంటారు.

సంఘటనలు కథలుగా మారకుండా చూసుకోవాలి.

ఒకసారి అయ్యాయి అంటే రెండు సమస్యలు వస్తాయి. ఒకటి కాదనలేవు, రెండు నిరూపించలేవు.

ఏడుస్తున్న వాళ్లలో మైరావుడి అప్పజెల్లెళ్ళు ఉన్నారు. వాళ్ళ మధ్యలో ఉలుకూ పలుకూ లేకుండా ఏటో చూస్తున్న ఓ ముసీలావిడ కూర్చొని ఉంది. ఆయమ్మ మైరావుడి అమ్మ గైరమ్మ. చాన్నాళ్ల క్రితం మతిపోయిందంట. అంతకు కొన్నాళ్ల ముందు ఆమె భర్త, మైరావుడి తండ్రి చనిపోయాడట. ఇప్పుదేవరిని గుర్తుపట్టట్లేదు. వాడి మనుషులు కనిపించట్లేదు. వాడి శవం ఆనవాలు పట్టలేనట్టుగా అపోయింది.

తను కలిసింది ఎవరినీ బలరాముడినా? జగన్నాథాన్నా? ఒకవేళ బలరాముడు అయితే తన పేరు జగన్నాథరావు అని ఎందుకు చెప్పాడు. అసలు తను అతన్ని కలిసింది ఇక్కడేనా? అది మరో చోటా?దీనికీ దానికీ చాలా తేడా ఉంది. ప్రశ్నలతో తలపేలిపోయేలా ఉంది. అలా ఆలోచిస్తూ పోతుంటే అసలు తను వాడిని కలిశాడా? ఆ రోజు రాత్రి అక్కడ ఆ అమ్మాయితో నిద్రపోయాక, లేచేసరికి

తను తన ఇంట్లో ఉన్నాడు. అంటే ఇదంతా కలా? తను వాడిని కలవలేదా? ఏమీ అర్థం కావడం లేదు. జరిగింది అంతా ఒకసారి గుర్తు తెచ్చుకుంటే తను ఇక్కడికి వచ్చిన దగ్గర్నుంచి జరిగిందంతా మైరావుడి ప్లాన్‌లో భాగం ఏమో అనిపిస్తుంది. ఒకవేళ వాడు చావలేదు బతికే ఉన్నాడు అంటే, ఇదంతా దేనికోసం చేసాడు? పులిని వేటాడడానికి మేకని ఎరగా వెయ్యడం వేరు, తనే ఎరగా నిలబడటం వేరు.

మెదడు ఏవేవో ఊహలు చేస్తుంది.ఆలోచనలతో బుర్ర వేడెక్కిపోతుంది.

స్టేషన్ గదిలో తన ఎదురుగా ఉన్న రెండు కుర్చీల్లో ఇద్దరు వ్యక్తులు కనిపించారు. ఒకరు మైరావుడు, పక్కన కూర్చున్న ఒక ముసలాయన కొబ్బరి బోండాంలో స్ట్రా వేసుకొని తాగుతున్నాడు. మైరావుడు మాట్లాడుతున్నాడు "ఆట ఎప్పుడో మొదలైపోయింది. నీకు అర్థం కావడానికే టైం పట్టింది. నా గురించి తెలుసుకోవడానికి ఇతిహాసపు చీకటి కోణాలన్నీ వెతికావ్, కానీ రోజువారీ న్యూస్ చూడ్డం మానేశావ్" అన్నాడు.

అశోక్ గత కొద్దిరోజులుగా వస్తున్న న్యూస్ పేపర్స్ చూసాడు. అన్నింటిలోనూ ఒకటే ప్రధాన వార్త. ఢిల్లీ పెత్తనాన్ని ధిక్కరిస్తూ తెలంగాణ ముఖ్యమంత్రి జాతీయ పార్టీ ప్రకటించి నేషనల్ పాలిటిక్స్‌లోకి ఎంటర్ అవుతున్నాడు. ఇంటర్నేట్‌లో ప్రభుత్వానికి సంబంధించిన రహస్య పత్రాలు బయటపడ్డాయి. అందులో చాలా కార్పొరేట్ కంపెనీలతో ప్రభుత్వం చేసుకున్న సీక్రెట్ డీలింగ్స్‌కి సంబంధించిన డాక్యుమెంట్స్ ఉన్నాయి. ఆ పత్రాలన్నీ చాలాకాలం క్రితం ఢిల్లీ లోక్‌నాయక్ భవన్‌లో జరిగిన అగ్నిప్రమాదంలో కాలిపోయాయి అనుకున్నారు. ఇలా బయటపడేసరికి దానితో సంబంధం ఉన్న వాళ్లంతా తలలు పట్టుకున్నారు. అలాగే అమెరికాకి చెందిన ఓ ప్రఖ్యాత ఇన్వెస్టిగేటివ్ పత్రిక భారతప్రభుత్వం కొందరువ్యక్తుల ఎలక్ట్రానిక్ డివైజెస్‌ని హ్యాక్ చెయ్యడానికి ఇజ్రాయెల్ నుంచి ఒక సాఫ్ట్వేర్ కొనుగోలు చేసినట్టు ఆధారాలతో సహా చూపించింది. విదేశాల్లో ఇండియన్ గవర్నమెంట్ పరువు పోయింది.

ఏదో చిక్కుముడి వీడినట్టు అవుతుంది. ఘనీభవించిన పదార్థం ఏదో కరుగుతున్నట్టుగా ఉంది.

Does all these make any difference?
It makes a lot of difference.
వీటన్నింటి వల్ల భారతదేశ రాజకీయాల్లో పెనుమార్పులు రాబోతున్నాయి.

వాడిని పిచ్చుక అని భావించి తామంతా కలిసి వాడి మీద ప్రయోగించిన బ్రహ్మాస్త్రాన్ని తన పాశుపతాస్త్రంతో కూలగొట్టేసాడు. మా చేతులు మా నెత్తి మీదే పెట్టుకునేలా చేసి ఒక భస్మాసుర పథకం పన్నాడు.

వాడు ఆడిన జగన్నాటకంలో అందరం పాత్రదారులమే అయ్యాం.

ప్రభుత్వం, మీడియా, పోలీసు యంత్రాంగం మొత్తం వ్యవస్థనే ఎర్రిపప్పలని చేసాడు.

ఇప్పుడు ప్రపంచంలో ఎదో మూల ఉండి జరుగుతున్నదంతా చూస్తూ తనకు అలవాటైన నవ్వు వికటంగా నవ్వుతూ ఉంటాడు.

తను వాడిని తక్కువ అంచనా వేసాడు, ఇంకా చెప్పాలంటే తప్పు అంచనా వేసాడు వాడు నక్సల్ బ్యాక్‌గ్రౌండ్ ఉన్న ఒక చేపలు పట్టుకునేవాళ్ళ నాయకుడు అనుకున్నాడు. ఇంత చేసాడు అంటే వాడికి ఇంటర్నేషనల్ లింక్స్ చాలా ఉండి ఉండాలి.

జనాలకి తెలీని వాడి కథ ఇంకా ఎంతో ఉంది.
వాడు రామాయణంలోని మైరావణుడు కాదు.
అసలు ఎవడురా వాడు?
ప్రారంభంలో మైరావుడి కథ అమ్మ సగమే చెప్పింది కదా?
మైలపిల్లి మైరావుడి కథ చెప్పుకుందామా?

❖❖❖

ఎనకటికాలాన ఎప్పుడో...

ఓ మైలపిల్లోడు ఉండీవోడు అంట.

ఆడిది దేవతా పుట్టకో మరి మనిషి పుట్టకో తెలీదు గానీ..

ఈయాళప్పుడు ఎల్లిపోయివోడంట.. అప్పుడుకప్పుడే బారో.. రెండు బార్లో ఉండే వలముక్క ఒకటి ముడిచేసుకునివోడంట. సిన్నదో.. పెద్దదో ఓ తెప్ప అముర్చుకొని... అయాన్ని గెంగలోకి ఎల్లిపోయివోడంట.

తెల్లారబోడికి ఇంతింత చేపలు ఒట్టుకొచ్చేసీవోడంట.

ఒట్టుకొచ్చిన చేపలు గంగలోనో ఎక్కడో దాపెట్టేసి,అయాన్ని వల కాల్చేసీవోడంట.

పట్టిన చేపలు అమ్ముకునీవోడో,వొండుకొని తినీవోడో తెలిదుగాని ఊర్లో ఓ ఈడు కుర్రోళ్ళు 'ఈడికీ చేపలు ఎక్కడ్నించి వస్తన్నాయిరా... ఎక్కడ నించి తెస్తన్నాడ్రా ఇంతింత చేపలు.." అని అనుకోని, ఆ మర్మం ఎలాగైనా కనిపెట్టాలని ఓ రోజు కాపుకాసరంట.

ఆడు మామూలుగానే ఆ రోజు పాటుకెళ్ళొచ్చి,వల కాల్చేసి ఎల్లిపోయాడంట. అయితే ఆడిని కనిపెట్టుకొని ఉన్న కుర్రోలు వచ్చి చూసేసరికి ఇసక మీద కాలిపోయిన వల ఏ కన్ను కా కన్ను, ఏ ముడికి ఆ ముడి అలాగే ఉందంట. చూసినోళ్లు "అబ్బా.. ఇదిగోరా.. ఈడు ఈ రకంగా వల అమిర్చాడు" అని చూసింది చూసినట్టుగా రాసేసికొని, పుస్తకాల మీద రాసుకోడానికి అప్పుడు చదువులా.. ఏ ఇసకలోనో రాసుకొని పోయారంట.

అయాన్ని... ఊర్లో జనాలందరూ నూలు తెచ్చుకొయి, ఒడుక్కొయి ఆ రకంగా వల ఎల్లదీసారంట.దాన్ని బట్టి వల అల్లుకున్నారంట.

అల్లికోయి ఈళ్ళూ పాటుకెల్లారంట. అప్పుడుకప్పుడు అముర్చుకున్న ఆడూ పాటుకెల్లాడంట.

పాటుకు ఎలాగెల్లాడూ...?

ఇంత పిండి పిసికి పమికి చేసి, పమికి నిండా నూనె పోసి, తెల్లార్లూ కాలడానికి వేలెడు మందం ఉన్న బారడు ఒత్తు పెట్టి,ఆ పమికిని తెప్ప ముందెట్టుకొని, రాయి రాయి కొట్టి దీపం ఎలిగించి, ఆ ఎలిగించిన జోతిని తెప్ప ముందెట్టుకొని బయలెల్లాడంట. నడి ఏట్లోకి ఎల్లి వల ఏసాడంట. దీపం ఎలుగు నీళ్లలో కనపడతా ఉంటే దూరంగా నీళ్ళల్లో ఉన్న చేప చూసిందంట, ఆ చేప ఇక్కడ నుంచి అక్కడికి ఉందంట. ఆ ఎలుగుతున్న దాన్ని మింగెద్దాం అని ఆ చేప వచ్చెత్తందంట. అది వస్తన్న సడి కనిపెట్టాడంట. కనిపెట్టి తెప్పని ఒడ్డుకి లాగడం మొదలెట్టాడంట. ఎలుగుని పట్టి ఎనకాలే చేప కూడా వచ్చేత్తందంట. తెప్ప దరికి రాగానే దీపాన్ని అంత దూరాన్ని ఒడ్డున ఇసకలోకి ఇసిరేశాడు అంట. దీపంతో పాటూ చేప కూడా ఎగిరెల్లి ఒడ్డున పడింది అంట. పడిన చేప నీళ్లలోకి ఎల్లలేక ఇసక నేలన కొట్టుకుంటుందంట.అప్పటికి తెల్లగ తెల్లారిపోయి ఊళ్ళో జనాలందరూ వచ్చి ఆ ఇంతని చూశారంట.చూసి 'ఈడు ఎంత తెలివైనోడు రా..వల ఎయ్యకుండానే ఇంత పెద్దచేపని ఒడ్డుకు తెచ్చేసాడు.ఈ మైలపిల్లోడు మైరావు(ణు)డురా..' అన్నారు.తెలివికి పేరెల్లినోడు మైరావుడు. రావణాబెమ్మ తొమ్ముడు. అప్పుడు నుంచి

ఓడోలందరూ ఓడలు తయారు చెయ్యడం మానేసి చేపలు పట్టడం మొదలెట్టారంట.

పదిబారల సొరచేపను వల ఎయ్యకుండానే ఒడ్డుకు తెచ్చి ఆదు 'మైరావుడు' అనిపిచ్చుకున్నాడు. ఆ మైరావుడి వంశం ఏడోతరంలో గైరమ్మకి పుట్టాడు మరో మైరావుడు. ఈడూ అంతే.

చేపల వాన కురిపించినోడు,
చచ్చిపోయిన కూతురిని బతికించి తెచ్చినోడు..
పశువులతో, పక్షులతో మాట్లాడే విద్య తెలిసినోడు
ఇన్ని మాయలు తెలిసిన మైరావుడు అంత సులువుగా ఎలా చచ్చిపోతాడు?
అసలు మైరావుడు మనిషైతే కదా చావడానికి?

మైరావుడి తాత అన్ని విద్యలతో పాటూ పరకాయప్రవేశ విద్య కూడా నేర్పించాడంట. ఆ విద్యతో నీళ్లలో తేలుతున్న, చచ్చిపోయిన ఓ కొంగ శరీరంలో దూరేసి, తప్పించుకొని ఎగిరిపోయాడంట.

ఎప్పటికైనా తిరిగొస్తాను, అప్పటిదాకా "తను చేసిన కట్టుబడి ప్రకారం, అందరూ కలిసికట్టుగా ఉండాలి" అని మైరావుడు బుగ్గవాగు జానాల కలలోకి వచ్చి చెప్పాడంట.

తెల్లవారుజామున వలలు ఎత్తడానికి వెల్తా బారుమెట్ట చివరన మలుపు తిరగుతూ మెట్ట మీద మైరావుడి ఇంటి స్థానంలో సూర్యకాంతిలో మిలమిలలాగుతున్న మైరావుడి సమాధి లాంటి గుడిని చూసుకుంటూ వెల్తారు. ఏసు రెండవ రాకడలాగా మైరావుడు కూడా వచ్చేది ఖాయం అని వాళ్ళ విశ్వాసం.

జానపద కథానాయకుడు మనిషికి ఎక్కువ దేవుడికి తక్కువ. గొల్ల బీరప్ప, కనిగిరి కాటమరాజు, కొమరెల్లి మల్లన్నలాగా మైరావుడు జనంలోంచి వచ్చిన ఓ జానపద కథానాయకుడు. అలాంటివాళ్ళ కథలు వీరగాథలుగా ఒక తరం నుంచి ఒక తరానికి వారసత్వంగా అందుతూనే ఉంటాయి.

---సమాప్తం---

నేపథ్యం

సముద్రయానానికి సంబంధించిన చారిత్రక ఆనవాళ్ళు మనకి తొలి నాగరిక సమాజం, క్రీస్తు పూర్వం 2 వేల ఏళ్లనాటి సింధూలోయ నాగరికత నుంచే కనిపిస్తాయి. ఆ కాలంలోనే ప్రపంచంలో ఉనికిలో ఉన్న మిగతా నాగరికతలైన ఈజిప్టు, మెసపొటేమియాలతో సముద్రవ్యాపారం చేసినట్టుగా ఆధారాలు ఉన్నాయి. కాలక్రమంలో సముద్రయానం భారతదేశం దక్షిణ ప్రాంతానికి మారింది. భారతదేశానికి తూర్పు, పడమరల్లో ఎన్నో ఓడరేవులు ఉండేవి, చైనా నుంచి తూర్పు దీవులైన జావా, సుమత్ర, బాలి, ఇండోనేషియాల నుంచి పట్టు, సుగంధ ద్రవ్యాలు, మసాలా దినుసులు లాంటి ముడిసరుకులు మనదేశంలోని తూర్పుతీరంలోని ఓడరేవులకి వచ్చి అక్కడి నుంచి పడమటి రేవుల నుంచి రోమ్, అరేబియా దేశాలకి రవాణా అయ్యేవి. ఈ సరుకులు అన్నింటినీ చేరవేయ్యడానికి పెద్ద పెద్ద ఓడలు, (నౌకలు) అవసరం అయ్యేవి, ఆ ఓడలకి సంబంధించిన చిహ్నాలు కూడా మనకి చరిత్రలో కనిపిస్తాయి. భారతదేశపు తూర్పు తీరంలో ఎంతో మన్నిక గల ఓడలు

తయారు అవుతూ ఉండేవని భావరాజు వెంకట కృష్ణారావు గారు తన "ప్రాచీనాంధ్ర నౌకా జీవనం" లో అనేక చారిత్రక ఆధారాలతో వివరిస్తారు. అయితే ఈ ఓడలు తయారు చేసే కార్మికులు ఎవరూ? ఇప్పుడు ఏమయ్యారు? భారతదేశంలో సంప్రదాయ ఓడలు తయారు చేసే పద్ధతి ఎప్పుడు ఆగిపోయింది? అనేవి ఆసక్తికరమైన ప్రశ్నలు.

భారతదేశంలో ఓడల తయారీ తెల్లవాళ్ళు వచ్చిన చాలాకాలం వరకూ ఉంది. బొంబాయికి చెందిన ప్రఖ్యాత పార్సీ వ్యాపార కుటుంబం అయిన 'వాడియా' లు మేలైన ఓడలు తయారీలో పేరు గడించారు. అయితే 19 వ శతాబ్దపు రెండో భాగంలో ఆవిరి యంత్రాన్ని కనుగోవడంతో ప్రపంచ గమనంలో గట్టి మార్పులు జరిగాయి. ఆవిరి సాయంతో నడిచే ఆటోమొబైల్స్ వచ్చేసాక ఓడలు కూడా ఆవిరితో నడిచేవి వచ్చేసాయి. ఆ టెక్నాలజీని వాళ్ళు స్థానిక భారతీయులతో షేర్ చేసుకోలేదు. అప్పుడే బ్రిటీష్ గవర్నమెంట్ 'ఇండియన్ మేడ్ షిప్స్' వాడకూడదని 1890లో బ్రిటీష్ పార్లమెంట్ లో తీర్మానించింది. ఆ విధంగా దేశీ నౌకా నిర్మాణం అన్నది మూలన పడింది. సముద్రతీరం విస్తారంగా ఉన్న ఆంధ్రప్రాంతంలో మామూలుగానే ఎన్నో ఓడరేవులు ఉండేవి. ప్రాచీన కాలంలో మోటుపల్లి, గంటసాల, కలోనియల్ పీరియడ్ లో మచిలీపట్నం, కోరంగి బాగా ప్రసిద్ధి చెందిన ఓడరేవులు. సాధు సుబ్రమణ్యశర్మ గారి 'బంకోలా' నవల 19వ శతాబ్దపు చివరికాలంలో కోరంగి కేంద్రంగా జరిగిన సముద్ర వ్యాపారం, సునామీ వచ్చి ఆ రేవు ఎలా మునిగిపోయింది అన్నవి తెలియజేస్తుంది. ఇవన్నీ ఈ మధ్య నేను పుస్తకాలు చదివి, వాళ్ళని వీళ్ళని అడిగి తెలుసుకున్న విషయాలు.

కానీ నా చిన్నతనం నుంచే నేనో విషయాన్ని గమనిస్తూ ఉండేవాడిని. మేం వాడోళ్ళం, అంటే మా కులం పేరు 'వాడబలిజ'. విశాఖపట్నం సముద్రం తీరం అంతా మా వాళ్లే, మా ఊర్లే. మా వృత్తి చేపలు పట్టడం. చేపలు పట్టేవాళ్ళని చాలా పేర్లతో పిలుస్తారు ప్రధానంగా బెస్తలు, జాలర్లు అంటారు. కానీ మావాళ్ళు తమని తాము 'వాడోళ్ళు' అనే చెప్పుకుంటారు. జాలర్లని మా కన్నా కాస్త తక్కువవాళ్లుగా పరిగణిస్తారు. అందుకు మేం పూర్వకాలంలో ఓడలు తయారుచేసేవాళ్ళం అని ఏదో ఒక కాలంలో చేపలు పెట్టుకొనే వృత్తికి మారిపోయాం అనీ అంటారు. అందుకు ఓ జానపద కథ కూడా చెప్తారు. ఈ ఓడలు తయారు చెయ్యడం నుంచి చేపలు పట్టుకోడానికి మారిపోయిన కాలం ఏమై ఉంటుంది? అని ఆలోచిస్తూ వెతుకుతున్నప్పుడే నేను మొదట చెప్పిన విషయాలన్నీ తెలిశాయి.

డాట్స్ అన్నీ ఒకదగ్గర కనెక్ట్ అయినట్టు అనిపించింది.

అయితే మావాళ్ళు ఒకనాటి అంటే, గాలివాటానికి తెరచాపలు ఎత్తుకొని పెదపెద్ద ఓడల్లో దేశవిదేశాలు తిరిగిన, తమ పూర్వజీవనానికి సంబంధించిన చాలా జ్ఞాపకాలను తమ మాటల్లోనూ కథల్లోనూ దాచుకున్నారు. వాటిలో కొన్ని : మేం యజమానిని 'సరంగు' అంటాం. మావాళ్ళలో తండేలు ఇంటిపేరు గలవాళ్ళు ఉన్నారు. అది ఓడల్లో ఒక ఉద్యోగి పేరు. అలాగే 'కంగారు పడితే లంగరు తెగిపోద్ది' లాంటి సామెతలు ఉన్నాయి. ఇదంతా ఈ కథకి నేపథ్యమే. ఈ కథ అంతా పూర్వం ఓడలు తయారుచేసి ఆ పనులు ఆగిపోవడంతో చేపలు పట్టుకొనే వృత్తికి మారిపోయిన చాలాకాలానికి ఇరవయ్యో శతాబ్దంలో మొదలయ్యే ఓ వాడ కుటుంబం కథ.

ఈ కథని ఇప్పుడు కాకుండా జీవితానుభవం బాగా గడించి ఒక నలభై ఏళ్లు వచ్చాక రాద్దాం అనుకున్నాను. మరి ఇప్పుడే ఎందుకు రాసేసాను అంటే? నలభై ఏళ్లు వచ్చేదాకా నేను బతికి ఉండనేమో!? అని భయం వేసింది. ఒకవేళ ఉన్నా, అప్పుడు రాయాలనే 'ఇంట్రెస్ట్ ఉండకపోవచ్చు' అనే ఆలోచన కూడా వచ్చింది. అలాగే మెదడులో ఒక కథకి ఆలోచన వచ్చి, అది చిలువలు పలువలుగా విస్తరించి ఒక మహావృక్షంగా మారిపోయాక రాయకుండా ఉండటం కష్టం కదా!. ఈ కథ ఇలా మెదడులో ఫ్రెష్‌గా ఉండగానే రాసేస్తే హాయిగా ఉండొచ్చు.

థాంక్స్ నోట్

ఈ పుస్తకం రాయడంలో నాకు సాయం చేసిన వాళ్ళ గురించి రాయడం మొదలుపెడితే ఆ లిస్ట్ అలా వెల్తూనే ఉంటుంది. కొందరు ప్రత్యక్షంగా, కొందరు పరోక్షంగా ఈ రచనలో నాకు తోడ్పడ్డారు. ముందుగా మా ప్రకాష్ గారూ, నాకెంతో ఇష్టమైన రఘురాం గారూ... వాళ్ళు చేసిన సాయం మర్చిపోలేను. ఈ నవలకి తొలి పాఠకులు వాళ్లే, ఈ నవలలో ప్రతి అక్షరమూ నాదే అయినా వాళ్ళ సలహాలు, సూచనలు ఈ నవలకి ఈ రూపాన్ని ఇచ్చాయి.

ఈ నవల ఆలోచన బుర్రలో మెదులుతున్న కాలంలో, అంటే ఓ రెండేళ్ల క్రితం నా ఐడియాని వాళ్ళిద్దరికీ వినిపించాను. ఇద్దరూ నన్ను ఎంకరేజ్ చెయ్యడమే కాకుండా నవలకి అవసరమైన రీసెర్చ్‌లోనూ, రైటింగ్ ప్రాసెస్‌లోనూ తమ ప్రోత్సాహాన్ని అందించారు. ఈ సందర్భంలో ప్రముఖ చరిత్రకారులు, నాకు గురువు లాంటి సాయిపాపినేని గారి గురించి తప్పకుండా చెప్పుకోవాలి. ఎందుకంటే అప్పటిదాకా మొదడులోనే ఉన్న కథని రాయడం మొదలుపెట్టింది ఆయన వల్లే. ఏనాటికైనా ఆయనలా ఓ మంచి చారిత్రక నవల రాయలనేది నాకున్న అనేక కోరికల్లో ఒకటి. అలాగే ప్రముఖ పురాతత్వశాస్త్రవేత్త, స్థపతి ఈమని శివనాగిరెడ్డి గారు, బుద్ధిజం గురించి ఆయన రాసిన ఆర్టికల్స్ ఈ రచనకు ఉపయోగపడ్డాయి.

నా హైస్కూల్ హీరో. మా శ్రీను అన్నయ్య, అచ్చమైన వాడబలిజ అస్తిత్వాన్ని తనలో స్థిరంగా నిలుపుకున్నవాడు. మా తాతలు, మామ్మలు దగ్గర విన్న అద్భుతమైన కథల్ని నాకు అదే పద్దతిలో చెపుతాడు.

ఈ రచనలో తనకి తెలీకుండానే చేసిన సాయం ఎంతో ఉంది.

నాకు అంతగా తెలీని పోలీసు విధివిధానాలను గురించి చిలుకూరి రామ ఉమామహేశ్వరశర్మ గారు తెలియజేసారు. శర్మగారి భార్య మా శాంతగారు కూడా... నవలలో కొన్ని భాగాలు చదివి బాగుంది అన్నారు. వాళ్ళిద్దరినీ కలవడం యాదృచ్ఛికం, నా అదృష్టం.

రాయడం నా ప్రధాన సరదాల్లో ఒకటి. మరో సరదా బొమ్మలు వెయ్యడం, నేను చదువుతున్నది కూడా అదే కావడం ఒక వెసులుబాటు. ఈ రచనలో నా

క్లాస్ మేట్స్ సాయం కూడా ఉంది. తెలుగు చదవడమే రాదన్నట్టు ఉండే బ్రిజేష్, నా 'మై నేమ్ ఈజ్ చిరంజీవి' చదవడమే కాకుండా, తన ఫీలింగ్స్ నాతో పంచుకున్నాడు కూడా. ఈ నవల రాస్తున్న కాలంలో తన కార్ లో నన్ను ఎక్కించుకొని, నాగార్జున సాగర్ డ్యామ్ చుట్టూ తిప్పాడు. అలాగే ఇల్లస్ట్రేషన్స్ కోసం వుడ్ కట్ ప్రింట్స్ తియ్యడంలో వాడి సహకారం పెద్దది. నేను ఎప్పటికైనా ప్రపంచాన్ని ఒంగోపెడతానని వాడి నమ్మకం, అనవసరమైన వాటికి బాధపడొద్దని నన్ను ఉత్సాహపరుస్తుంటాడు. అలాగే చూడ్డానికి అమాయకంగా, నోట్లో వేలుపెడితే కొరకలేనట్టుగా కనిపించే, ఎంతో టాలెంటెడ్, నాకు బాగా ఇష్టమైన ఫ్రెండు అహ్మద్ నా మొదటిపుస్తకం కవర్ పేజ్ డిజైన్ లోనూ, ఈ నవల టైటిల్ డిజైన్ లోనూ సాయం చేసాడు.

థాంక్యూ బాయ్స్...

మీకు మంచి పార్టీ ఇస్తా...

పుస్తకంలో కథ మాత్రమే కాదు, పుస్తకం కూడా చూడ్డానికి చాలా బావుండాలని అనుకుంటాను. అందుకని ఈ పుస్తకానికి సంబంధించిన అంశాలను చిన్నప్పుడు బంకమట్టితో వినాయకుడి బొమ్మ చేసినంత శ్రద్ధగా చేసుకున్నాను. అందుకు మా ఫైన్ ఆర్ట్స్ కాలేజ్ ప్రింట్ మేకింగ్ ఫ్యాకల్టీ నరేంద్రచారి గారి సాయం మర్చిపోతే నేను కృతజ్ఞత లేని వెధవని.

పోతే, తన మునికాంతపల్లి కథలతో తెలుగు పాఠక లోకాన్ని ఉర్రూతలూగించిన, తెలుగు సాహిత్యానికి విజయ్ దేవరకొండ, అన్న సొలొమోన్ విజయ్ కుమార్.

నా 'మై నేమ్ ఈజ్ చిరంజీవి' చదివి, మెచ్చుకొని. ఎంతో ప్రేమతో, ఈ నవలని ఛాయా తరపున కూలంకషంగా చదివి ప్రచురణకి సిద్ధం చేసాడు, విలువైన ముందుమాట రాసి నా నవలకి వాల్యూ పెంచాడు.

ఇది నాకెంత గౌరవమో మాటల్లో చెప్పలేను.

అన్నా నువ్వు హైదరాబాద్ వచ్చినా సరే, నన్ను నెల్లూరు రమ్మన్నా సరే, ప్లేస్ నువ్వు చెప్పినా సరే, నన్ను చెప్పమన్నా సరే... ఎనీ టైం, ఎనీ సెంటర్ కలిసి రచ్చ రచ్చ చెయ్యాలి అంతే..

నా పేరుని అచ్చులో చూసుకోవడమే గొప్ప అనుకుంటే, 'నువ్వు రాస్తే వెయ్యడానికి నేను రెడీ' అని భరోసా ఇచ్చి నా మొదటి రచనని ప్రచురించి, రెండో పుస్తకం కూడా నేనే వేస్తానని చెప్పి, నన్ను నవలా రచయితని చేసేసిన ఛాయా కృష్ణమోహన్ గారికి

థాంక్యూ సార్...

ఏం చెప్పగలను ఇంతకంటే..

అలాగే పేరు బయటకి చెప్పలేని అజ్ఞాత శ్రేయోభిలాషులు, పేరు మర్చిపోయిన శ్రేయోభిలాషులూ ఈ వరసలో ఉన్నారు. వాళ్ళకి కూడా సేమ్ టూ సేమ్..

థాంక్యూ...

కాలానికి నిలబడే రచన చేయాలనేది నా కోరిక, కాలప్రవాహం ఈ రచనని ఎక్కడ నిలబెడుతుందో పాఠకులైన మీరే నిర్ణయిస్తారు. చివరగా మీకే నా పెద్ద థాంక్స్...

– ప్రసాద్ సూరి

9133608072